அள்ள அள்ளப் பணம் 7

தங்கம்

தங்கம் - வெள்ளி - பிட்காயின்

டாக்டர் **சோம. வள்ளியப்பன்**

பங்குச்சந்தை வர்த்தகம், பொருளாதாரம், உணர்வு மேலாண்மை, சுயமுன்னேற்றம், நிர்வாகவியல், மனித வள மேம்பாடு, நிதி நிர்வாகம் உள்ளிட்ட துறைகளில் பல புகழ்பெற்ற நூல்களை எழுதியவர். துறைகள் சார்ந்த செழிப்பான அனுபவமும் நிபுணத்துவமும் கொண்டிருக்கும் இவர் தொலைக்காட்சி மற்றும் பத்திரிகைத்துறை ஊடகங்களில் தொடர்ந்து இயங்கிவருகிறார். Emotional Intelligence-ல் ஆய்வுசெய்து சென்னை பல்கலைக்கழகத்தில் PhD. பட்டம் பெற்றவர்.

சொற்பொழிவுகள் மற்றும் பயிற்சி வகுப்புகள் மூலம் பல ஆயிரக்கணக்கான மக்களுடன் தொடர்ந்து உரையாடி வருபவர்.

ஆசிரியரின் பிற நூல்கள்

பங்குச்சந்தை

1. அள்ள அள்ளப் பணம் 1 - *பங்குச்சந்தை: அடிப்படைகள்*
2. அள்ள அள்ளப் பணம் 2 - *பங்குச்சந்தை: அனாலிசிஸ்*
3. அள்ள அள்ளப் பணம் 3 - *பங்குச்சந்தை: ஃபியூச்சர்ஸ் அண்ட் ஆப்ஷன்ஸ்*
4. அள்ள அள்ளப் பணம் 4 - *பங்குச்சந்தை:* போர்ட்ஃபோலியோ முதலீடுகள்
5. அள்ள அள்ளப் பணம் 5 - *பங்குச்சந்தை: டிரேடிங்*
6. அள்ள அள்ளப் பணம் 6 - *மியூச்சுவல் ஃபண்ட்*
7. Bulls and Bears - All about Shares

வியாபாரம்

1. நம்பர் 1 சேல்ஸ்மேன் (சிறந்த விற்பனையாளர் ஆவது எப்படி?)
2. பணமே ஓடி வா
3. தொட்டதெல்லாம் பொன்னாகும்
4. பணம், சில ரகசியங்கள்

நிர்வாகம்

1. ஆளப்பிறந்தவர் நீங்கள் (தலைமைப் பண்புகள்)
2. காலம் உங்கள் காலடியில் (நேர நிர்வாகம்)
4. உலகம் உன் வசம் (கம்யூனிகேஷன்)
5. உறுதி மட்டுமே வேண்டும் (கமிட்மெண்ட்)
6. உறவுகள் மேம்பட (Secrets of Managing People)
7. சிறந்த நிர்வாகி ஆவது எப்படி?
8. மேனேஜ்மென்ட் குரு கம்பன்
9. வீட்டுக் கணக்கு
10. நேரத்தை உரமாக்கு (காலம் உங்கள் காலடியில் - 2)

பொருளாதாரம்

1. நாட்டுக் கணக்கு - 1
2. நாட்டுக்கணக்கு - 2
3. அதிர்ந்த இந்தியா

சுயமுன்னேற்றம்

1. இட்லியாக இருங்கள் - எமோஷனல் இன்டெலிஜென்ஸ்
2. எமோஷனல் இண்டெலிஜென்ஸ் 2.0
3. ரசவாதம். ஏதிலும் பெரும் வெற்றி (NLP பற்றி)
4. தடையேதுமில்லை (சுயமுன்னேற்றக் கட்டுரைகள்)
5. உஷார் உள்ளே பார் (மனமும் சக்தியும்)
6. ஆல் தி பெஸ்ட் ! (நேர்முகங்களில் வெற்றி
பெறுவது எப்படி?)
7. தள்ளு (மோட்டிவேஷன்)
8. சின்னத் தூண்டில் பெரிய மீன்
9. சிறு துளி பெரும் பணம்
10. டீன் தரிகிட (பதின் பருவத்தினருக்கு)
11. சொல்லாததையும் செய்!
12. மனதோடு ஒரு சிட்டிங்
13. இவ்வளவுதானா நீ?
14. முன்னேற்றம் இந்தப் பக்கம்
15. எல்லோரும் வல்லவரே
16. காதலில் இருந்து திருமணம் வரை
17. சிக்கனம் சேமிப்பு முதலீடு
18. நல்லதாக நாலு வார்த்தை
19. உடல் மனம் புத்தி
20. You vs You : Everything you need to know about Emotional Intelligence

மாணவர்களுக்கு

1. மன அழுத்தம் விரட்டலாமா
2. இந்தமுறை நீதான்
3. நீங்கள் அசாதாரணமானவர்
4. You are Extraordinary

ஆன்மிகம்

1. எங்குமிருப்பவர் (சாய் சரிதம்)

சிறுகதைத் தொகுப்பு

1. நெஞ்சமெல்லாம் நீ

அள்ள அள்ளப் பணம் 7

தங்கம்

தங்கம் - வெள்ளி - பிட்காயின்

டாக்டர் **சோம. வள்ளியப்பன்**

கிழக்கு

தங்கம் : தங்கம் - வெள்ளி - பிட்காயின்

Thangam : Thangam - Velli - Bitcoin

First Edition: February 2021

200 Pages

Printed in India.

ISBN 978-81-949321-0-9

Kizhakku - 1229

Kizhakku Pathippagam

177/103, First Floor, Ambal's Building, Lloyds Road,
Royapettah, Chennai - 600 014. Ph: +91-44-4200-9603
Email : support@nhm.in Website : www.nhm.in

kizhakkupathippagam kizhakku_nhm

Author's Email: writersomavalliappan@gmail.com

Author's Website : www.writersomavalliappan.in

www.facebook.com/Soma Valliappan

www.youtube.com/Soma Valliappan

Kizhakku Pathippagam is an imprint of New Horizon Media Private Limited

என் தங்கம்,

செல்வி அனுஸ்ரீ உமையாளுக்கு.

உள்ளே

தங்கம்

கிரிப்டோகரன்சி, வெள்ளி

தங்கம், கிரிப்டோகரன்சி, வெள்ளி

1

தங்கம் என்ற ‘தாதா’

தங்கம்.

இந்தச் சொல்லுக்குத்தான் எவ்வளவு மரியாதை! இதன் மீதுதான் எவ்வளவு ஈர்ப்பு!! இதை வேண்டாதவரும் உண்டா? என்று வியக்கும் அளவுக்கு உலகத்தவரின் மனம் கவர் பொருளாக, தொடர்ந்து பல ஆயிரம் ஆண்டுகளாக, பொருளாதார அரியாசனத்தில் அமர்ந்து ஆட்சி செய்து வரும் அரியதொரு உலோகம்.

‘சிலர் இரண்டு பவுனுக்கும் நாலு பவுனுக்கும் நகைகள் வாங்கிக் கொண்டிருக்கிறார்கள். வேறு சிலர், பத்து பதினைந்து பவுன்களில் நகைகள் வாங்குகிறார்கள். மிக அதிகம் போனால் நூறு பவுன். தோடு, மூக்குத்தி, வளையல், பட்டுப்புடவை என்பது போல தங்கமும் மக்கள் விரும்பும் விலையுயர்ந்த பொருள். அவ்வளவுதானே! அதற்கு மேல் இதில் என்ன இருக்கிறது’ என்று குறைவாக எடைபோட்டுவிட வேண்டாம்.

பளபளப்பாக இருக்கிறது. சந்தோஷம் தருகிறது. மங்களகரமான பொருள். ஆனால், இவைமட்டுமே தங்கத்தின் முழுப் பெருமைகள் அல்ல. அதன் பின் மிகப்பெரிய விஷயங்கள் இருக்கின்றன.

தங்கம் என்பது முத்து பவளம் போன்ற வெறும் நகைக்கான பொருள் மட்டுமல்ல. உலக அளவில் அது ஒரு ‘தாதா’ போல என்றால் நம்ப முடிகிறதா?

உலக நாடுகள் பலவும் இதன் விலை மாற்றங்களை உன்னிப்பாகக் கவனிக்கின்றன; அக்கறையுடன் மறுவினையாற்றுகின்றன. லட்சக் கணக்கான செல்வந்தர்களும் பெரு முதலாளிகளும் இதன் தீவிர ரசிகர்கள். தங்கத்தின் விலை மாற்றத்தை எதிர்பார்ப்பவர்கள், அதற்கு அஞ்சுபவர்கள், அதனால் நன்மையோ பாதிப்போ அடைபவர்கள். அந்த விதத்தில் உலகப் பணக்காரர்களுக்கு மட்டுமல்ல; இன்னும் பல்வேறு தரப்பினருக்கும் தங்கம் என்பது தவிர்க்க முடியாத முதலீட்டுப் பொருள்.

இந்திய ரூபாய் நம் நாட்டிலும் நேபாளத்திலும் செல்லுபடியாகும். யூரோவை ஐரோப்பிய நாடுகளில் பயன்படுத்தலாம். அமெரிக்க டாலர் அதன் நாட்டில் மட்டுமல்லாமல் இன்னும் சில நாடுகளிலும் செல்லுபடியாகும். ஆனால், உலகம் முழுவதும், கேள்வி கேட்பார் இன்றி விலை போகும் ஒரே பொருள் இந்த மஞ்சள் உலோகம்தான். அந்தவிதத்தில் தங்கம் ஒரு உலக 'கரன்சி'.

அவ்வளவு ஏன்? 2016 நவம்பர் மாதம் 8ம் தேதி இரவு என்ன ஆனது? 12 மணிக்கு மேல் 500 மற்றும் 1000 ரூபாய்த் தாள்கள் இனி செல்லாது என்று பிரதமர் அறிவித்தாரே! அதன்பின் ஓராண்டுக்கு மேல் மக்கள், இந்திய அரசு வெளியிட்டிருந்த, ரிசர்வ் வங்கி கவர்னர் 'I Promise to pay the bearer' என்று எழுதிக் கையெழுத்துப் போட்டுக் கொடுத்திருந்த 500 மற்றும் 1000 ரூபாய்த் தாள்களைப் பயன் படுத்தமுடியாமல் போனதே!

2016ல் மட்டுமா? நம் நாட்டிலேயே அதற்கு முன் 1978 மற்றும் 1946 என்று இரண்டு நேரங்களில் இதேபோல் சில பெரு மதிப்பு ரூபாய்த் தாள்கள் பணமதிப்பு நீக்கம் செய்யப்பட்டிருக்கின்றனவே.

இந்தியாவில் மட்டுமல்ல. சிங்கப்பூரில் 1945ம் ஆண்டு, பிஜி 1969, கானா 1982, நைஜீரியா 1984, மியன்மார் 1987, சோவியத் யூனியன் 1991, ஆஸ்திரேலியா 1996, வட கொரியா 2010, ஜிம்பாவே 2015, பிலிப்பைன்ஸ் 2015 என்று பல நாடுகளிலும் திடீரென சில ரூபாய்த் தாள்கள் செல்லாது என்று அறிவிக்கப்பட்டிருக்கின்றன.

பொதுவாக சிரமமான காலங்களில் நிலம், வீடு, பிற அசையா சொத்துகளைவிட ரொக்கப் பணம்தான் மேல் என்பார்கள். மேல் என்றால் ரொம்ப உயர்வாக, காசேதான் கடவுளடா என்று உயர்த்திச் சொல்லுமளவுக்கு. ஆனால், அப்படிப்பட்ட ரொக்கக் காசுகள், ரூபாய் நோட்டுகள் பணமதிப்பு நீக்கங்களின்போது பயனற்றுப் போகும், சிரமம் கொடுக்கும். அப்படிப்பட்ட நேரங்களில் கூட

மதிப்பு குன்றாதது தங்கம்தான். எந்த அரசாங்கத்தாலாவது தங்கம் செல்லாது என்று அறிவிக்க முடியுமா? அறிவித்தால் எடுபடுமா?

மக்கள் மத்தியில் மட்டுமல்ல. பெரும் செல்வந்தர்கள், பிரபுக்கள், ஷேக்குகள் மட்டுமல்ல. உலகில் இருக்கும் 196 சொச்சம் தேசங்களின் அரசாங்கங்களும் வாங்கும், வைத்திருக்கும் மிக முக்கிய 'ரிசர்வ்' இந்த தங்கக் கட்டிகள்தான்.

பஸ்பமாக்கிச் சாப்பிடலாம்; நகைகள் செய்து அணியலாம்; சேமிப்பாக வைத்துக்கொள்ளலாம். ஒரு காலத்திலும் மதிப்புக் குறையாதது; காலப்போக்கில் தொடர்ந்து விலை உயர்வு தரக்கூடியது. அருமையான முதலீடு என தங்கம் பல வகைகளில் பயன் தரும் கற்பக விருட்சம். காமதேனு.

அவசரம் என்றால் விற்றோ அடகு வைத்தோ பணமாக்கக்கூடிய ஒரு ஆபத்பாந்தவன். தனி மனிதர்களுக்கு மட்டுமல்ல. அரசாங்கங் களுக்கே சேமிப்பாகவும், பிற நாடுகளிடம் உத்திரவாதம் கொடுக்கவும் தேவைப்படும் ஒரு முக்கிய அந்நியச் செல்வாணி 'பாரின் ரிசர்வ்'.

எந்த நாட்டுப் பணத்துக்கு எவ்வளவு மதிப்பு என்று கணக்கிட, 1976க்கு முன்பு, பல தசமங்களுக்கு அடிப்படையாகக் கோலோச்சிய, 'கோல்ட் ஸ்டாண்டர்ட்'.

விலையும் வரிகளும் குறைவாக இருக்கும் ஒரு தேசத்தில் இருந்து அதிகம் இருக்கும் நாடுகளுக்கு தரை, கடல் மற்றும் ஆகாய மார்க்கமாக மறைத்து எடுத்துவரப்படும் ஒரு முக்கிய கடத்தல் பொருள்.

சூரியன் மறையாத பிரிட்டிஷ் சாம்ராஜ்யத்தைக் காட்டிலும் அதிக நாடுகளில் என்று கூடச் சொல்லி சுருக்கிவிட முடியாத அளவு உலகில் அத்தனை நாடுகளிலும் புழக்கத்தில் இருக்கும், வரவேற்கப்படும் ஒரு சர்வதேச 'புல்லியன்'.

நாளின் ஒவ்வொரு நிமிடமும் உலகில் ஏதாவது சில நாடுகளில் வாங்கவும் விற்கவும்பட்டுக்கொண்டிருக்கும் நகைகள், காசுகள், பிஸ்கெட்டுகள், பார், ஸ்பாட், பியூச்சர்ஸ், ஆப்ஷன்ஸ், பாண்ட்ஸ், ETF என்று பல வடிவங்களில் நாள் ஒன்றுக்கு சில லட்சம் கோடி ரூபாய்களுக்கு ஆண்டு முழுக்க வர்த்தமாகும் வியாபாரிகளின் மனதுக்கு நெருக்கமான ஒரு கமாடிட்டி.

பூமியில் இருந்து மண்ணுடன் கலந்திருக்கும் தங்கத்தாதை வெட்டி எடுக்க, பிரிக்க, ஆபரணங்கள் செய்ய, விற்க, அடகு பிடித்து பணத்தை

வட்டிக்குக் கொடுத்து வாங்க, கடத்த, கடத்தலைத் துப்பறிய, பிடிக்க, அபராதம் போட, பத்திரங்கள் வெளியிட, விளம்பரப்படுத்த, விற்க என எத்தனையோ விதங்களில் லட்சக்கணக்கானவர்களுக்கு ஏதோ ஒருவிதத்தில் வேலையும் வருமானமும் கொடுத்துக்கொண்டிருக்கும் முதலாளி.

மொத்தத்தில் இரும்பு, பித்தளை, ஈயம் அலுமினியம் போன்றதொரு உலோகம்தான் என்றாலும் தங்கம் லேசுப்பட்டதல்ல.

சுமார் 5,000 ஆண்டுகளாய் மனிதர்களுக்கு அறிமுகமாகியிருக்கும் அரிய உலோகம். 1,064 டிகிரி செண்டிகிரேட்டில் உருகும். Au என்ற வேதியல் குறியீடு கொண்டது. இந்த மங்களகரமான உலோகத்துக்கு தடை சொல்லும் தேசமே இல்லை; பட்டுக் கம்பளம் விரிக்காத அரண்மனைகளே இல்லை; அதன்மீது நேசப் பார்வை வீசாத மனிதர்களே இல்லை.

தங்கத்தைவிட பிளாட்டினம் விலை அதிகம் ஆயிற்றே என்ற கேள்விகள் வரலாம். பிளாட்டினம் மட்டுமல்ல. வைரம் கூட தங்கத்தைவிட விலை அதிகம்தான். ஆனால், அதே சமயம் இது பிளாட்டினம்தான் என்றோ இது வைரம் தான் என்றோ அல்லது வெறும் கண்ணாடிகள் அல்ல என்றோ எல்லோராலும் கண்டுபிடித்து விட முடியாது. எல்லா நகை வியாபாரிகளாலும் சரியாக கண்டுபிடிக்க முடியாது. தங்கம் அப்படி அல்ல.

ஆக, தங்கம்தான் பொருள் உலகின் ராஜா. மற்றவையெல்லாம் அதற்கு பின்னால் தான். செல்வத்துள் எல்லாம் தலை என்று செவிச் செல்வத்தை வள்ளுவர் புகழ்ந்து சொன்னார். பொருளாதாரரீதியாகப் பார்த்தால் தனிமங்களில் எல்லாம் தங்கமே தலை என்று நம் சொல்லலாம். இப்படிப்பட்ட தங்கம் பற்றித்தான் விரிவாகப் பார்க்கப் போகிறோம்.

2

தங்கத்தில் முதலீடு சரியா தவறா?

சேமிக்கும் பணத்தை எங்கே முதலீடு செய்வது என்பது பற்றி அதிகம் யோசிக்காமல் பலரும் சுலபமாகச் செய்யும் முதலீடுகளில் ஒன்று: தங்கம் வாங்குவது. கையில் எப்போது பணம் கிடைத்தாலும் சிலர், சிறிதோ பெரிதோ நகைகள் வாங்குவார்கள். வேறு சிலர் தங்க நாணயங்களையோ சவரன்களையோ வாங்குவார்கள்.

உபரியாகச் சேருகிற பணம், எதிர்பாராமல் கிடைக்கிற தொகைகள் மட்டுமல்ல, எவருக்கும் கொடுக்க நினைக்கும் பரிசுகள் போன்றவையும் போய்முடிவது தங்கத்தில்தான்.

நிலம், வீடு போன்றவற்றில் முதலீடு செய்தால் அவசரத் தேவைக்கு விற்றுக் காசாக்க சிரமமாக இருக்கும். தங்கம் என்றால் மிக எளிதில் விற்றுக் காசாக்கிக் கொண்டுவிட முடியும். 'என்றைக்கு இருந்தாலும் தங்கம் கெடாது; அதிகம் யோசிக்கத் தேவையில்லை, பேசாமல் தங்கத்தில் ஏதாவது வாங்கிவிடு' என்பதுபோலதான் அவர்களுக்குச் சொல்லப்படும் ஆலோசனைகள் இருக்கும்.

பெரும்பாலானவர்களுக்கு தங்கத்தைப் பற்றி இப்படிப்பட்ட ஒரு எண்ணம் இருப்பதற்கு என்ன காரணம்?

தங்கத்தின் முந்தைய விலைகள் பற்றி பலரும் சொல்லக் கேட்டது அவர்கள் நினைவில் இருக்கிறது.

'என் கல்யாணத்தின் போது தங்கம் சவரன் வெறும் ஆயிரம் ரூபாய்தான்' என்பார் ஒருவர். உடன் அருகில் இருக்கும் அவரது தாயாரோ அத்தையோ, 'என் கல்யாணத்தின் போது தங்கம் 'சவரன் வெறும் நூறு ரூபாய்தான்' என்பதுபோலச் சொல்வார்கள்.

இன்று சவரன் விலை 30-40 ஆயிரத்துக்கு மேல் இருக்கிறதே. அவர்கள் சொல்லுவதெல்லாம் பொய்யா? இல்லை.

தவறான தகவலா? இல்லை. சரியான தகவலாகத்தான் இருக்கும்.

ஆக, இப்படியெல்லாம் கேள்விப்படுவதாலும், அவர்களே அவ்வப் போது செய்திகளில் விலை உயர்வு பற்றித் தெரிந்துகொள்வதாலும் தங்கத்தின் விலை தொடர்ந்தும் வேகமாவும் அதிகரிக்கிறது என்கிற நினைப்பு பலரையும் அறியாமல் அவர்கள் மனதின் ஆழத்தில் வலுவாக உட்கார்ந்துகொண்டிருக்கிறது. அதனால் வாய்ப்புக் கிடைக்கும் போதெல்லாம் தங்கம் வாங்குவார்கள்.

இந்த நினைப்பு சரிதானா? சேமிக்கிற நம் பணத்தை தங்கத்தில் முதலீடு செய்யலாமா? முதலீடு செய்கிற பணத்துக்கு நல்ல வருமானம் தருகிற அளவுக்கு அதன் விலை உயருமா? தங்கம் என்பது எல்லா விதங்களிலும் சிறந்த முதலீடா? இந்தக் கேள்விகள் முக்கியமானவை. எனவே, இவற்றுக்கான பதில்களை விரிவாகத்தான் பார்க்கவேண்டும்.

●

சேமிக்க வேண்டும் என்பது அடிப்படை. ஆனால், சேமித்தால் மட்டும் போதாது. சேமிக்கும் பணத்தை சரியாக முதலீடு செய்ய வேண்டும். முதலீடுகள்தான் வருமானம் தரும். முதலீடுகளை எடுத்தேன் கவிழ்த்தேன் என்று செய்துவிடமுடியாது. முதலீடு செய்யும்போது மூன்று முக்கிய கோணங்களில் இருந்து ஆராய்ந்து பார்த்துச் செய்ய வேண்டும்.

முதலாவது, நாம் போடுகிற பணம் பத்திரமாக இருக்குமா? முதலுக்கே மோசம் செய்துவிடாத முதலீடா என்று பார்க்கவேண்டும்.

இருபது இருபத்து ஐந்து ஆண்டுகளுக்கு முன்பு பலரும் அவர்கள் பணத்தை, ' 24% வட்டி', '36% வட்டி + ஒரு கிராம் தங்க நாணயம்' போன்ற பெனிபிட் ஃபண்ட் நிறுவனங்கள் நடத்திய திட்டங்களில் டெபாசிட் செய்தார்கள். சில மாதங்கள் வட்டி ஒழுங்காக வந்தது. சந்தோஷப்பட்டார்கள். மேலும் பணத்தைப் போட்டார்கள். அதன்பின், வட்டி வருவது நின்றது மட்டுமல்ல, போட்ட பணமும் வரவில்லை. மொத்தமாகப் போய்விட்டது.

விவரம்தெரியாமல் சில நிறுவனப் பங்குகளில் போடுகிற பணமும் இப்படி ஒரேயடியாகக் காணாமல் போகிற ஆபத்து உண்டு.

2006, 2007, 2008-ம் ஆண்டுகளில் யூலிப் திட்டத்தில் பணம் போட்டவர்களின் நிலைமையும் இப்படித்தான் ஆனது. போட்ட பணம் வளர்ச்சியடையாதது மட்டுமில்லை. போட்ட தொகை குறைந்தும்போனது.

வானொலி, தொலைக்காட்சி விளம்பரங்களில், எவராலும் கேட்டுப் புரிந்துகொள்ளவே முடியாத வேகத்தில் சொல்லுவார்களே, 'இவை சந்தை அபாயங்களுக்கு உட்பட்டவை, முழு விவரங்களுக்கு ஆஃபர் டாக்குமெண்டைப் பார்க்கவும்'என்று. அதே சந்தை அபாயம்தான். அதில் அடிபட்டு, அவர்கள் போட்ட 'முதல்' நொறுங்கிப் போகும்.

காலந்தோறும் இப்படிப்பட்ட, மக்களின் ஆசையைப் பயன்படுத்திக் கொள்கிற திட்டங்கள் வந்துகொண்டேதானிருக்கும். அந்த வரிசையில் சில ஆண்டுகளுக்கு முன்பு வந்தது, ஈமு கோழி வளர்ப்புத் திட்டம்.

ஆக, முதலீட்டின் முதலாவது மற்றும் முக்கிய அம்சம், முதலுக்கான பாதுகாப்பு என்பதுதான். 'போட்ட பணத்துக்குப் பாதுகாப்பு' என்ற தராசில் நிறுத்துப் பார்த்தால், தங்கத்தில் செய்யும் முதலீட்டின் மதிப்பெண் என்ன?

நூற்றுக்கு 80க்கும் சற்று கூடுதலான மதிப்பெண்கள்.

என்னது! நூற்றுக்கு எண்பதுதானா! தங்கத்தில் போடும் பணத்துக்கு நூற்றுக்கு நூறு பாதுகாப்பு இல்லையா என்ன?

சரியான சந்தேகம்தான். ஆனால், நூறு மதிப்பெண் கொடுக்க முடியாததற்கு காரணங்கள் உண்டு.

எல்லோரும் ஹால்மார்க் முத்திரை போன்றவற்றைப் பரிசோதித்து தங்கம் வாங்குவதில்லை; சில கடைகளில் வாங்குகிற நகையில் இருக்கும் தங்கத்தின் 'மாத்து' எனப்படும் 'பியூரிட்டி' அல்லது அதன் 'காரட்' குறைவாக இருக்கும். 22 காரட் என்று விலைகொடுத்து வாங்கும் நகை 22 காரட்டாக இருந்தால் சரி. அப்படி இல்லாவிட்டால்? நகையின் சில பகுதிகள் மட்டும் அப்படி குறைவான காரட்டில் இருக்கும் வாய்ப்பும் உண்டு.

மதிப்பெண் குறைவதற்கு இது ஒரு காரணம். தவிர, வாங்கும் நகையின் எடை சரியாக இருக்க வேண்டும். மேலும், கூலி சேதாரம் என்ற வகையில் 10 முதல் 30 சதவிகிதம் வரை கூட, தங்கத்தின்

எடையைவிட கூடுதல் பணம் கொடுத்து நகை வாங்கும்போது, அதன் மதிப்பு வாங்கிய உடனேயே அந்த அளவுக்குக் குறைந்துவிடுகிறது.

கார் அல்லது பைக் வாங்கி 'ரெஜிஸ்டர்' செய்தவுடன் விற்க விரும்பினால், உடனடியாக அதன் விலை அந்த ரெஜிஸ்டரேஷன் தொகை அளவு குறைந்துவிடுவது போலதான் இதுவும். மொபைல் போன்களின் விலைகள்கூட அப்படித்தானே! பில் போடும் வரை ஒரு விலை. போட்டு நாம் வாங்கியபின் அது செகண்ட் ஹேண்ட் போன். விலை மதிப்பு குறைவுதான்.

•

சில ஆண்டுகளுக்கு முன்பு நடந்தது இது. நடுத்தர வயதுப் பெண் அவர். ஆசைப்பட்டு, கணவனிடம் வெகுநாட்கள் கேட்டு, காசு மாலை ஒன்று வாங்கினார். ஆனால், அவர் வாங்கியபோது அதன் பேஷன் குறைந்துகொண்டேவந்த நேரம். ஆனாலும் வாங்கி விட்டார். அணியவேயில்லை. புதியதாகவேதான் இருந்தது. இரண்டு ஆண்டுகளுப்பின் பின் வேறு நகை வாங்கவேண்டுமென்று போனவர், கைப்பையில் காசு மாலையையும் எடுத்துவைத்துக் கொண்டார்.

நீளமான தங்க ஆரம்தான் அவர் இந்த முறை தேர்ந்தெடுத்தது. கணவர் எடுத்து வந்திருந்த பணத்தைவிட, ஆரத்தின் விலை மிக அதிகம். கணவர் திகைக்கிறார். 'நோ பிராப்ளம்' என்று மனைவி கைப்பையில் இருந்த காசுமாலையை எடுத்து கவுண்டரில் நீட்டுகிறார். 'இது என்ன எடை இருக்கு என்று பாருங்க. இதை எடுத்துகிட்டு மீதத்துக்கு பில் போடுங்க'. அவர் முகத்தில் பெருமிதம் கலந்த புன்னகை. கணவன் முகத்தில் வியப்பு.

நல்ல கனமான காசுமாலை. புதிதுதான். ஆனால் அதற்கு நகை விலையா கிடைக்கும்? தவிர, வாங்கியபோது கொடுத்த கூலியையும் சேதாரத்தையும் கணக்கில் எடுத்துக்கொள்வார்களா? அதே பணம் அவருக்கு இப்போது கிடைக்குமா?

உருக்கிப் பார்த்துத்தான் விலை சொல்லமுடியும் என்றார்கள். உள்ளே போனார்கள். உடன், 'நீங்களும் வாருங்கள், பார்த்துக்கொள்ளுங்கள்' என்று கணவரையும் அழைத்துப் போயிருக்கிறார்கள். கேஸ் பைப் வைத்து அதன் மீது நெருப்பைப் பீச்சினார் அந்த பொற்கொல்லர். கணவரின் கண்முன் தங்க காசுகள் சிவந்து, குழைந்து, உருகி தங்கக் குழம்பாகத் திரண்டு பின் உருண்டையானது. காரட் குறைவு என்று சொல்லி ஒரு விலை போட்டார்கள். மொத்தத்தில் காசுமாலை, ஆரம்

ஆனதில் அந்தக் குடும்பத்துக்கு கணிசமான நட்டம்.

வாங்கிய கடையிலேயே விற்றால் மட்டுமே தங்கத்தின் காரட் குறைவு என்கிற பிரச்னை வராது. வந்தாலும் வெளியில் சொல்ல மாட்டார்கள். ஆனால் வேறு காரணங்கள் சொல்லலாம்.

மற்றபடி, நகை வாங்கி , நகையை மாற்றி, நகையை விற்று மீண்டும் நகை வாங்கி செய்யும் முதலீட்டுக்கெல்லாம், நூற்றுக்கு நூறு மதிப்பெண் கொடுக்க முடியாது. இதில் முதலுக்கு கண்டிப்பாக 'சேதாரம்' ஆகவே செய்யும். அதனால்தான் மதிப்பெண் நூற்றுக்கு எண்பது அல்லது அதற்குக் கொஞ்சம் கூட. அவ்வளவுதான்.

•

ஆசைக்கு நகை போட்டுக்கொண்டால் தவறா? அதில் போய் இப்படி எல்லாம் கணக்கு பார்க்கமுடியுமா, பார்க்கலாமா என்ற கேள்விகள் சிலருக்கு வரலாம். நியாயமான கேள்விகள்தான். அந்தக் கேள்விகளுக்கான பதில் என்ன தெரியுமா?

தவறே இல்லை. அழகிற்கு நகை, ஆசைக்கு நகை என்று வாங்குபோது இப்படியெல்லாம் யோசிக்க வேண்டாம். ஆராயத் தேவையில்லை. நல்ல பட்டுப்புடவை வாங்குவது போல அல்லது குடும்பத்துடன் போய் நல்ல ஹோட்டலில் சாப்பிடுவது போலதான் இதுவும். மெனுவைப் பார்க்கவேண்டும்; விலையை அல்ல.

ஆனால், 'நான் வாங்குவது நகைதான் என்றாலும் அது ஒரு முதலீடு தெரியுமா? நான் வாங்குகிற தங்கம் என்ன கெட்டா போகிறது? தொடர்ந்து விலை உயர்ந்து அது நமக்கு லாபம்தானே தருகிறது' என்பது போன்ற நினைப்புகள் மனதில் இருந்து, தங்கத்தை நோக்கி தொடர்ந்து உங்களை நகர்த்திக் கொண்டேயிருந்தால்... அந்த நினைப்புகளைச் சரிபார்த்துக்கொள்ளவேண்டியது அவசியம்.

காரணம், செலவு என்பது வேறு, முதலீடு என்பது வேறு.

இதெல்லாம் நகைக்குச் சரி. நான் சவரனாகத்தானே வாங்குகிறேன். இதில் எங்கிருந்து கூலி மற்றும் சேதாரம் வரும் என்று சிலர் கேட்கலாம். அதைத்தான் அடுத்து பார்க்கப் போகிறோம். அதற்கு முன்னால் தங்க நகையாக வாங்கும்போது கவனிக்கவேண்டியவை குறித்தும் பார்த்து நகை வாங்குதல் பகுதியை நிறைவு செய்வோம்.

3

தங்க நகைகள்- கவனமாக இருக்கவேண்டியவை

தங்கம் வாங்கினால் அதன் மீது வரி உண்டு. முன்பெல்லாம் விற்பனை வரி, வாட் வரி என்று சில இருந்தன. இப்போது எல்லாம் சேர்ந்து ஒரே வரிதான். அதன் பெயர் ஜி.எஸ்.டி. அக்டோபர் 2020 நிலவரப்படி ஜி.எஸ்.டி வரி அளவு 3 சதவீதம். லட்ச ரூபாய்க்கு 3000 ரூபாய்.

தங்க நகையாக வாங்குபோது அதில் இரு பகுதிகள் இருக்கின்றன. ஒன்று, அதில் இருக்கும் தங்கம் என்ற பொருள். மற்றொன்று அதை நகையாகச் செய்ய ஆன செலவு. தங்கம் என்ற பொருள் மீதுதான் 3 சதவீத வரி. செய்கூலியின் மீது 18 சதவீத வரி. எனவே, பில் போட்டு வாங்கும்போது இவற்றைக் கவனிக்க வேண்டும். இன்னும் சொல்லப் போனால், நகை தேர்வு செய்யும் போதே செய்கூலி எவ்வளவு அல்லது எத்தனை சதவீதம் என்று கேட்டுக்கொள்ளவேண்டும்.

10 கிராம் நகையின் மீது 15 சதவீதம் செய்கூலி என்றால், செய்கூலி மட்டும் சுமார் 7500 ரூபாய் ஆகிவிடும். தங்கத்தின் விலை கிராம் 5000. பத்து கிராம் என்பது 50,000 ரூபாய். அதில் 15% என்பது, 7500 ரூபாய்.

> பில் போடும் போது,
> 10 கிராமுக்கு 50,000 + அதன் மீது 3 சதவீதம் வரி +
> 7500 செய்கூலி + அதன் மீது 5 சதவீத ஜி.எஸ்.டி (ரூ 375)

என்று கணக்கிடவேண்டும். இது தவிர சேதாரம் என்று ஒன்று இருக்கிறது. நகை செய்யும் போது வீணாகும் தங்கத்தைத்தான் சேதாரம் என்கிறார்கள்.

சேதாரம் என்பதும் தங்கம் என்ற பொருள்தான் என்பதால், அதற்கும் நகை வாங்குபவர்தான் பணம் கொடுக்கவேண்டும். கொடுக்க வேண்டிய பணத்தின் மீது *3* சதவீத வரியும் கட்டவேண்டும்!

இப்போது தங்க, சேதாரம், செய்கூலி மற்றும் வரிகள் எல்லா வற்றையும் சேர்த்து, ஒரு பில் எப்படிப் போடப்படவேண்டும் என்று பார்க்கலாம்.

நகை பில் எப்படி இருக்கவேண்டும்

நாள் : ______ செப்டெம்பர் 2020.

தங்கத்தின் விலை (உதாரணத்துக்கு) கிராம் ரூபாய்: 5000

நகையின் எடை : 40 கிராம்.

சேதாரம் 10%.

செய்கூலி 12%.

ஜி.எஸ்.டி வரி : தங்கத்தின் மீது: 3 %, செய்கூலியின் மீது : 5%.

வாங்கும் நகையின் எடை :	*40 கிராம்*
+ சேதாரம் 10 % X எடை :	*4 கிராம்*
மொத்த எடை :	*44 கிராம்*
அன்றைய விலை கிராம் ரூபாய் :	*5000*
மொத்த விலை (44 X 5000) :	*2,20,000*
ஜி.எஸ்.டி வரி 3 % :	*6600*
மொத்தம் :	***2, 26,600***
நகையின் எடை:	*40 கிராம்*
செய்கூலி 12 %:	*4.8 கிராம்*
செய்கூலி மதிப்பு 4.8 X 5000:	*24000*
ஜி.எஸ்.டி 5 %:	*1200*
மொத்த விலை:	***251,800***

- சேதாரம் என்பது பெரும்பாலும் சதவீதமாகக் கணக்கிடப்படும்
- சேதாரம் என்பது தங்கத்தின் எடை மீது மட்டும்தான்.
- அதையும் சேர்த்தபின், நடப்பில் இருக்கும் எஸ்.டி வரி போடப்படவேண்டும்.
- செய்கூலி தொகையாகவோ, எடையின் சதவீதமாகவோ இருக்கலாம். ஒரு குறிப்பிட்ட தொகையாகவும் வசூலிப்பதுண்டு. ஆனால் அதையும் நாம் சதவீதமாக மாற்றிப் பார்த்துக் கொள்ளலாம்.
- தனியே கணக்கிடப்பட்டு, நடப்பில் இருக்கும் ஜி.எஸ்.டி வரி கணக்கிடப்படவேண்டும்.
- நகையில் கற்கள் அதிகம் இருந்தால், கற்களின் எடையைத் தோராயமாகக் கணக்கிட்டு, நகையின் எடையில் இருந்து கழித்துவிட்டு மீதி எடைக்கு தங்கத்தின் விலை கணக்கிடலாம். அதன் பின் கற்களுக்கு தனியே ஒரு விலை சேர்த்துக்கொள்ளலாம்.

காரட், பியூரிட்டி மற்றும் ஹால் மார்க்

தங்கம் வாங்கும்போது அது சுத்தமான தங்கம்தானா என்று தெரிந்துகொள்ள மூன்று அடையாளங்கள் பார்க்கிறார்கள்: தங்கத்தின் காரட் (Karat), சுத்தத்தன்மை (Purity or Fineness), ஹால் மார்க் (Hall mark). மூன்று குறித்தும் விளக்கமாகப் பார்க்கலாம்.

- **காரட்**

காரட் என்பதற்கு இரண்டுவிதமான ஆங்கில ஸ்பெல்லிங் பயன் படுத்துகிறார்கள். ஒன்று Carat. மற்றொன்று Karat. உச்சரிக்கும்போது இரண்டும் ஒரே போலத்தான் இருக்கிறது.

ஆனால் Carat என்பது வைரத்துக்கும், Karat என்பது தங்கத்துக்கும் குறிப்பிடப்படுபவை. தங்கம் குறித்து நாம் பார்க்கிற காரணத்தால், இந்த 'காரட்' க்கு ஸ்பெல்லிங் Karatதான்.

கிலோ கிராம், லிட்டர் போல காரட் என்பதும் ஓர் அளவீடு. உலோகங்களில் பொருட்கள் செய்யும்போது ஒரு உலோகத்தோடு வேறு உலோகங்கள் சேர்ப்பதுண்டு. எதில் எவ்வளவு இருக்கிறது என்று தெரிவிப்பதற்காகப் பயன்பாட்டில் இருக்கும் முறைதான் காரட். எதுவும் கலக்காமல் ஒரே உலோகமாக இருந்தால் அது 24 காரட். அதில் வேறு எதுவும் சேர்க்கப்பட்டால் 24 காரட் என்பது குறைந்துவிடும்.

உதாரணத்துக்கு தங்கத்தில் வேறு எந்த உலோகமும் கலக்கப்படா விட்டால், அது 24 காரட் சுத்தத் தங்கம். நகை செய்வதற்காக தங்கத்துடன் செம்பு சேர்ப்பார்கள். வெள்ளி சேர்ப்பதும் உண்டு. அப்படி சேர்த்தால், எவ்வளவு சேர்கிறார்களோ அதன் அளவைப் பொறுத்து, 24 காரட்டுக்கு பதில் 22 காரட், 20 காரட் என்று குறிப்பிடுவார்கள்.

இந்தியாவில் நகைகள் பெரும்பாலும் 22 காரட் தங்கத்தில்தான் செய்யப்படுகின்றன. ஆனால் இ.டி.எஃப், இ-கோல்ட் போன்றவை 24 காரட்தான். 24-காரட் நாணயங்களும் சேமிப்புக்காக வாங்கி வைத்துக்கொள்ளலாம். வெளிநாடுகளில் வாங்கும் தங்க நகைகளின் காரட் 22 காரட்டைக் காட்டிலும் குறைவாக இருக்கலாம். 18 காரட்டில் நகைகள் என்பது அமெரிக்கா உள்பட பல நாடுகளில் சாதாரணம். அதை நகை மீது குறிப்பிட்டிருப்பார்கள். 24 காரட் தங்கத்தைக் காட்டிலும் 22, 20, 18 காரட் தங்க நகைகள் விலை குறைவாக இருக்கும். இருக்கவேண்டும்.

காரட் என்ற பெயருக்கு ஏதும் காரணம் இருக்கிறதா என்று தேடினால் கிடைப்பது வியப்பு தருகிறது. 1000 ஆண்டுகளுக்கு முன்பு ஜெர்மனியில் 'மார்க்' என்ற பெயரில் தங்கம் விற்கப்பட்டிருக்கிறது. அந்தத் தங்கம் நன்றாக இருக்கிறது என்று நல்ல பெயர் பெற்றிருக்கிறது. வைரத்தில் ஒரு காரட் என்றால் 200 மில்லி கிராம் எடை. அந்த மார்க் என்ற தங்க காசின் எடை 24 காரட் (4.800 கிராம்) இருந்திருக்கிறது. அதனால் நல்ல தங்கம் என்றால் 24 காரட் என்று அளவு சொல்லும் பழக்கம் வந்து நிலைபெற்றுவிட்டது.

ஆக, காரட் என்பது முதலில் வைரத்துக்கு மட்டுமே இருந்திருக் கிறது. பின்னால் தங்கத்தின் தரத்துக்கும் அளவுகோளாக்கப் பட்டிருக்கிறது.

• 916

இதெல்லாம் சரி. சில இடங்களில் இது 916 தங்கம் அல்லது நகை என்கிறார்களே என்ற கேள்வி வரலாம். 916 என்றால் 22 காரட் என்று பொருள். 1000 ஐ 24 ஆல் வகுத்து 22 ஆல் பெருக்கினால் வருவது 916. ஆயிரத்தில் 916 பகுதி தங்கம் என்பது கணக்கு. இதை 91.6 % தங்கம் என்றும் சொல்லலாம், புரிந்துகொள்ளலாம்.

• பியூரிட்டி

காரட் தவிர தங்கத்தின் சுத்தத்தன்மை குறித்தும் அளவுகள் உண்டு. தங்கத்துடன் வேறு எந்த உலோகங்களையும் சேர்க்காத போது கூட,

அதன் தயாரிப்பின்போது வேறு சில தேவையற்ற பொருட்கள் (அழுக்குகள்- இம்பியூரிட்டீஸ்) சேர்ந்து இருக்கலாம். அவற்றையும் நீக்கவேண்டும். அப்படி முழுதும் நீக்கப்பட்டவற்றை 99.99 % பியூர் என்பார்கள். எனவே பியூரிட்டி என்பது வேறு, 916 என்பது வேறு.

இது 99% பியூர் என்று சொன்னால் அது 24 காரட் தங்கமாக இருக்கவேண்டிய அவசியம் இல்லை. பியூரிட்டியைக் காட்டிலும் விலை விஷயத்தில் கவனிக்க வேண்டியது, காரட்-டைத்தான்.

- **ஹால் மார்க்**

குறிப்பிட்ட நகை அல்லது காசு குறிப்பிட்ட காரட் என்று விற்பவர் சொல்லலாம். அல்லது நகையின் மீது 22 காரட் என்றோ அல்லது வேறு காரட் அளவோ குறிக்கப்பட்டிருக்கலாம். அது நகையை, தங்கத்தை விற்பவர் குறித்தது. அது சரிதானா என்று வாங்குகிறவர் எப்படி உறுதிப்படுத்திக்கொள்வது? வாங்குபவரால் உரசிப் பார்த்தெல்லாம் கண்டுபிடிக்க முடியுமா என்ன?

அதற்கான ஒரு தீர்வுதான் ஹால் மார்க் முத்திரை. குறிப்பிட்ட தங்க நகை அல்லது அந்தக் காசு எப்படிப்பட்டது என்று சோதித்து அதன் நகை அல்லது காசின் மீது குத்தப்படும் முத்திரைக்குப் பெயர், ஹால் மார்க். தங்கத்தின் மீது மட்டுமல்ல, வெள்ளியின் மீதும் ஹால் மார்க் முத்திரைகள் குத்தப்படுகின்றன. இந்தப் பொறுப்பு, இந்திய அரசு ஏற்படுத்தியிருக்கும் பீரோ ஆஃப் இந்தியன் ஸ்டாண்டர்ட்ஸ் வசம் இருக்கிறது. அந்நிறுவனத்தின் பெயர் சுருக்கம் பி.ஐ.எஸ் (BIS).

வாங்கும் நகையின் மீது ஹால்மார்க் முத்திரை இருக்கிறதா என்று பார்த்து வாங்க வேண்டும். 2020க்கு முன்பு வரை அது ஒரு கூடுதல் தகுதியாக இருந்தது. ஜனவரி 2020 முதல் ஹால் மார்க் முத்திரை கட்டாயம் என்று அரசு அறிவித்து. நடைமுறைப்படுத்த ஓர் ஆண்டு அவகாசம் கொடுத்திருக்கிறது. அதன்படி ஜனவரி 2021 முதல் நகைகள் மீது ஹால்மார்க் முத்திரை அவசியம்.

எனவே, விற்பனை செய்யப்படும் நகையின் மீது நான்கு தகவல்கள் இருக்கவேண்டும்.

- பி.ஐ.எஸ் (BIS) முத்திரை
- காரட் அளவு மற்றும் சுத்தத்தன்மை
- எந்த ஹால்மார்க் சென்டர் என்ற முத்திரை
- செய்த, விற்கிற வியாபாரியின் அடையாள எண்.

செப்டெம்பர் 2010 நிலவரப்படி 15, ஜனவரி 2021க்குப் பின் விற்கப்படும் நகைகள், காசுகள், கட்டிகள் மீது இந்த அடையாளங்கள் இருக்கவேண்டும். வேறு அறிவிப்புகள் ஏதும் வெளியிடப் பட்டிருக்கிறதா என்பதை நகை வாங்கப் போகும்போது பார்த்துக் கொள்ளவேண்டும்.

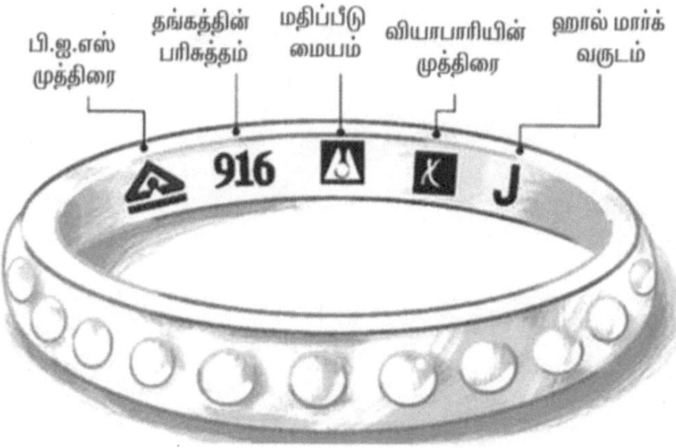

நகையின் மீது பொறிக்கப்பட்டிருக்கும் BIS முத்திரைகள்

தங்கத்தின் தரத்தை எப்படி சோதனை செய்வது?

வாங்கும் தங்கம் சுத்தமானதுதானா என்று ஒருவர் எளிதில் சோதனை செய்யலாம். நகையில் BIS ஹால்மார்க் முத்திரை இருக்கிறதா என்று பார்க்கவேண்டும். வாங்கும் பொருள் மீது போடப்பட்டிருக்கும் BIS ஹால்மார்க் சரிதானா என்றும் சோதனை செய்துகொள்ளலாம். அதற்கு சென்னையில் 21க்கும் மேற்பட்ட மையங்கள் இருக்கின்றன. பல்வேறு முக்கிய நகரங்களிலும் இப்படிப்பட்ட மையங்கள் உண்டு. தமிழ்நாட்டில் 100க்கும் மேல். பாண்டிச்சேரியில் இரண்டு.

எவையெல்லாம் அனுமதிக்கபட்ட ஹால்மார்கிங் சென்டர்கள் என்பதை Bureau of Indian Standards (bis.gov.in) வலைதளத்தில் பார்க்கலாம். அதில் அந்த சென்டர்கள் என்ன தேதி வரை அந்த அதிகாரம் பெற்றிருக்கின்றன என்பது போன்ற தகவல்களும் முகவரியும், அவற்றின் முத்திரையும் (ஒவ்வொரு சென்டருக்கு ஒவ்வொரு மாதிரி) இருக்கும்.

4

தங்க நாணயங்களாகச் சேமிப்பது

தங்க நகைகள் வாங்கும்போது அதில் கூலி, சேதாரம் என்கிற இழப்புகள் கொஞ்சம் உண்டு. தவிர, ஒரு நகையை விற்றாலும் அல்லது ஒரு நகையைக் கொடுத்து வேறு ஒரு நகை வாங்கினாலும், அந்தப் பரிவர்த்தனையில் நகை வாங்குபவருக்கு கொஞ்சம் நட்டம் ஏற்படவே செய்யும். அந்த நட்டத்தின் அளவு என்ன என்பது எல்லோருக்கும் தெரியும் என்று சொல்லமுடியாது.

உதாரணத்துக்கு ஒருவர் வாங்குகிற ஒரு குறிப்பிட்ட நகையில், சேதாரம் ஐந்து சதவிகிதம் மற்றும் செய்கூலி 15 சதவிகிதம் என்று வைத்துக்கொள்வோம். அவர் லட்ச ரூபாய் மதிப்பிலான தங்கத்தில் அந்த நகையை வாங்கினால், கூலி, சேதாரம் சேர்த்து அவருக்கு லட்சத்து இருபதாயிரம் ரூபாய்க்கு பில் தருவார்கள்.

அவர் கையில் வழங்கப்படும் தங்கத்தின் மதிப்பு லட்ச ரூபாய். அவர் கொடுக்கவேண்டிய மொத்த தொகை, லட்சத்து இருபதாயிரம். இந்தக் கணக்கு, கூலி 15% மற்றும் வேஸ்டேஜ் 5 % ஆக இருந்தால் மட்டுமே. நகைகளைப் பொறுத்தும், வாங்கும் கடைகளைப் பொறுத்தும் அவற்றின் சதவிகிதங்கள் கூடலாம், குறையலாம். ஆனால் இல்லாமல் போகாது.

இதென்ன அநியாயமாக இருக்கிறதே! கடைக்காரர்கள் ஏன் இப்படிச் செய்கிறார்கள்? இவ்வளவு அதிகம் வைத்து விற்கிறார்கள் என்று சிலர் நினைக்கக்கூடும்.

இதை அநியாயம் என்று சொல்ல முடியாது. அவர்கள் வியாபாரம் செய்கிறார்கள். அதற்காகக் கடை வைத்திருக்கிறார்கள். கடைக்கான வாடகை, அதன் அலங்காரம், ஏசி, அங்கு பணிபுரிவோருக்கான ஊதியம், அவர்கள் போட்டிருக்கும் முதலுக்கான வட்டி, அவர்கள் எடுக்கும் ரிஸ்குக்கான பிரீமியம், அவர்கள் செய்யும் விளம்பரச் செலவுகள் என்று அவர்கள் நகை விற்பனையின் மூலம் திரும்ப எடுக்க வேண்டிய நியாயமான தொகைகள் உண்டு.

இவை போக, அவர்களுக்கு ஓரளவு லாபமும் தேவை. இவற்றை அவர்கள் வியாபாரம் செய்யும் தங்க நகைகள் மீதுதான் வைத்தாக வேண்டும். இவற்றை நேரடியாகக் கேட்கும் வழக்கம் இல்லை. அதனால் லட்ச ரூபாய் தங்கத்தை எவராலும் லட்ச ரூபாய்க்கே தர முடியாது.

அப்படித் தந்தால் அல்லது தருவதாகச் சொன்னால்தான் சந்தேகம் வரவேண்டும். அதை மேலும் கவனமாக ஆராயவேண்டும். தங்கத்தின் தரம் சரியானதுதானா என்றும், தங்கம் என்று எடை போடப்படுபவற்றுள் தங்கம் அல்லாத பொருட்களின் எடை என்ன என்றும் பார்க்க வேண்டும்.

தங்கம் இல்லாத பொருள் என்றால் அதில் பதிக்கப்பட்டிருக்கும் கற்கள் மற்றும் முத்து, எனாமல் போன்ற வேறு பொருட்கள். நாம் நகையை விற்கும்போது அவற்றைப் பிரித்து எடுத்துவிடுவார்கள். ஆனால், புதிய நகை வாங்குபோது அவற்றை எப்படிப் பிரிப்பது, எடை பார்ப்பது? அப்படியென்றால் கற்கள் வைத்த நகைகள் வாங்குபவர்கள் அந்த சாதாரணக் கற்களுக்கும், தங்கத்தின் விலையே கொடுக்கிறார்கள். தெரிந்து கொடுத்தால் சரி.

ஆக, இந்தக் காரணங்களினால் நகை வாங்கினால் அதில் நமக்கு சேரும் தங்கத்தின் அளவு கொடுக்கும் பணத்தைவிட சற்றேனும் குறைவுதான். அதனால்தான் நகை என்ற முதலீட்டுக்கு மதிப்பெண் நூற்றுக்கு நூறு இல்லை. சுமார் எண்பது அல்லது சற்று அதிகமாக கொடுக்கலாம் என்றது. அதை 'முதலீடாகப் பார்க்கும் போது' என்கிற வாக்கியத்தைக் கவனித்திருப்பீர்கள்.

ஆக, தங்க நகை என்பது, 'ஆபரணம்', 'அழகுப்பொருள்', 'ஆசைக்கு' என்கிற தராசில் நல்ல கனம். ஆனால் முதலீடு என்கிற தராசில் அதன் எடை சற்று குறைவுதான்.

●

அடுத்த தங்க முதலீடு, ‘சவரன்’, ‘தங்க நாணயம்’ அல்லது ‘தங்க காசு’ பற்றியது. இந்த வகை முதலீட்டுக்கு நகையைவிட தாராளமாக கூடுதல் மதிப்பெண்கள் கொடுக்கலாம்.

எவ்வளவு கொடுக்கலாம்?

90-95 வரை கூடக் கொடுக்கலாம்.

அட! இதற்கும் நூற்றுக்கு நூறு கிடையாதா என்கிற கேள்வி வருகிறதா?

வரட்டும், வரட்டும். பதில் இருக்கிறது. நாணயமாக வாங்கும்போது, கூலி, சேதாரம் என்றெல்லாம் போடமாட்டார்கள். ஆனால், விலையின் மீது ஜி.எஸ்.டி வரி *3* சதவீதம் உண்டு.

தங்க நாணயம் வாங்கும்போது ஆகும் செலவு இது. ஆக முதலீடு செய்ய ஆகும் இந்தச் செலவில் போன பணம் போனதுதான். திரும்ப வராது. மேலும் சவரன் போல இருக்கும் இந்தத் தங்கத்தின் பியூரிட்டியும் வாங்கும் இடத்தைப் பொறுத்து மாறலாம். இங்கும் வாடிக்கையாளர் எச்சரிக்கையுடன் இருக்கவேண்டும்.

விலை வேறுபாடுகள்

14.9.2020 அன்று ஐசிஐசிஐ வங்கி வலைத்தளத்தில் *22* காரட் தங்க நாணயங்களுக்குக் காணப்பட்ட விலை விவரம்.

5 கிராம் – 28,552

10 கிராம் 56,505

20 கிராம் – 1,13,010

இவையெல்லாம் ஜி.எஸ்.டி வரிக்கு முந்தைய விலை. இவற்றின் மீது *3* சதவீத ஜி.எஸ்.டி. வரி உண்டு.

போஸ்ட் ஆபீஸிலும் தங்கம் விற்கப்படுகிறது. விற்கப்படும் ஊரைப் பொறுத்து தினசரி விலை மாறுகிறது.

தங்கம் விலை இந்தியாவில் இன்று (கிராமுக்கு ரூ)

13, செப், 2020 நிலவரம்

தங்கம்	பெங்களூ	சென்னை	தில்லி	ஹைதராபாத்	மும்பை
22 காரட்	4841.00	4891.00	4986.00	4891.00	4945.00
24 காரட்	5281.00	5335.00	5439.00	5335.00	5045.00

கவனித்திருக்கலாம். ஐந்து நகரங்களிலும் வெவ்வேறு விலைகள். குறிப்பிட்ட 13.9.20 அன்று பெங்களூருவில் 22 காரட் தங்கம் கிராம் ஒன்றுக்கு விலை ரூ 4841. பெங்களூரில் விலை குறைவு. அடுத்தபடியாக சென்னை மற்றும் ஹைதராபத்தில் கிராமுக்கு 50 ரூபாய் அதிகம். மும்பையில் அதைவிட 54 ரூபாய் அதிகம். இருப்பதிலேயே அதிகம் தில்லியில்தான். பெங்களூருவுடன் ஒப்பிட்டால் கிராமுக்கு 145 ரூபாய் அதிகம். சென்னையைக் காட்டிலும் 95 ரூபாய் அதிகம்.

அதே 22 காரட்தான். ஒரே நிறுவனம் செய்யும் விற்பனைதான். ஆனால், பெங்களூருவுக்கும் தில்லிக்கும் இடையே சவரனுக்கு, 1,160 ரூபாய் வேறுபாடு.

வங்கிகள், அஞ்சலகங்கள் எல்லாம் சரி. நகைக் கடை ஏதாவது சிலவற்றில் அதே 14.9.20 அன்று என்ன விலை என்று பார்க்கத் தோன்றுகிறதா?

- தனிஷ்க் (டாடா நிறுவனம்)- 22 காரட் தங்க நாணயங்களுக்கு

  1 கிராம் – 5653

  2 கிராம் – 11,305

  8 கிராம் – 45,010

  10 கிராம் 56,603

- கல்யாண் ஜுவல்லர்ஸ் வளைதளத்தில் 14.9.20 அன்று வெளியிடப் பட்டிருந்த விலைவிவரம்- 22 காரட் தங்க நாணயங்களுக்கு

  $^1/_2$ கிராம் – 3,077

  1 கிராம் – இல்லை

  5 கிராம் – 29,007

  10 கிராம் 57,662

- அதே நாளில் தங்கம் விலை என்னவென்று வலைதளத்தில் தேடினால் கிடைக்கும் விலைகள்:

கிராம்	22 காரட் - இன்று	22 காரட் - நேற்று	விலை மாற்றம்
1	4892	4891	1
8	39,136	39,128	8
10	48,920	48,910	10
100	4,89,200	4,89,100	100

ஆக, பல காரணங்களால் தங்கத்தின் விலையில் வேறுபாடு இருக்கிறது. கவனித்துப் பார்த்துதான் வாங்க வேண்டும். இப்படி வாங்கியதை என்றாவது விற்கவேண்டுமல்லவா? அதற்கு என்ன வாய்ப்புகள் இருக்கின்றன? என்ன விலை கிடைக்கும்?

தங்கம் வாங்கும் நோக்கங்கள்

தங்க நாணயங்களை என்ன காரணங்களுக்காக மக்கள் வாங்கு கிறார்கள்? 'பின்னால் நகை செய்துகொள்ள', 'பரிசளிக்க' மற்றும் 'முதலீடாக' என்று மூன்று முக்கிய தேவைகளைக் காரணங்களாகச் சொல்லலாம்.

'பரிசளிக்க' என்பதில் எந்த விவாதமும் இல்லை. பரிசுப் பொருளுக்கு விலை பார்க்க முடியுமா? அழகாய் நேர்த்தியாக இருப்பதாகப் பார்த்து வாங்கிவிட வேண்டியதுதான்.

நாணயங்கள் பல வடிவங்களில் கிடைக்கின்றன. 'பின்னால் நகை செய்துகொள்ள' என்பதும், 'முதலீடாகச் செய்வது' என்பதும் கொஞ்சம் புரிந்துகொள்ளப்படவேண்டியவை.

தங்கத்தைச் சிறிய அளவுகளில் தொடர்ந்து வாங்கிச் சேர்ப்பது என்பது, சிறு சேமிப்புபோல, சீட்டுக் கட்டுவது போல, சிஸ்ட்மேட்டிக் இன்வெஸ்ட்மென்ட் பிளான் – SIP- போலதான். அவற்றில் இருக்கும் அனுகூலமான 'சிறுதுளி பெருவெள்ளம்' என்ற அம்சம் தொடர்ந்து தங்க நாணயங்கள் வாங்கிச் சேர்ப்பதிலும் உண்டு. அந்த வகையில், கையில் சேருகிற தங்கம் சந்தோஷத்தைக் கொடுத்து, மேலும் கட்டுப்பாடாக இருந்து பணத்தைச் சேமித்து தங்கம் வாங்கத் தூண்டும். அந்த வகையில் இது செய்யவேண்டியதே.

தங்க நாணயங்கள் வாங்குவது சுலபம், விற்பதுதான் சிரமம் என்று சொல்வோரும் உண்டு. எங்களிடம் வாங்கிய நாணயமாக இருந்தாலும் நாங்கள் திரும்ப வாங்க மாட்டோம் என்பது வங்கிகளின் நிலைப்பாடு.

எங்களிடம் வாங்கிய தங்கம் என்றால் ஓகே. ஆனாலும் அதற்கு நீங்கள் நகையாக வாங்கிக்கொள்ளுங்கள் என்பார்கள் நகைக்கடைக் காரர்கள்.

வேறு இடங்களில் வாங்கிய நாணயங்களுக்கு சந்தையின் நடப்பு விலை கிடைப்பது அரிது. கொஞ்சம் குறையவே செய்யும். அதில் கடைக்காரர்களை குறை சொல்லமுடியாது. சந்தை விலைக்கு நமக்கு விற்று சந்தை விலைக்கு நம்மிடம் அவர்கள் ஏன் வாங்க வேண்டும்? அதில் அவர்களுக்கு என்ன லாபம்? அவர்கள் வியாபாரம்தானே செய்கிறார்கள்.

வாங்கிய இடத்திலேயே கொண்டுபோய்க்கொடுத்து நகை செய்துகொள்ள முயற்சி செய்யலாம். அல்லது, சரி போகிறது என்று விலையைக் கொஞ்சம் குறைத்துகொடுத்தே சவரன்களை விற்கலாம்.

அதைவிட தங்கத்தை நாணயங்களாக வாங்குவதில் பார்க்கவேண்டிய ஒரு முக்கிய விஷயம், போகப்போக தங்கத்தின் விலை கூடிக் கொண்டேயிருக்குமா என்பதுதான்.

ஒருவர் தனக்கு மகள் பிறந்த ஆண்டில் இருந்து தொடர்ந்து 25 ஆண்டுகளாக ஒவ்வொரு ஆண்டும் ஒரு சவரன் தங்க நாணயம் வாங்கிச் சேர்க்கிறார். அவர் மகள் திருமணத்தின் போது அவரிடம் மொத்தம் 25 சவரன் தங்கம் சேர்ந்திருக்கிறது. கிராம் 5152 ரூபாய் என்ற விலையில் அதன் இன்றைய மதிப்பு சுமார் 12.36 லட்சம் ரூபாய்.

அவரால் அவர் மகள் திருமணத்தில் நகை போட, இவ்வளவு பெரிய தொகை உடனடியாகத் திரட்ட முடியாது. 25 ஆண்டுகளாகச் சேமித்த தங்கம் அவருக்கு இப்போது கைகொடுக்கிறது.

ஒருகால் அவர் தங்கமாக வாங்கிச் சேர்க்காமல், தங்கம் வாங்கிய பணத்தை, சீட்டுக்கட்டியோ வேறுவிதமாகவோ சேர்த்து, வங்கியில் டெபாசிட் செய்திருந்தால் அல்லது எங்காவது இடம் வாங்கியிருந்தால், முப்பது ஆண்டுகளில் அதன் மதிப்பு இந்த 12.36 லட்சம் அளவு இருக்குமா அல்லது அதைவிட குறைவாக அல்லது கூடுதலாக இருக்குமா?

இப்படியும் பார்க்கலாம் இல்லையா?

ஒருக்கால் அதில்தான் தங்க நாணயத்துக்கு கொஞ்சம் மதிப்பெண் குறைகிறதோ? பார்க்கலாம்.

5

தங்கத்தில் முதலீடு - லாபமா... நட்டமா?

'இருபத்து ஐந்து ஆண்டுகளில் சேர்த்த 25 சவரன் நகையின் இன்றைய மதிப்பு சுமார் 12.36 லட்சம் என்று தெரிகிறது. இதைச் செய்தவர் மனநிலை என்னவாக இருக்கும்?'

'இதென்ன கேள்வி நிச்சயம் மகிழ்ச்சியாகத்தான் இருக்கும்!'

'கேள்விப்படுபவர் மனநிலை?'

'அதுவும் சந்தோஷமே படும். தானும் இப்படிச் செய்திருக்கலாமே என்றும் நினைக்கலாம். அல்லது தான் செய்யத் தவறிவிட்டோமே என்று வருத்தப்படவும் செய்யலாம்.'

'இந்த நினைப்புகள் சரிதானா?'

'ஏன் இந்த நினைப்புகளுக்கு என்னவாம்! இப்படிச் செய்யாமல் இருந்திருந்தால் இந்த அளவு தங்கம் சேர்ந்திருக்குமா? மகளுக்குத் திருமணம் செய்யும் நேரம் ஒரு குடும்பத்தால் அவ்வளவு தங்கம் வாங்க முடியுமா?'

'உண்மைதான். சேமிப்பு என்கிற விதத்தில் பார்த்தால் 25 ஆண்டு காலத்தில் 25 சவரன் தங்கம் என்பது பிரமாதம். முதலுக்குப் பாதுகாப்பு என்ற விதத்திலும் பாராட்டுக்கு உரியதுதான். ஆனால்...

'என்ன ஆனால்..?'

‘அவர் தான் சேமித்த பணத்தைக் கொண்டு தொடர்ந்து தங்கம் வாங்கியிருக்கிறார். அப்படி அவர் தொடர்ந்து தங்கத்தில் போட்ட பணம் என்ன லாபம் தந்திருக்கிறது என்பதையும் கணக்குப் பார்க்கவேண்டும் அல்லவா?’

‘இதில் கணக்குப் பார்க்க என்ன இருக்கிறது! சிறுபிள்ளையைக் கேட்டால்கூட சொல்லிவிடுமே தங்கம் விலை என்ன ஆகிறது என்று! அன்றைக்கு பவுன் என்ன விலை, இன்றைக்கு என்ன விலை. தங்கம் எப்போதும் முன்பைவிட விலை கூடிக்கொண்டுதானே போகிறது!’

‘எதையும் துல்லியமாக அளந்து பார்த்துவிடுவதுதானே சரியாக இருக்கும். கணக்குப் போட்டுப் பார்த்துவிடுவோமே. 25 ஆண்டுகளுக்கு முன் தங்கம் என்ன விலை விற்றது தெரியுமா?’

‘நீங்களே சொல்லுங்கள்.’

‘1995 ல் கிராம் 468 ரூபாய். அப்படிப் பார்த்தால் அவர் முதல் ஆண்டு வங்கிய ஒரு சவரன் தங்கத்தின் விலை ரூ.3,744. அந்த ஒரு சவரனின் 2020 விலை மதிப்பு ரூ 41,216. அதாவது பதினொரு மடங்கு அதிகம்.’

‘அடேயப்பா! பதினோரு மடங்கா! என்னவோ சொன்னீர்களே. பிரமாதமாகக் கூடியிருக்கிறதுதானே!’

‘சற்றுப் பொறுங்கள். இது கடந்த 25 ஆண்டுகளில் வாங்கிய தங்கத்தின் விலை மதிப்பு. அவர் தொடர்ந்து ஒவ்வொரு ஆண்டும் அல்லவா வாங்கியிருக்கிறார். ஒவ்வொரு ஆண்டையும் தனித்தனியாக பார்க்க இடமில்லை என்பதால் ஒவ்வொரு ஐந்து ஆண்டுகளிலும் தங்கத்தின் விலை எப்படி இருந்திருக்கிறது என்று மட்டும் பார்ப்போம். அதுவே ஓரளவுக்கு சரியானதாக இருக்கும். அதன் பிறகு ஒரு முடிவுக்கு வருவோம்.

ஆண்டு	1995	2000	2005	2010	2015	2020
ஒரு கிராம் விலை (ரூ)	468	439	700	1850	2634	5152

‘பார்த்தீர்களா?’

‘நீங்கள் கொடுக்கும் புள்ளி விவரங்கள் தெரிவிப்பதும் அதைத்தானே! தங்கத்தின் விலை தொடர்ந்து உயர்ந்துகொண்டுதாண் இருக்கிறது! எந்த ஆண்டிலாவது குறைந்திருக்கிறதா?’ என்று கேட்கத் தோன்றுமே!

‘நீங்கள் சொல்லுவது உண்மைதான். நிச்சயமாக விலை உயர்ந்திருக்கிறது. அவை எத்தனை மடங்குகள் உயர்ந்திருக்கின்றன என்பதையும் கணக்கிட்டுவிடுவோம்.

ஆண்டு	1995	2000	2005	2010	2015	2020
விலை கிராம் (ரூ)	465	439	616	1629	2644	5152
செப் 2020 விலை (ரூ)	5152	5152	5152	5152	5152	5152
விலை அதிகரிப்பு (ரூ)	4687	4713	4536	3523	2508	0

2000வது ஆண்டு தவிர எல்லா ஆண்டுகளிலும் விலை உயர்ந்திருக்கிறது. அதே சமயம், எல்லா ஆண்டுகளிலும் ஒரே போல விலை உயர்வு இல்லை. இது ஒரு தகவல். தங்கத்தில் போட்ட பணம் எந்த அளவு லாபம் கொடுத்திருக்கிறது என்பதை இப்போது பார்ப்போம்.

அதைச் சுலபமாகப் புரிந்துகொள்ள ஒரு வழி செய்யலாம். அந்த வழி, ஒருவர் தங்கத்தில் போட்ட பணத்தின் மதிப்பு என்னவாகியிருக்கிறது என்று பார்ப்பது.

ஒருவர் 25 ஆண்டுகளுக்கு முன்பு நூறு ரூபாய்க்கு தங்கம் வங்கியிருந்தால் அதன் தற்போதைய மதிப்பு என்ன என்று கணக்கிட்டுப் பார்ப்போம்.

25 ஆண்டுகளுக்கு முன்பு என்றால் 1995 ஆண்டு. அப்போது அவர் நூறு ரூபாய்க்கு தங்கம் வாங்கியிருந்தால் அதன் தற்போதைய அதாவது 2020 செப்டெம்பர் மாத விலை மதிப்பு ரூ. 1,141 ஆக இருக்கும். என்ன சரிதானே!’

‘புரியவில்லை. இதை எப்படிக் கணக்கிட்டீர்கள்?’

‘கிராம் ரூ 468 என்ற விலைக்கு வாங்கியது, தற்போது கிராம் 5152 க்கு விற்கிறது என்றும் அது பதினோரு மடங்குக்கு சற்று கூடுதலான உயர்வு என்றும் முன்பே பார்த்தோமே. அதை வைத்து இதையும் கணக்கிட்டுவிடலாம். சுலபம்தான்.’

‘எப்படி?’

‘தற்போதைய மதிப்புத் தொகையை வாங்கிய விலையால் வகுக்க வேண்டும். 5152 ஐ 468 ஆல் வகுத்தால் என்ன வரும்? 11.08 வரும்.

போட்ட பணம் அத்தனை மடங்காகியிருக்கிறது என்று அர்த்தம். என்ன சரிதானே!'

'சரி.'

'இதே விதமாக 25 ஆண்டுகளுக்கு முன்பு வாங்கியதன் லாபம், 20, 15, 10 மற்றும் 5 ஆண்டுகளுக்கு முன் வாங்கியவற்றின் லாபங்கள் என்னவென்று பார்க்கலாம்.

ஆண்டு	1995	2000	2005	2010	2015	2020
விலை கிராம் (ரூ)	465	439	616	1629	2644	5152
செப் 2020 விலை (ரூ)	5152	5152	5152	5152	5152	5152
விலை அதிகரிப்பு (ரூ)	4687	4713	4536	3523	2508	0
எத்தனை மடங்குகள்	11.08	11.74	8.36	3.16	1.95	1.00

'இவற்றை எப்படிப் புரிந்துகொள்ளுவது?'

'அதற்கு ஒரு வழி செய்யலாம். மேலே பார்த்த தகவலை வேறு விதமாக அதாவது தங்கத்தில் போட்ட பணம் எத்தனை ஆண்டுகளில் எத்தனை மடங்குகள் ஆகியிருக்கிறது என்று கணக்குப் போட்டுப் பார்க்கலாம்.

1995ல் வாங்கியது என்றால், அது 25 ஆண்டுகளில் 11 மடங்கு ஆகியுள்ளது. அடுத்து 2000ல் அதாவது இருபது ஆண்டுகளுக்கு முன்பு வாங்கியது அது 11.74 மடங்காகியிருக்கிறது. 15 ஆண்டுகளுக்கு முன் வாங்கியது8.36 மடங்காகவும், 10 ஆண்டுகளுக்கு முன் வாங்கியது 3.16 மடங்காகவும், ஐந்து ஆண்டுகளுக்கு முன் வாங்கியது 1.95 மடங்காகவும் லாபம் கொடுத்திருக்கிறது.'

'எத்தனை மடங்குகள் ஆகியிருக்கிறது என்று பார்த்தது உபயோகம்தான். இருப்பினும் தங்கத்தில் முதலீடு செய்வது அப்படி ஒன்றும் தவறில்லை என்றுதான் புள்ளிவிவரங்களைப் பார்த்தபின்பும் தோன்றுகிறது'

'அப்படியா? சரி, இதையே வேறு முறையில் அணுகலாம். அதே நபர் தங்கம் வாங்க செலவு செய்த பணத்தை வேறு முதலீடுகளில் போட்டிருந்தால் அவருக்கு என்ன கிடைத்திருக்கும் என்று பார்ப்பதைப் பற்றி என்ன நினைக்கிறீர்கள்?'

'அப்படியும் யோசித்துப் பார்க்கலாம்தான். ஆனால், மற்ற முதலீடுகள் என்றால் அவை தங்கம் அளவு பாதுகாப்பானதா? முதலுக்கு மோசம் வந்துவிடாதா?'

'பங்குச் சந்தை, பரஸ்பர நிதிகள் போன்றவற்றை விட்டுவிடலாம். வீடு, இடம் வாங்குவதையும் விட்டுவிடலாம். வங்கிகளில் டெபாசிட் செய்வது எப்படி? அது பாதுகாப்பானதுதானே!'

'ஆமாம்.'

'அதே நூறு ரூபாயை 10% கூட்டுவட்டிக்கு வங்கியில் டெபாசிட் செய்திருந்தால் அவருக்கு என்ன லாபம் (வட்டி) கிடைத்திருக்கும் என்று பார்க்கலாமா? முந்தைய காலகட்டங்களில் 12, 11, 10 % வட்டிகள் கொடுக்கப்பட்டிருக்கின்றன.'

'உம்.'

'பத்து சதவிகித கூட்டு வட்டிக்கு டெபாசிட் போடப்பட்ட ரூபாய் நூறு, ஐந்து ஆண்டுகளில் ரூபாய் 161 ஆகியிருக்கும். இருபது ஆண்டுகளில் ரூ 672 ஆகவும் 25 ஆண்டுகளில் ரூ 1,083 ஆகவும், தொகை உயர்ந்திருக்கும்.

25 ஆண்டுகளில் அவருக்கு கிடைக்கும் வருமானம் முதலைப் போல 10.83 மடங்கு. அதே காலகட்டத்தில் தங்கம் கொடுத்திருக்கும் இலாபம் என்ன? முதலைப் போல எத்தனை மடங்கு?

'25 ஆண்டுகளிலா?

'11. 8 மடங்கு.'

'20 ஆண்டுகளில்?'

'11.74 மடங்கு.'

'15 ஆண்டுகளில்?'

' 8.36 மடங்கு.'

'10 ஆண்டுகளில்?'

' 3.16 மடங்கு.'

'5 ஆண்டுகளில்?'

'1.95 மடங்கு'

'அட பரவாயில்லையே! வங்கி வட்டியைக் காட்டிலும் அதிகம் கொடுத்திருக்கிறது'

'ம்ம்ம்... இப்படிப் பட்ட லாபம் கிடைத்திருப்பதற்கு காரணம், 2020ம் கொரோனா வைரஸ் தாக்குதலால் வந்த ஊரடங்குகள், பொருளாதார மந்தம் ஆகியவற்றால் வந்த தங்கத்தின் வரலாறு காணாத விலை ஏற்றம்தான். அதற்கு முன் அவ்வளவு விலை இல்லை. 2019ம் ஆண்டு 3522 தான் . 2018ல் 3143 தான். 2017ல் 2966 தான் 2016ல் 2862தான்'.

எப்போதாவது சில காலகட்டங்களில் தங்கத்தின் விலை வேகமெடுப்பது உண்டு. தொடர்ந்து அல்ல. *1995*க்கும் *2000* வது ஆண்டுக்கும் இடையே ஐந்து ஆண்டு காலத்தில் தங்கம்விலை உயராதது மட்டுமல்ல குறைந்தே போயிருக்கிறது என்பதையும் மேலே அட்டணையில் பார்த்தோம்.

அப்படிப்பட்ட காலகட்டங்கள் இடையிடையே வரவே செய்யும்.

பலரும் வெவ்வேறு காலகட்டங்களில் வாங்குகிறார்கள். அதன்பின் சிலபல ஆண்டுகளில் விற்கிறார்கள். வாங்கிய நேரம் இருந்த விலையும் விற்கும் நேரம் இருக்கும் விலையும்தான் லாபமா அல்லது நட்டமா? அல்லது வேறு பிக்செட் டெபாசிட்டுகள் போன்ற வற்றைவிட குறைந்த லாபம் தந்த சந்தர்ப்ப இழப்பா என்பது தெரியவரும்.

கீழே கொடுக்கப்பட்டிருக்கும் சில கட்டங்களில் வங்கி வட்டியைக் காட்டிலும் குறைவான அளவே தங்கத்தின் விலை மதிப்புக் கூடியிருப்பதைப் பார்க்கலாம்.

1980முதல் 2020 செப்டெம்பர் வரையிலான 40 ஆண்டு அட்டவணை
24 காரட் 1 கிராம் தங்கம்

வாங்கிய ஆண்டு	விலை	விற்ற ஆண்டு	விலை	காலம்	நட்டம்	லாபம்	%	மடங்கு
1981	180	1982	165	1	-16	-	-7	-
1983	180	1997	473	14	-	293	163	1.63
1997	4725	1998	4045	1	-680	-	-14	-
1998	405	2011	2640	13		2236	553	5.53
2012	3105	2015	2634	-	-471	-	-15	-
2016	2826	2020	4720	5	-	1894	67	0.67

*1981*க்கும் *1982*க்கும் இடையே விலை இறக்கம். நட்டம் ஏழு சதவீதம்.

1983ல் இருந்து 1997 வரையிலான நீண்ட 14 ஆண்டுகள் தங்கத்தின் விலை அவ்வளவாக உயரவில்லை. 24 காரட் தங்கம் 1 கிராம் விலை ரூபாய் 180ல் இருந்து 473 மட்டுமே போயிருக்கிறது. 100 ரூபாய் 163 மூன்று ரூபாய் ஆனதைப்போல மிகக் குறைந்த லாபம்/விலை உயர்வு.

1997 முதல் 1998 வரையிலான ஓர் ஆண்டுக்குள் எவரேனும் வாங்கி விற்றிருந்தால் 14 சதவீதம் நட்டம்.

அடுத்து, 1998 முதல் 2011 வரையிலான 4 ஆண்டுகளில் நல்ல லாபம். போட்ட பணம், 5.53 மடங்கு ஆகியிருக்கிறது. சரியாக 1998ல் வாங்கி 2011ல் விற்றிருந்தால்.

மீண்டும் 2012 முதல் 2015 வரையிலான காலகட்டதுக்கும் நட்டம்தான். 15 சதவீதம். 100 ரூபாய்க்கு வாங்கியிருந்தால் 85 ரூபாய்க்குத்தான் விற்றிருக்க முடியும்.

பின்னர் 2016ல் ஆரம்பிக்கிறது தங்கத்தின் விலை ஏற்றம். 2826ல் தொடங்கி 2020 செப்டெம்பர் மாதம் 5152ல் விற்பனையாகிறது.

ஓகோ.

இன்னொரு காலகட்டத்தையும் விலை சார்ட்டாகப் பார்க்கலாம். ஜனவரி 2014 முதல் ஜனவரி 2019 வரையிலான 5 ஆண்டுகள்.

ஒருவர் ஜனவரி 2014ல் ஒரு கிராம் வாங்கியிருந்தால் ரூபாய் 2450 வாங்கியிருப்பார். உடனடியாக விலை உயர்ந்து ஒன்றிரெண்டு மாதங்களில் கிராம் 2700 போய்விடுகிறது. அடடா தவறவிட்டு விட்டோமே என்று கூடுதல் கிராம்கள் வாங்குகிறார். அதன்பின் நவம்பர் மாதம் விலை இறங்கி கிராம் 2100க்கு அருகில்.

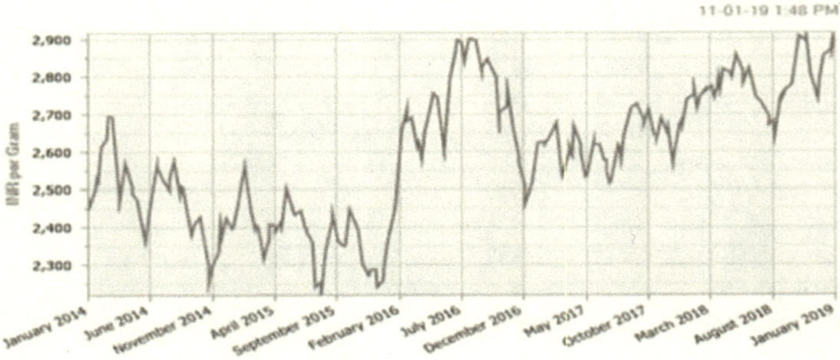

2014 - 2019 - ஐந்தாண்டுகால தங்கத்தின் விலை

இப்படியே கொஞ்சம் அதிகரித்துப் பின் கொஞ்சம் இறங்கி என்று 2016 பிப்ரவரி வரை அதே விலைதான். அவருக்கு கிராமுக்கு எவ்வளவு நட்டம்!

விற்காமல் வைத்திருந்தால் சரி. ஜூலை 2016. கிராம் 2900. அதன் பின்பும் ஏற்ற இறக்கம் தான்.

ஆக இப்படியாக சில காலகட்டங்கள் தங்கத்தின் விலைப் பயணத்தில் குறுகிய விலை மாற்றங்களுடன் பயணிக்கும். இதை Sideways movement என்பார்கள்.

இவற்றை எல்லாம் பார்த்தால் என்ன தெரிகிறது?

நகையாக வாங்கினாலும் சவரனாக வாங்கினாலும் மற்ற முதலீடுகளுடன் ஒப்பிடுகையில் தங்கத்தில் முதலீடு என்பதை நீண்டகால அடிப்படையில் கணக்கிட்டுப் பார்த்தால் அதன் இலாபம் நிலையாக இல்லை. தவிர, எல்லா காலகட்டத்திலும் தங்கம் விலை உயர்ந்துகொண்டேயிருக்காது. சமயத்தில் குறையவும் செய்கிறது. ஆனால், வங்கி வட்டி அப்படியில்லை. வட்டிக்கு இரவு பகல் கிடையாது. பருவம் தப்புவது, நட்டம் வருவதெல்லாம் வங்கி வட்டிக்கு இல்லை. நிதானமாக ஆனால், தொடர்ந்து கொடுத்துக்கொண்டேயிருக்கும்.

எனவே நிச்சயத் தேவைகளுக்காக கொஞ்சம் தங்கம் வாங்கிச் சேர்க்கலாம். ஆனால் தங்கத்தில் முதலீடு செய்து லாபம் பார்ப்பேன் என்று மொத்த சேமிப்பையும் அல்லது பெருமளவு சேமிப்பை இதில் மட்டுமே போட வேண்டாம்.

அது சரி, கோல்ட் ஈ.டி.எப். என்கிறார்களே! அது என்ன? தவிர அரசாங்கம் ஏதோ கோல்ட் பாண்ட் கொண்டுவருகிறார்களாமே? அவையெல்லாம் ஓகேதானா?

6

சாவரீன் கோல்ட் பாண்ட்

அடிக்கடி தங்கம் விலை ஏறுகிறது. அதில் கொஞ்சம் பணத்தை முதலீடு செய்து லாபம் பார்க்கலாம் என்று நினைப்பவர்களையும், சில ஆண்டுகளுக்குப் பின்னால் எனக்கு தங்கம் வேண்டும். அதற்காக இப்போதிருந்தே கொஞ்சம் கொஞ்சமாக தங்கம் வாங்கிச் சேர்க்கப் போகிறேன் என்று நினைப்பவர்களையும் கவரும் விதமாக இந்தத் திட்டம் வடிவமைக்கப்பட்டிருக்கிறது.

நீங்கள் தங்கத்தை எங்களிடம் வாங்குங்கள். ஆன் லைனில் வாங்கினால் கிராமுக்கு 50 ரூபாய் தள்ளுபடி தருகிறோம். 8 ஆண்டுகள் வரை அந்தப் பணத்தை எங்களிடம் விட்டுவையுங்கள். அந்த எட்டு ஆண்டுகளுக்கு நாங்கள் வட்டி தருகிறோம். பின்பு 'பாண்ட்'டை சரண்டர் செய்யுங்கள். அப்போது தங்கம் என்ன விலை இருக்கிறதோ அந்த விலையில் நீங்கள் வாங்கிய தங்கத்துக்கு பணம் கொடுத்து விடுகிறோம். தங்கம் வேண்டுமென்றால் அந்தப் பணத்தில் நீங்கள் வெளிச்சந்தையில் வாங்கிக்கொள்ளலாம்.

இதுதான் சாவரீன் கோல்ட் பாண்ட் சொல்லாமல் சொல்வது.

செயல்முறை

இதில் தங்கம்தான் வாங்க, விற்கப்படுகிறது. ஆனால் தங்கமாகவே வாங்கி விற்கப்படவில்லை! தங்கத்துக்கு பதிலாக 'இவ்வளவு கிராம் தங்கம்' என்று எழுதப்பட்ட பாண்ட்தான் (பேப்பர்) வாங்கி

Form 'C'
[See paragraph 6 (1)]

भारत सरकार

Government of India

राष्ट्रिक स्वर्ण बंधपत्र (सॉवरेन गोल्ड बॉण्ड) 2019-20 - सीरिज़ I/II/III/IV

SOVEREIGN GOLD BOND 2019-20 – Series I/II/III/IV

Certificate Number-

मैं एतद द्वारा प्रमाणित करता/करती हूँ कि श्री/ श्रीमती ________________________ यूनिट राष्ट्रिक स्वर्ण बंधपत्र (सॉवरेन गोल्ड बॉण्ड) 2019-20 - सीरिज़ I/II/III/IV के कुल प्रारंभिक निवेश ₹ ______ के रजिस्ट्रीकृत स्वत्वधारी हूँ। राष्ट्रिक स्वर्ण बंधपत्र (सॉवरेन गोल्ड बॉण्ड), 2019-20 - सीरिज़ I/II/III/IV के प्रारंभिक निवेश पर प्रति वर्ष ___प्रतिशत ब्याज दिया जाएगा, जिसका संदाय प्रति छह माह पर ——— तारीख और ——— तारीख को प्रतिवर्ष किया जाएगा। बंधपत्र ——— को उन्मोचनीय होगा और बंधपत्र के समय पूर्व उन्मोचन का विकल्प पांच वर्ष बाद ब्याज भुगतान की तारीखों को उपलब्ध होगा।

I hereby certify that, Smt. /Shri --

is the registered holder of ----------------------------------- units of Sovereign Gold Bond 2019-20 - Series I/II/III/IV. The Sovereign Gold Bond 2019-20 – Series –I/II/III/IV will bear interest at --------percent per annum on initial investment of ₹---------------, payable at half yearly intervals on ---------------------- -and ---------------------------- every year. The Bonds are redeemable on ------------- with the option for early redemption after fifth year on interest payment dates.

आवेदन प्राप्तकर्ता कार्यालय
Application Receiving Office

यह प्रमाणपत्र प्रणाली आधारित है अतः हस्ताक्षर आवश्यक नहीं।
This is a system generated certificate and does not require any signature.

சாவரீன் கோல்ட் பாண்ட்

விற்கப்படுகிறது. (வங்கி வைப்புகளும் அப்படித்தானே! அவ்வளவு ஏன்! ரூபாய் நோட்டு என்பது கூட, 'இவ்வளவு பணம்' என்று எழுதப்பட்ட தாள்தானே!)

கோல்ட் பாண்டிலும் அதேதான். கொடுக்கும் பணத்துக்கு இத்தனை கிராம் தங்கம் என்று பாண்ட் தருவார்கள். பின்னால் அத்தனை கிராமுக்கு அப்போதிருக்கும் விலைக்கான பணத்தைக் கொடுத்து விடுவார்கள்.

தங்கம் வாங்க நினைக்கும் பலரும் தங்கத்தை வாங்காமலேயே தங்கத்தின் லாப நட்டங்களை அனுபவிக்கலாம்.

இந்தத் திட்டத்தின் அம்சங்கள்

- இந்தத் திட்டத்தில் இந்திய குடிமக்கள் (ரெசிடென்ட் இண்டியன்ஸ்), ஹிண்டு அண்டிவைடெட் குடும்பங்கள் (HUF) பல்கலைக்கழகங்கள், தர்ம ஸ்தாபனங்கள் (Trusts) போன்றவை இந்த பத்திரங்கள் வாங்கலாம்.
- தனிநபராக இல்லாமல் ஒரு ஒன்றுக்கு மேற்பட்டவர்கள் இணைந்தும் முதலீடு செய்யலாம்.
- வங்கிக் கிளைகளில் இதற்கான விண்ணப்பங்கள் கிடைக்கும். தபால் ஆபீஸ்களிலும் கிடைக்கும். பங்குச் சந்தைகளிலும் வாங்கலாம். ரிசர்வ் வங்கியின் வலைத்தளத்திலும் விண்ணப்ப படிவம் இருக்கிறது. தரவிறக்கம் செய்து நிறைவு செய்து நிறைவு செய்து பயன்படுத்தலாம்.
- ஆன்லைன் மூலம் விண்ணப்பிப்பவர்களுக்கு கிராமுக்கு ரூபாய் 50 தள்ளுபடி தரப்படுகிறது.
- இந்த சாவரின் கோல்டு பாண்டைக் குறைந்தபட்சம் ஒரு கிராம் அளவில் கூட வாங்க முடியும்.
- அதிகபட்சத்துக்கு வரம்பு உண்டு. தனிநபர் மற்றும் HUF-கள் ஆண்டுக்கு 4000 கிராம் (4 கிலோ) வரை வாங்கலாம். Trustகள் பல்கலை கழகங்கள் போன்ற நிறுவனங்கள் ஒரு ஆண்டில் 20 கிலோ வரை வாங்கலாம்.
- இந்த வரையறை என்பது ஒன்றுக்கும் மேற்பட்டவர்கள் சேர்ந்து 'ஜாயிண்ட்' ஆக வாங்கும்போது, முதல் விண்ணப்பதாருக்கு அவர் பெயருக்கு அந்த உச்சவரம்பு. இரண்டாவது பெயராக இருப்பவர், அவர் பெயர் முதலாவதாக (பர்ஸ்ட் அப்ப்ளிகெண்ட்) வரும் விண்ணப்பம் மூலம் தனியாக அதேஅளவு வாங்கலாம்.
- ஒன்று, இரண்டு, 5,10,50,100 கிராம் என்ற மடங்குகளில்தான் வாங்க வேண்டும்.
- ரூபாய் 20,000 வரை வாங்குவதாக இருந்தால் ரொக்கம் அனுமதிக்கப்படுகிறது . அதற்கு மேற்பட்ட தொகையை வங்கி காசோலை, டிமான்ட் ட்ராப்ட் அல்லது இணையப் பணப் பரிமாற்றம் மூலம் பணம் செலுத்தவேண்டும்.
- இது எட்டு ஆண்டு கால பாண்ட். 5ம் ஆண்டு இறுதிவரை 'லாக் இன்' காலம். சரண்டர் செய்ய இயலாது.
- இப்படி தங்கம் வாங்க கொடுக்கும் பணத்துக்கு ஆண்டுக்கு இரண்டரை சதவீத வட்டி வழங்கப்படும். இந்த வட்டி ஆறு

மாதங்களுக்கு ஒரு முறை அல்லது தேர்வு செய்தால் வைப்புக் காலம் முடிந்த பிறகு கிடைக்கும்.

- வட்டி வங்கி கணக்கில் வரவு வைக்க ஏதுவாக வங்கிக் கணக்கு விவரம் கொடுக்கவேண்டும்.
- வட்டிப் பணத்தில் TDS பிடிக்க மாட்டார்கள். ஆனால் வருமான வரி உண்டு.
- இப்படிப்பட்ட பத்திரத்தை வாங்கி ஒருவர் மற்றொருவருக்கு அல்லது குழந்தைகளுக்கு பரிசாகத் தரலாம்.
- வாரிசுதார்கள் நியமனம் செய்யவேண்டும்.

'லாக் இன்' காலம்

SGB - சாவரீன் கோல்ட் பாண்டுகள், 'எட்டு ஆண்டு பத்திரங்கள்'. இவற்றில் போடும் பணத்தை ஐந்து ஆண்டுகளுக்கு முன்பாக எடுக்கவே முடியாது. அதன்பின் எடுக்கலாம்.

ஐந்தாவது ஆண்டு முடிவில் எடுக்காவிட்டால் எட்டாவது ஆண்டில் அது தானாகவே முடிவுக்கு வந்துவிடும். அப்போது தங்கமாகவோ பணமாகவோ பெற்றுக்கொள்ளலாம்.

ஐந்து ஆண்டுகளுப்பின் எப்போது பத்திரத்தை சரண்டர் செய்தாலும், சுத்தத் தங்கமாகவோ அல்லது தங்கத்துக்கு பதில் பணமாகக் கேட்டால், விண்ணப்பம் செய்யப்படும் நாளுக்கு முந்தைய விடுமுறை அல்லாத 3 வார நாட்களில் நடந்த விலைகளின் சராசரியைக் கணக்கிட்டுப் பணம் வழங்கப்படும்.

சாவரீன் கோல்ட் பாண்டுகளின் சாதகங்கள்

மத்திய அரசின் சார்பாக ரிசர்வ் வங்கி வெளியிடுவதால் என்ன ஆகுமோ என்ற அச்சம் இல்லை. நகை போல செய்கூலி, சேதாரம் என்ற நட்டங்கள் இல்லை. சரியான காரட் தங்கம்தானா கலப்படத் தங்கமா என்றெல்லாம் கவலைப்பட, சோதிக்கத் தேவையில்லை. வாங்கியதை எடை சரிபார்க்கத் தேவையில்லை. வீடுகளில் லாக்கர்களில் வைக்க வேண்டியதில்லை. 'பாண்ட்' ஐ டி-மேட் செய்துகொள்ளலாம்.

விலையிலும் சிக்கல்கள் இல்லை. அரசு நிர்ணயிக்கும் விலை. அதில் ஆன்லைனில் வாங்குவோருக்கு சிறு தள்ளுபடியும் கூட. இதில் முதலீடு செய்யும் பணத்துக்கு சிறிய வட்டி உண்டு. அந்த வட்டிக்கு வருமான வரி விலக்கும் உண்டு. பணத்தைத் திரும்பப் பெறும் நேரம்

தங்கம் விலையுயர்வு காரணமாக கிடைக்கும் கூடுதல் பணத்துக்கு மூலதன ஆதாய வரி – 'கேப்பிடல் கெயின்ஸ் டேக்ஸ்' கிடையாது.

இடையில் விற்க வாய்ப்பு உண்டு

'பாண்ட்' ஐ பங்குச் சந்தைகளில் நடக்கும் விலைகளில் விற்கலாம். இதனால் முதலீடு செய்யும் பணத்துக்கு 'லிக்விடிட்டி'யும் இருக்கிறது. முதிர்வு காலம் வரை காத்திராமல், 8 ஆண்டுகளுக்கு முன்பே விற்றால், 'கேப்பிடல் கெயின்ஸ் டேக்ஸ்' உண்டு. 3 ஆண்டுகளுக்கு முன்பாக விற்றால் ஷார்ட் டர்ம் கேப்பிடல் கெயின்ஸ் வரி. ஆனால் அதில் கிடைக்கும் லாபத் தொகைக்கு 'இண்டெக்ஷேசன்' ஆதாயம் கழித்துக்கொள்ளலாம். 3 ஆண்டுகளுக்குப் பின், முதிர்வு காலத்துக்கு முன் விற்றால் லாங் டர்ம் கேப்பிடல் கெயின்ஸ் வரி.

வாங்கியதைப் பாதுகாப்பாக வைத்துக்கொள்வது எளிது. நகையைப் போல் திருடுபோகாது. பாண்ட், அதை வாங்கியவர் பெயரில் இருக்கும். திருடப்பட்டாலும் விற்க உரிமையாளரின் கையெழுத்து அவசியம்.

'பாண்ட்'ஐ அடமானம் வைத்து கடன் பெறவும் முடியும்.

சாவரீன் கோல்ட் பாண்டுகளின் சங்கடங்கள்

இதில் போட்ட பணம் குறைந்தபட்சம் 5 ஆண்டுகளுக்கு 'லாக் இன்'. எடுக்க முடியாது. ஆனால் இந்த 'பாண்ட்'டை பங்குச் சந்தைகளில் விற்றுவிடலாம். நடுவில் தங்கம் விலை உயர்ந்தால் அதன் பயனை அடைய முடியாது. ஐந்து ஆண்டுகள் அல்லது அதற்குப்பின் 'பாண்ட்'டை 'சரண்டர்' செய்யும் நேரம் விலை குறைந்திருந்தால் நட்டம்தான். முதலீடு என்று பார்ப்பதால் தங்க நகைகள் போல் அணிந்து அழகு பார்த்துக்கொள்ள முடியாது.

பிரைமரி மார்க்கெட் செக்கெண்டரி மார்க்கெட்

மத்திய அரசு தொடர்ந்து மாதா மாதம் சாவரீன் கோல்ட் பாண்ட் வெளியிட்டு வருகிறது. இது பங்குகளில் வரும் இனிஷியல் பப்ளிக் ஆபர் (IPO) மற்றும் பரஸ்பரநிதிகளில் வரும் நியு பண்ட் ஆபர் (NFO) போன்றதுதான்.

எவ்வாறு பங்குகளையும் பரஸ்பரநிதிகளையும் பப்ளிக் இஷ்யுவின் போது தவறவிட்டவர்கள் சந்தையில் வாங்கிக்கொள்ளலாமோ அப்படி சாவரீன் கோல்ட் பாண்ட்களையும் வாங்கிக்கொள்ளலாம். வாங்குபவர்களுக்கு இது ஒரு வாய்ப்பு என்பது போலவே, ஏற்கனவே

வாங்கிவிட்டவர்கள் விற்கவும் இது ஒரு வாய்ப்பு. வாங்குவோர் விற்போர் எண்ணிக்கையைப் பொறுத்து விலைகள் அமையும்.

அரசே வெளியிடும்போது அது பிரைமரி மார்க்கெட். பின்னால் அவை வைத்திருப்போரால் விற்கப்படும்போது அது செகண்டரி மார்க்கெட். பிரைமரி மார்க்கெட்டில் அரசு தெரிந்தே ஆன்லைன் மூலம் வாங்குபவர்களுக்கு கிராமுக்கு 50 ரூபாய் தள்ளுபடி தருகிறது. செகண்டரி மார்கெட்டில் அப்படி நிச்சயிக்கப்பட்ட விலை என்பது கிடையாது. தங்கத்தின் அப்போதைய விலை ஏற்ற இறக்கங்களைப் பொறுத்து பாண்ட் விலை அமையும். பிரைமரி மார்கெட்டில் குறிப்பிட்ட நாட்களுக்குள் விண்ணபித்து வாங்க வேண்டும். செகண்டரி மார்க்கெட்டில் சந்தையில் வாங்க வேண்டும். தேசிய மற்றும் மும்பை பங்குச் சந்தையில் கிடைக்கும் பங்கு தரகர்கள் மூலம் வாங்கலாம், விற்கலாம்.

விற்பது என்றால், வைத்திருப்பவர்தான் விற்க முடியும். பங்குகளை எப்-ஓ பகுதியில் கையில் இல்லாமலே ஷார்ட் அடிப்பது போலெல்லாம் விற்றுவிட்டு பின்பு வாங்க அனுமதியில்லை. 'கேஷ் - டெலிவரி' போலதான். வங்கியதை நல்ல விலைக்கு விற்கமுடியுமா என்பது அதை வாங்குவோர் இருந்தால்தான் சாத்தியம். சில குறிப்பிட்ட கால பாண்டுகளுக்கு வாங்குவோர் குறைவாக இருக்கும். அதனால் விலையும் குறைவாக இருக்கும்.

செகண்டரி மார்க்கெட்டில் வாங்குவதற்கு முன்பு தங்கத்தின் அப்போதைய நடப்பு விலையைத் தெரிந்துகொள்வது நல்லது. விலையைத் தெரிந்துகொள்ள வலைதளத்தைப் பார்க்கலாம். அதில் கீழ் கண்ட முறையில் அன்றைய விலையைத் தெரிவித்திருப்பார்கள்.

India Bullion and Jewellers Association - IBJA's

தங்க நகைகளுக்கான தோராயமான நடப்பு விற்பனை விலை

5 பிப்ரவரி 2021 - 19:25:00

தங்கம்	காலை	மாலை
999	40735	40791
995	40572	40628
916	37313	37365
750	30551	30593
585	23830	23863

3% ஜி.எஸ்.டி, செய்கூலி சேர்க்காமல் — கிராமுக்கு விலை ரூ

இதில் கண்டிருக்கும் விலை தங்கத்துக்கு. தங்க பாண்டுக்கு அல்ல. ஆனால் இதை ஒட்டித்தான் விலை இருக்கும். தங்க பாண்டுற்கு 2.5% வட்டி இருப்பதால், விலை கூடுதலாக இருக்கலாம். வட்டி என்பது பாண்ட் வெளியிட்ட போது இருந்த தங்க விலையின் மீது போடப் படுவது. செகண்டரி மார்க்கெட்டில் வாங்கிய விலையின் மீதல்ல.

மத்திய அரசு சார்பாக ரிசர்வ் வங்கி வெளியிட்டிருக்கும் கோல்ட் பாண்டுகளும் வெளியிடப்பட்ட ஆண்டு மற்றும் அவற்றின் வெளியீட்டு விலைகளும். உடன் ஒவ்வொரு முறையும் எவ்வளவு கிராம் தங்க பாண்ட் விற்பனையானது என்கிற விவரமும்.

ஆகஸ்ட் 12, 2020 மதிப்பீட்டின்படி தங்க பாண்டு விலை விவரம்

S No	Series	Issue price/unit	number of units (in grams)
1	2015-I	2684	913571
2	2016-I	2600	2869973
....			
25	2018-19 Series IV	3119	207886
26	2018-19 Series V	3214	243606
27	2018-19 Series VI	3326	207388
28	2019-20 Series I	3196	459789
29	2019-20 Series II	3443	535947
30	2019-20 Series III	3499	1024837
31	2019-20 Series IV	3890	627892
...			
40	2020-21, Series III	4677	2388328
41	2020-21, Series IV	4852	4130820
42	2020-21, Series V	5334	6349781
	TOTAL		48163880

ஒரு குறிபிட்ட நாள் *(13.8.2020)* அன்று டிரேடிங் ஸ்கிரீன் பார்த்தபோது இருந்த ஒரு பகுதி கீழே. சில வகை பாண்டுகளுக்கு வாங்க ஆட்கள் இருக்கமாட்டார்கள். நாம் வாங்கிவிட்டால், பாண்ட் முதிர்வடையும் காலம் வரை காத்திருக்கவேண்டும்.

SGBOCT25-GB -1.33 % 5032.00

BID	ORDERS	QTY.	OFFER	ORDERS	QTY.
5032.00	3	12	5090.00	1	1
5031.00	1	19	5100.00	2	11
5030.00	1	20	5150.00	1	3
5020.00	1	20	5250.00	1	3
5010.01	1	1	5300.00	1	5
Total		143	Total		45

View 20 depth

Open	5031.00	High	5032.00
Low	5031.00	Prev. Close	5100.00
Volume	3	Avg. price	5031.66
LTQ	2	LTT	2020-08-13 11:51:41
Lower circuit	4590.00	Upper circuit	5610.00

GBJULY28 20 0.06 % 4949.

BID	ORDERS	QTY.	OFFER	ORDERS	QTY.
4928.00	2	2	4948.00	2	2
4925.01	1	1	4949.00	1	2
4925.00	1	10	4950.00	2	8
4922.25	1	2	4955.00	1	12
4920.00	1	10	4997.00	1	1
Total		485	Total		529

Open	4808.00	High	4949.9
Low	4808.00	Prev. Close	4946.8
Volume	553	Avg. price	4931.0
LTQ	5	LTT	2020-08-13 12:57:0
Lower circuit	4699.46	Upper circuit	5194.1

(தகவல்கள் தீபேஷ் ராகவ் வலைதளத்தில் இருந்து)

7

கோல்ட் இ.டி.எஃப்

தங்கத்தை எதற்காக வாங்குகிறார்கள்?

நகைகளுக்காக சிலர்.

தங்கம் விலை ஏறும், அதனால் பலனடையலாம் என்று சிலர்.

அதைவிடப் பாதுகாப்பானது வேறு ஏதுமில்லை என்று சிலர்.

நகைக்காக வாங்குகிறவர்களுக்குத் தேவைப்படும் எச்சரிக்கைகள் பற்றி முன்பே சொல்லியாகிவிட்டது. அதன் இப்போதைய நிலை என்ன என்று தொலைக்காட்சி பார்ப்பவர்களுக்குத் தெரியும். நகைக் கடைக்காரர்களே அவர்கள் விளம்பரங்களில் ஒருவரை ஒருவர் குற்றம் சொல்லிக்கொள்ளுகிறார்கள்.

'சில கடைகளில் சேதாரம் மிக அதிகம்; கல்லுக்கும் சேர்த்து காசு வாங்குவார்கள்; நீங்கள் விற்கப் போனால், முழுப்பணம் தரமாட்டார்கள்' மற்றும் 'நான் இதில் ஏமாந்தது பற்றிக் கேட்கிறீர்களே... நீங்கள் தங்கம் வாங்குவதில் ஏமாந்துவிட்டீர்களே' என்பது போலெல்லாம் மாறி மாறிக் காட்டிக்கொடுக்கிறார்கள்.

எனவே இதை நாம் விளக்க வேண்டியதில்லை. போட்டி காரணமாக அவர்களே சொல்கிறார்கள்.

விலை ஏறும் என்று தங்கம் வாங்குபவர்களுக்காகக் கணக்குப் போட்டுக் காட்டியாகிவிட்டது.

கடந்த 30, 25, 20, 10, 5 என்று எந்த ஆண்டில் தங்கம் வாங்கியிருந்தாலும், அது வங்கி பிக்செட் டெபாசிட் கொடுத்த வருமானத்தைவிட குறைவாகத்தான் விலை உயர்ந்திருக்கிறது என்று ஒப்பிட்டுப் பார்த்தாகிவிட்டது.

இனி சோதிக்க வேண்டியது மூன்றாவது காரணமான, தங்கம் ஒரு பாதுகாப்பான முதலீடுதானா என்பதைத்தான்.

தங்கத்தை அதன் பியூரிட்டிக்காக சோதித்து வாங்கும் பட்சம் நிச்சயமாக பாதுகாப்பானதான முதலீடுதான். ஆனால், எல்லோராலும் தங்கத்தை சோதித்து வாங்க முடியுமா? வாங்கத் தெரியுமா?

நிபுணர்களுக்கே சிரமம் என்கிறார்கள்.

இது தவிர தங்கத்தை நகையாக வைத்திருந்தால் அதற்கென்று தனிப்பட்ட பிரச்னைகள் சில உண்டு. அணிந்து சென்றால், தெருவில் கோலம் போட அமர்ந்தால், சில நேரங்களில் இரு சக்கர வாகனங்களில் வந்து பிடுங்குகிறார்கள். வீட்டைப் பூட்டிவிட்டு ஊருக்குப் போய்விட்டு வந்தால், உள்ளே புகுந்து பணத்தோடு தங்கத்தையும் அடித்துக்கொண்டு போய்விடுகிறார்கள்.

லாக்கரில் வைத்தால் மட்டுமே நிச்சய பாதுகாப்பு. இதுதான் நிலை.

அதற்காக தங்கம் வாங்காமல் இருக்க முடியுமா?

முடியாதுதான்.

அப்படியென்றால் வழி என்ன?

அணிந்துகொள்ளும் நகைகள் தவிர ஏனைய தங்கத்தை ‘டி-மேட்’ டாக வைத்துக்கொள்வதுதான்.

டி-மேட் என்பது டி-மெட்டீரியல் என்பதன் சுருக்கம். டி மெட்டீரியல் என்றால், பொருளாக இல்லாமல் கணக்கில் வரவு வைத்துக் கொள்வது மட்டும் என்று பொருள். வங்கிக்கணக்கில் இருக்கும் பணம்போல. பாஸ் புத்தகத்தில் எழுதியிருக்கும். அவ்வளவுதான்.

அப்படி டி-மேட் கணக்கில் வைத்துக்கொள்ள ஒரு வழி கோல்ட் இ.டி.எஃப் (Gold ETF) வாங்குவது. விரிவாகச் சொன்னால், கோல்ட் எக்ஸ்சேஞ் டிரேடெட் பஃண்ட். தமிழில் சொல்வதென்றால், ‘சந்தையில் வர்த்தகமாகும் தங்க ஃபண்ட்’ன் யூனிட்களை (பகுதி) வாங்குவது.

அதென்ன கோல்ட் இ.டி.எஃப்?

இது பரஸ்பரநிதி போன்றது.

சிலருக்கு பரஸ்பரநிதி பற்றித் தெரிந்திருக்காது என்பதால் அதைக் கொஞ்சம் விளக்கிவிடலாம்.

பரஸ்பரநிதி

முதலீட்டாளர்கள் பங்குச்சந்தையில் பங்குகளை நேரடியாக வாங்கலாம். அதற்குப் பெயர், 'டைரெக்ட் ஈக்விட்டி'. எஸ்.பி.ஐ. ரிலையன்ஸ், டி.சி.எஸ் என்பதுபோல அவர்கள் முடிவு செய்யும் எந்த நிறுவனப் பங்குகளையும் தரகர்கள் மூலம் வாங்கலாம்.

வேறு சில முதலீட்டாளர்கள் எந்த நிறுவனத்தின் பங்கை வாங்குவது எப்போது விற்பது என்கிற முடிவுகளை எடுக்கத் தங்களுக்குத் தெரியாது என்று முடிவுசெய்துவிடுவார்கள். அப்படிச் செய்வதற்கு பதிலாக நல்ல நிறுவன பங்குகளில் முதலீடு செய்யும் பரஸ்பர நிதிகளின் யூனிட்களை வாங்கிக்கொள்வார்கள்.

முதலீட்டாளர்கள் கொடுக்கும் பணத்தை, பரஸ்பர நிதியின் நிதி மேலாளர்கள் அவர்கள் சரி என்று நினைக்கிற பங்குகளை நினைக்கிற அளவுகளில் வாங்குவார்கள், விற்பார்கள்.

ஆம். எந்த நிறுவனங்களின் பங்குகள் வாங்குவது என்று வாடிக்கையாளர் ஆராய வேண்டாம். எப்போது விற்பது என்றும் அவர் தலையை பிய்த்துக்கொள்ள வேண்டாம். அவற்றை எல்லாம் பரஸ்பர நிதியின் ஃபண்ட் மேனேஜர் பார்த்துக்கொள்வார்.

இப்படிப் பலமுறை செய்து, லாபம் ஈட்டி, பரஸ்பர நிதி யூனிட் வாங்கியவர்களுக்கு டிவிடெண்ட் கொடுப்பார்கள். மொத்தத்தில் பரஸ்பர நிதியை வாங்கியவர்கள் பங்குகளில் கிடைக்கும் லாபத்தை பரஸ்பர நிதியின் மூலமாக பெறுவார்கள்.

எல்லா நேரமும் லாபம்தான் என்பதில்லை. சந்தை அபாயங்கள் உண்டு. சந்தை நிலவரம் சரியில்லாவிட்டால் அல்லது குறிப்பிட்ட பரஸ்பர நிதி சரியாக இயங்காவிட்டால் அதில் ஏற்படும் நட்டங்களும் அந்த பரஸ்பர நிதி யூனிட்களை வாங்கியவர்களையே சேரும்.

மொத்தத்தில் முதலீடு செய்பவர்கள், பணம் கொடுத்து பரஸ்பர நிதியின் யூனிட்டுகளை சந்தையில் வாங்கினால் போதும். அந்த யூனிட்டுக்குள் குறிபிட்ட சில பங்குகள் அடக்கம். அந்தப் பங்குகளின் விலைகள் உயர்ந்தால், வாங்கிய யூனிட்களின் மதிப்பும் (NAV)

உயரும். வேண்டிய நேரம், தேவைப்படும் அளவு யூனிட்டுகள் வாங்கலாம். விற்க நினைத்தபோது சந்தையில் யூனிட்டுகளை விற்கலாம்.

கோல்ட் இ.டி.எஃப்

இதுவும் ஒரு நிதி தான். பரஸ்பர நிதி தான். இதில் வாங்கி விற்கப்படுவது தங்கம். தங்கம் மட்டும் வாங்குகிறார்கள்.

இப்படி நடைபெறுகிற தங்க நிதியின் (கோல்ட் ஃபண்டின்) யூனிட்கள் சந்தைகளில் வர்த்தகமாவதால், இதற்கு 'எக்ஸ்சேஞ்ச் டிரேடட் ஃபண்ட்' என்று பெயர். சந்தையில் வர்த்தகமாகும் நிதி என்று அதற்குப் பொருள்.

இவை எல்லாம் ஒரு வகையில் open ended பரஸ்பர நிதிகள் தான்.

எப்போது வேண்டுமானாலும் வாங்கலாம் விற்கலாம். விலைகள் தொடர்ந்து அறிவிக்கப்பட்டு கொண்டே இருக்கும். இந்த இ.டி.எஃப் யூனிட்களின் விலை மாற்றங்கள் மிக பெரிய அளவில் தங்கத்தின் விலை மாற்றங்களை ஒத்து இருக்கும்.

இந்த ஃபண்டுகள் மும்பை மற்றும் தேசிய பங்குச் சந்தையில் பட்டியலிடப்பட்டிருக்கின்றன. அதனால் இவற்றை எந்த பங்குத் தரகர் மூலமாகவும் வாங்கலாம், விற்கலாம். பங்குகளை, நாமே தன் வீட்டிலிருந்து முகவரின் இணையதளம் மூலம் வாங்கி விற்பது போல, இந்த இ.டி.எஃப் யூனிட்களையும் நாமே வாங்க விற்க முடியும்.

வெளிநாடுகளில் தங்கத்தை பரஸ்பர நிதிகள் மூலமும் வாங்கலாம். அவை தங்கத்தில் முதலீடு செய்கின்றன. வேறு சில தங்கச் சுரங்கங்களில் முதலீடு செய்கின்றன இரண்டுக்கும் வேறுபாடு உண்டு.

இந்த முறையில், முதலீட்டாளர்கள் தங்கத்தைப் பொருளாகக் கையில் வாங்குவதில்லை; நிர்வாகச் செலவுக்காக சுமார் அரை சதவீதம் முதல் ஒன்றரை சதவீதம் வரை மேல் தொகை இருக்கலாம். இது ஒரு சிறிய கூடுதல் செலவு.

கொடுக்கும் பணத்தை உடனுக்குடன் தங்கத்தில் முதலீடு செய்வது அந்த நிதியத்தின் மேலாளரின் வேலை. அதேபோல ஏற்கனவே முதலீடு செய்திருக்கும் சிலர் இ.டி.எஃப் யூனிட்களை விற்றுப் பணம் கேட்கலாம். அவர்கள் சார்பாக நிதியத்தில் இருக்கும் தங்கத்தை நிதி

மேலாளர் விற்பார். எவ்வளவு பேர் வாங்கப் பணம் கொடுக்கிறார்கள், எவ்வளவு பேர் அவர்கள் வசம் இருக்கும் தங்க இ.டி.எஃப் யூனிட்களை விற்கச் சொல்கிறார்கள் என்பதைப் பொறுத்து அந்த நிதியம் சந்தையில் ஒவ்வொரு தினமும் தங்கத்தை வாங்கும் அல்லது விற்கும்.

பரஸ்பர நிதியின் ஃபண்டு மேனேஜர் பங்குகள் வாங்குவது போல, கோல்ட் இ.டி.எஃப்-பின் ஃபண்டு மேனேஜர், தன்னிடம் இருக்கும் பெரும்பகுதி பணத்துக்குத் தங்கம் வாங்குவார். ஃபண்டில் புதியவர்கள் சேர்ந்து, யூனிட்டுகள் வாங்கினால், அவரிடம் வந்து சேரும் அந்தப் பணத்துக்கும் தங்கம் வாங்குவார். ஃபண்டில் இருந்து விலகச் சிலர் அவர்கள் வசம் இருக்கும் தங்க யூனிட்டுகளை விற்றால், அவர்களுக்கு பணம் கொடுத்துவிடுவார். அதற்காக கையிருப்பில் இருந்து தங்கத்தை விற்பார். எல்லாம் நடப்பு விலைகளில்.

சந்தையில் இப்படிபட்ட கோல்ட் இ.டி.எஃப் ஃபண்டுகள் பல இருக்கின்றன. உதாரணத்துக்கு ஒரு சில *(5 பிப்ரவரி 2021):*

Company Name	Last Price	% Chg	52 wk High	52 wk Low	Mkt Cap (Rs. cr)
HDFC Gold ETF	4,226.10	-0.49	5,088.50	3,548.00	650.51
UTI - Gold	4,273.52	-0.46	5,600.00	3,455.00	593.25
SBI Gold ETF	4,215.05	-0.49	5,100.00	3,500.01	322.07
Birla Gold ETF	4,340.00	-0.13	5,400.00	3,575.00	98.94
Invesco G-ETF	4,298.00	-0.19	5,445.00	3,600.00	49.12
Kotak MF-GETF	412.44	-0.87	507.00	321.00	16.47
Nippon ETF Gold	41.14	-0.46	49.50	34.45	4.22
Axis Gold ETF	41.20	-0.53	53.05	28.46	3.16
IPRU Gold ETF	42.08	-0.36	50.75	35.20	1.97

பெரும்பாலான ஃபண்டுகளில் ஒரு யூனிட் என்பது, ஒரு கிராம் அளவு தங்கம். ஒன்று, இரண்டு, மூன்று, பத்து, நூறு ஆயிரம் என்று எந்த அளவுகளிலும் தங்க யூனிட்களை வாங்கலாம்.

கோல்ட் இ.டி.எஃப் யூனிட்டுகளை வாங்க, பங்குச் சந்தை தரகர் ஒருவரிடம் கணக்கு இருக்கவேண்டும். வர்த்தகக் கணக்கு தொடங்கும் போதே நமக்காக ஒரு டி-மேட் கணக்கும் அவர் திறந்துகொடுப்பார். ஏற்கனவே பங்கு வர்த்தகத்தில் ஈடுபட்டு வர்த்தக மற்றும் டி-மேட் கணக்குகள் வைத்திருப்பவர்கள் இதற்காகத்

தனியாகத் திறக்கத் தேவையில்லை. அதே கணக்கில், பங்குகள், பரஸ்பர நிதிகள் வாங்கி, வைத்திருந்து, விற்பதுபோலவே கோல்ட் இ.டி.எஃப் யூனிட்டுகளையும் பரிவர்த்தனை செய்யலாம்.

பங்குத்தரகரிடம் சொல்லி, ஆர்டர் போட்டு வாங்கலாம். சொல்லி விற்கலாம். அல்லது அதே தரகு நிறுவனத்திடமே ஆன் லைன் கணக்குத் திறந்து, வீட்டில் இருந்தபடியே கம்பியூட்டர் மூலம் தரகு நிறுவனத்தின் இணைய தளத்துக்குச் சென்று நாமே விலை பார்த்து, ஆர்டர் போட்டு, வாங்கலாம், விற்கலாம்.

வாங்கும் தங்கம் எவ்வளவு என்று குறிப்பிடப்பட்டு நம் டி-மேட் கணக்குக்குப் போய்விடும். வங்கி பாஸ்புத்தகத்தில் பேலன்ஸ் காட்டுவதுபோல, எவ்வளவு தங்கம் நம் கணக்கில் என்று ஸ்டேட்மெண்ட் வரும். மற்றபடி தங்கத்தைக் கண்ணால் பார்க்க வேண்டாம், கையால் தொடவேண்டாம். பாதுகாக்க வேண்டாம். எல்லாம் 'புக் எண்டிரி'தான். விற்பதும் அப்படித்தான். விற்றதும் நம் டி-மேட் கணக்கில் இருந்து போய்விடும்.

கோல்ட் இ.டி.எஃப் என்பது பல நிறுவனங்களில் இருக்கிறது. எதில் வாங்குகிறோமோ அதே நிறுவனத்திடம்தான் விற்கவேண்டும். காரணம் நாம் வாங்குவது அந்த நிறுவனத்தின் தங்க பஃண்டின் யூனிட்டை. அசல் தங்கத்தையே அல்ல.

நிறுவனம் நடத்தப்படும் திறமையைப் பொறுத்தும், அவர்களுடைய நிகர சொத்து மதிப்பைப் (NAV) பொறுத்தும் நிறுவனத்துக்கு நிறுவனம், ஒரே நாளில், ஒரே நேரத்தில் அவர்கள் விற்கும் தங்க யூனிட்டுகளின் விலைகளில் ஓரளவு வேறுபாடுகள் இருக்கும்.

உதாரணத்துக்கு, பாரத ஸ்டேட் வங்கியின் SBI Mutual Fund - Gold Exchange Traded Schemeல் 5.2.2021 அன்று ஒரு யூனிட் தங்கத்தின் விலை ரூ 4215. இது அன்றைய தினத்தின் முடிவு விலை. ஆரம்ப விலை 4212. இடையில் 4265 போய்விட்டு, பின்பு மாலையில் 4218க்கு வந்திருக்கிறது.

அதே நாள் HDFC - Gold ETFன் ஒரு யூனிட் தங்கத்தின் விலை ரூ.4226. Birla கம்பெனியின் Gold ETFன் ஒரு யூனிட் தங்கத்தின் விலை ரூ.4340. HDFCக்கும் Birla யூனிட்டுக்கும் ரூ.114 வித்தியாசம். காரணம் அவர்களின் NAV. வாங்குகிற நிறுவனத்திடமே விற்கப்போவதால், இந்த விலை வித்தியாசங்கள் பெரிய அனுகூலமோ பாதிப்போ தராது. நல்ல நிறுவனத்திடம் வாங்க வேண்டும். அவ்வளவுதான். அதற்கு தரகரையோ, நிதி ஆலோசகரையோ யோசனை கேட்கலாம்.

இந்த பங்குச் சந்தைகள் காலை 9.15க்கு வர்த்தகம் தொடங்கி விடுகின்றன. மாலை 3.30 வரை இயங்குகின்றன. பங்குத் தரகு நிறுவனம் மூலம் ஒருவர் செக் கொடுத்து எவ்வளவு தங்கம் வேண்டுமானாலும் வாங்கலாம்.

தங்கம் வைத்திருக்கும் நிதியின் யூனிட்டை மட்டுமே வாங்குவதால், வரி கிடையாது. இந்த ஃபண்டு நடத்தும் செலவுகளுக்காக ஓர் தொகை ஒவ்வொரு கிராம் தங்கத்தின் மீதும் கொஞ்சம் விழும். தவிர டி-மேட் கணக்குக்கும் வாடகை உண்டு. ஏற்கனவே பங்குகளுக்காக டி-மேட் கணக்கு இருந்தால், இதற்கென்று தனி செலவு இல்லை.

வாங்கும் தங்கத்தைச் சோதிக்க வேண்டியது இல்லை. அதனால் மாத்து (பியூரிட்டி), எடை போன்ற சிக்கல்கள் இதில் கிடையாது. எப்போது வேண்டுமானாலும் விற்கலாம். அல்லது விற்காமலேயே கூட வைத்துக்கொள்ளலாம். அவரவர் விருப்பம்.

மொத்தத்தில் வாங்குவது, விற்பது, வைத்திருப்பது, பாதுகாப்பது போன்றவற்றில் இது பங்கு அல்லது பரஸ்பர நிதி வர்த்தகம் போலதான். தங்கம் முதலீட்டுக்குத்தான் என்று நினைப்பவர்கள் கோல்ட் இ.டி.எஃப் பற்றி யோசிக்கலாம்.

சில இ.டி.எஃப்களில் வர்த்தகம்

இ.டி.எஃப்-களில் வாங்குவது விற்பது என்பது பலருக்கும் புதிது என்பதால் உதாரணமாக நடப்பில் இருக்கும் ஏதாவது ஒரு இ.டி.எஃப்-ஐ பார்க்கலாம். எடுத்துக்கொள்ளும் உதாரணம், 'HDFC - Gold ETF'. மும்பை பங்குச் சந்தை மற்றும் தேசிய பங்குச் சந்தையில் பட்டியலிடப்பட்டிருக்கிறது. 08.09.2020 செவ்வாய்க்கிழமை அன்று மாலை 3 மணி அளவில் இருந்த அதன் யூனிட் விலை நிலவரம் அதன் வலைதளத்தில் இருக்கிறது. அதைப் பார்த்தால் சில விவரங்கள் புரியும்.

பங்குகள் போலவே பரஸ்பரநிதிகளின் யுனிட்களும் வெவ்வேறு முகமதிப்புகளில் இருக்கும். இந்த இ.டி.எஃப் யூனிட்டின் முக மதிப்பு ரூ.100. அந்த நேரத்தில் 100 ரூபாய் முக மதிப்புள்ள HDFC Gold இ.டி.எஃப்பின் ஒரு யூனிட் நாலயிரத்து 585 ரூபாய் 20 காசுகளாக இருக்கிறது.

வெளிச்சந்தையில் வாங்குவதால் முகமதிப்பு பற்றி கவலைப்படத் தேவை இல்லை. அதேபோல அதை வாங்குகிற அந்த நேரம் தங்கம் ஒரு கிராம் சந்தையில் என்ன விலை என்று கவலைப்படத் தேவை இல்லை. இவற்றுக்கான காரணங்களைப் பின்னால் பார்க்கலாம்.

இதே ஒரு யூனிட் கடந்த 52 வாரங்களில் மிகக் குறைந்த விலையாக ஒரு நேரம் இருந்திருப்பது ரூ.3337.50. மிக அதிகபட்ச விலையாக இருந்திருப்பது ரூ.5338.50.

இந்த ஒரு குறிப்பிட்ட நாளிலேயே ரூ.4571.20, ரூ.4598.75 ஆகிய விலைகளிலும் வர்த்தகங்கள் ஆகியிருக்கிறது. நான் பார்த்த நேரம் அதன் விலை ரூ.4585.20.

வாங்க விருப்பப்படுபவர்கள் தரகரிடம் தொலைபேசியில் தெரிவித்தோ நேரில் சென்றோ அல்லது கடவுச்சொல் (பாஸ்வேர்ட்) பெற்றிருக்கும் பட்சம், அவர்களுடைய இணையதளம் மூலமாக தானே நேரடியாக எவ்வளவு வேண்டுமானாலும் வாங்கலாம். ஏற்கனவே வாங்கியது தனது டி-மேட் கணக்கில் இருந்தால், விரும்பினால் விற்கலாம்.

இதே இந்த 100 ரூபாய் முக மதிப்புள்ள யூனிட் முந்தைய நாளான 7.9.2020 திங்களன்று ரூபாய் 4575-ல் முடிவுற்று இருக்கிறது. இன்று பெரிய மாற்றம் இல்லை.

இ.டி.எஃப் விலை மாற்றங்கள் எல்லாம் வெளிச்சந்தையில் நிகழும் தங்கத்தின் விலைப் போக்கை ஒட்டியே இருக்கும். அதே படத்தில் பார்த்தால் தெரியும், இந்த இ.டி.எஃப்-ல் போட்டிருந்த பணமதிப்பு கடந்த 6 மாதங்களில் 16.61 சதவிகிதம் உயர்ந்திருக்கிறது. கடந்த ஓராண்டில் 32.2 9% உயர்ந்திருக்கிறது. (கொரானா கொடுத்த வாய்ப்பு)

படத்தில் இருக்கும் மற்றொரு தகவல் வர்த்தக நேரம் முழுதும் விலைகள் சற்று உயர்ந்தும் தாழ்ந்தும் மாறிக்கொண்டே இருந்திருக்கின்றன என்பதை. படம் காட்டுவது ஒரு நாளைய ஒரு பகுதி நேரத்தில் நடந்த விலை மாற்றங்கள். வர்த்தக நேரம் முடிந்தபின் பார்த்தால் முழுநாளின் விலைப்போக்கு தெரியவரும். ஒரு நாளில் நடந்ததைப் பார்ப்பது போலவே எந்த ஒரு (கடந்த) காலத்துக்கும் பார்க்கலாம்.

அ) கடந்த மூன்று மாதங்களில் நிகழ்ந்த விலை மாற்றத்தைக் காட்டும் சார்ட்.

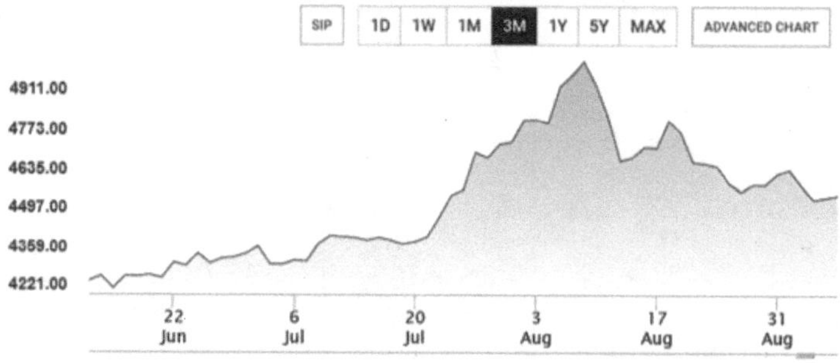

மே, ஜூன் மாதங்களில் ஒரு யூனிட் ரூ.4200க்கு அருகில் இருந்த விலை, ஆகஸ்ட் முதல் வாரத்தில் ரூ.4900 என்ற அளவுக்கு உயர்ந்திருக்கிறது. அதன் பின் வேகமாகக் குறைந்து ரூ.4680க்கு வந்திருக்கிறது.

ஆ) கடந்த ஓர் ஆண்டில் நிகழ்ந்த விலை மாற்றத்தைக் காட்டும் சார்ட்.

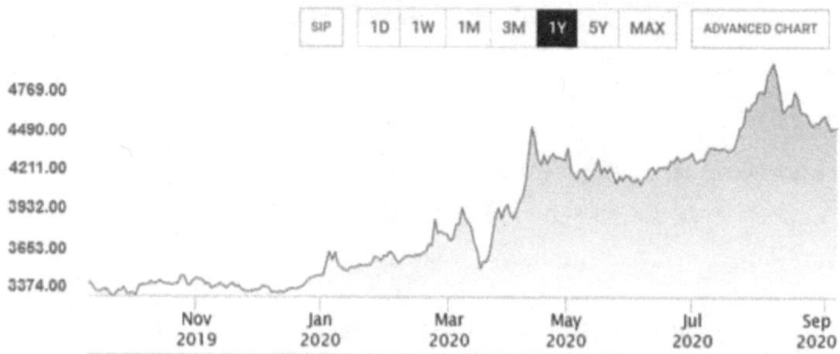

2019ம் ஆண்டெல்லாம் ரூ.3375க்கு அருகில்தான் இருந்திருக்கிறது. கொரோனா ஆரம்பித்த ஜனவரி முதல் விலை உயரும் வேகத்தைப் படத்தில் காணலாம். பணத்துக்கு மிக கடுமையான தட்டுப்பாடு வரலாம் என்றிருந்த மார்ச் 2020 கடைசி வாரத்தில் முதலீட்டாளர்கள் தங்கத்தையும் விற்றார்கள்.

இ) கடந்த ஐந்து ஆண்டுகளில் நிகழ்ந்த விலை மாற்றத்தைக் காட்டும் சார்ட்.

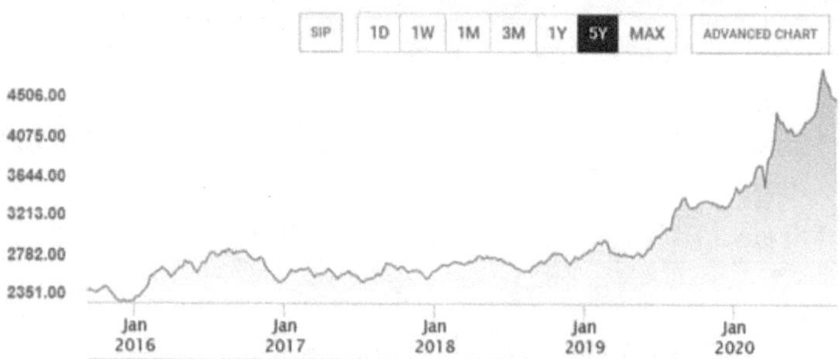

2016, 2017, 2018 ஆகிய ஆண்டுகளில் விலை உயரவில்லை.

ஈ) கடந்த 8 ஆண்டுகளில் நிகழ்ந்த விலை மாற்றத்தைக் காட்டும் சார்ட்.

2012, 2013ம் ஆண்டுகள் பரவாயில்லை.

வெவ்வேறு இ.டி.எஃப்கள் ஒப்பீடு

இதுவரை பார்த்தது எச்.டி.எப்.சி கோல்ட் இ.டி.எஃப். இனி வேறு சில கோல்ட் இ.டி.எஃப்-களின் விலைகளைச் சுருக்கமாக ஓர் ஒப்பீட்டுக்காகப் பார்க்கலாம்.

எல்லா கோல்ட் இ.டி.எஃப்களும் தங்கத்தில்தான் முதலீடு செய்கின்றன. அப்படி இருக்கும்போது பல்வேறு இ.டி.எஃப்களுக்கு இடையே அவை தரும் லாபத்தில் வேறுபாடு இருக்குமா என்ற கேள்வி வரலாம்.

சந்தையில் இயங்கும் சில கோல்ட் இ.டி.எஃப்கள் ஒப்பிடக்கூடிய காலத்தில் எவ்வாறு செயல்பட்டிருக்கின்றன, என்ன வருமானம் ஈட்டியிருக்கின்றன என்று HDFC அதன் வலைதளத்தில் விவரம் கொடுத்திருக்கிறது. ஆம் ஒரு நிறுவனம் ஏனைய நிறுவனங்களின் விவரங்களையும் கொடுத்திருகிறது. கூடுதல் புரிதலுக்காக அவற்றையும் பார்த்துவிடலாம்.

இ.டி.எஃப்	விலை	விலை மாற்றம்
1. HDFC - Gold ETF	4585.20	9.25 (0.20%)
2. Nippon India Gold	44.92	0.17 (0.38%)
3. UTI Gold ETF	4639.95	10.40 (0.22%)
4. Most Shar.NASDAQ	837.70	4.24 (0.51%)
5. SBI Gold ETS	4586.50	21.00 (0.46%)

ஒரு குறிப்பிட்ட நாளில் தங்கம் என்பது விலை மற்றம் இந்தியாவில் இருக்கிற அத்தனை நிறுவனங்களுக்கும் ஒரே போலதான். அதனால்தான் நாம் படத்தில் பார்க்கிற ஐந்து வெவ்வேறான கோல்டு

இ.டி.எஃப்-களும் குறிப்பிட்ட தினத்தில் விலை மாற்றத்தில் பெரிய வித்தியாசம் காட்டவில்லை. மோஸ்ட் ஷார், நேஸ்டாக் தவிர. அது அமெரிக்காவில் இயங்கும் இ.டி.எஃப். அதனால் டாலர் விலை மாற்றமும் அமெரிக்க விலை மாற்றமும் சேர்ந்தது அது.

படத்தில் முதலில் இருக்கிற HDFC Gold இ.டி.எஃப் விலை மாற்றம் ரூ.9.25. இரண்டாவது இருக்கிற இந்தியா கோல்ட் 17 காசுகள் உயர்வு. மூன்றாவதாகக் காட்டப்பட்டிருக்கும் UTI கோல்டு இ.டி.எஃப் ரூ.10.40 உயர்வு. நான்காவதாக இருக்கும் மோஸ்ட் ஷார் நேஸ்டாக் ரூ.4.24 உயர்வு. SBI கோல்டு 21 ரூபாய் உயர்வு.

விலை மாற்றத்தைச் சதவிகிதத்தில் பார்த்தால் மொத்ததில் விலை மாற்றம் என்பது மிக சிறிய அளவில்தான்.

ஒரே போல தங்கத்தில் முதலீடு என்ற விதத்தில் ஒரே போலதான் என்றாலும் அனைத்து இ.டி.எஃப்-களும் ஒன்றல்ல.

- எவ்வளவு தங்கம் வாங்கி விற்கப்படுகிறது;
- ஒரே தினத்திலேயே பல்வேறு நேரங்களில் வெவ்வேறு விலைகளில் வர்த்தகமாகும் தங்கத்தை எந்த இ.டி.எஃப் திறமையாக, குறைந்த விலையில் வாங்குகிறது; அதிக விலையில் விற்கிறது;
- எந்த நிறுவனத்தின் நிர்வாகச் செலவுகள் கூடுதல் அல்லது குறைவாக இருக்கிறது;
- மொத்தப் பணத்தில் 90-95% பணம்தான் தங்கத்தில் முதலீடு செய்யப்படுகிறது, மீதம் ரொக்கமாகவோ டெபாசிட்டு களாகவோ இருக்கலாம்... அதில் எவ்வளவு பணத்துக்கு தங்கததைக் குறைந்த விலையில் வாங்கின, எவ்வளவு தங்கத்தை அதிக விலையிருக்கும்போது வாங்கின;

என்பது போன்றவற்றால், இ.டி.எஃப்களுக்கு இடையிலான ‘செயல்பாட்டில்’ லாபத்தில் வேறுபாடு இருக்கத்தான் செய்யும்.

இ.டி.எஃ தங்கம் வாங்க

கோல்ட் இ.டி.எஃப் வாங்க வேண்டும் என்றால் பங்குத் தரகர் எவரிடமாவது வர்த்தக கணக்கும் டி-மேட் கணக்கும் தொடங்க வேண்டும். தவிர ஒரு வங்கிக் கணக்கும் தேவை.

எச்.டி.எப்.சி, ஐசிஐசிஐ, ரெலிகேர், கோட்டக், ஷேர்கான், மோத்திலால் ஆஸ்வால் என்று பல பங்குத் தரகு நிறுவனங்கள்

இருக்கின்றன. இவற்றை ஸ்டாக் புரோக்கிங் கம்பெனி என்பார்கள். இந்தத் தரகு நிறுவனங்களின் கீழ் இயங்கும் சப்-புரோக்கர்களும் நிறைய இருக்கிறார்கள்.

புரோக்கிங் நிறுவனத்தைத் தேர்வு செய்யும்போது அந்த நிறுவனம் செபி (SEBI) என்ற கண்காணிப்பு ஆணையத்தின் பதிவு பெற்ற நிறுவனமா என்று அவசியம் தெரிந்துகொள்ளவேண்டும். அந்தப் பதிவு அவசியம்.

டி-மேட் கணக்குகளைத் திறக்க வருமான வரி கணக்கு எண் -PAN- முகவரி அட்டை மற்றும் அடையாள அட்டை ஆகியவை தேவை.

வரி

தங்கத்தை நகையாகவோ நாணயமாகவோ கட்டியாகவோ வாங்கினால் மொத்தத் தொகையின் மீது 3 சதவீதம் ஜிஎஸ்டி வரி கட்டவேண்டும். வேறு வரிகள் இல்லை.

இ.டி.எஃப்-ல் தங்கம் வாங்கினால் ஜிஎஸ்டி வரி இல்லை. வேறு எந்த வரியும் இல்லை. தரகர் கமிஷன் மட்டும் உண்டு. அது 100 ரூபாய்க்கு 10 காசு (0.1%) என்ற அளவில் இருக்கும். 5,000 ரூபாய்க்கு வாங்கினால் 50 ரூபாய்.

பங்குகள் தொடர்பானவற்றை பரஸ்பரநிதிகள் போன்றவற்றை வாங்கினால் செக்யூரிட்டி டிரான்சாக்ஷன் டேக்ஸ் STT உண்டு. இ.டி.எஃப்-க்கு அதுவும் இல்லை.

இ.டி.எஃப்-ல் தங்கம் வாங்கியதை வாங்கிய தேதியில் இருந்து மூன்று ஆண்டுகளுக்கு முன்பாக விற்றால், வாங்கிய விலையை விட அதிக விலைக்கு விற்றால் கிடைக்கும் லாபத்தை விற்ற நிதி ஆண்டின் வருமானமாக காட்டவேண்டும். உரிய Slab-ல் வருமான வரி கட்டவேண்டும்.

வாங்கிய தேதியில் இருந்து 3 ஆண்டுக்களுக்குப் பின் விற்று அதில் லாபம் இருந்தால் அது, ‘லாங் டர்ம் கேப்பிடல் கெயின்’ ஆக கருதப்பட்டு, ‘இண்டெக்சேஷன் பெனிஃபிட்’ க்குப் பின் வரும் தொகையின்மீது 20 சதவீதம் வரி கட்டவேண்டும்.

இண்டெக்சேஷசன் பெனிபிட் என்றால், முதலீடு செய்த தொகை பணவீக்கம் காரணமாக ஓரளவு பெருகி இருக்கவேண்டும். அதன் மீது வரி இல்லை. மீதித்தொகைக்குத்தான் வரி.

ஒருவர் லட்ச ரூபாய்க்கு 2017ம் ஆண்டு ஆகஸ்ட் மாதம் இ.டி.எஃப்ல் தங்கம் வாங்கியிருந்து அதை 2020ம் ஆண்டு செப்டெம்பர் மாதம் ரூபாய் லட்சத்து 40 ஆயிரத்துக்கு விற்றால் அவருக்கு லாபம் 40 ஆயிரம். ஆனால் அவர் 'இண்டெக்சேஷன் பெனிஃபிட்' க்குப் பின் சுமார் 34, 000 ரூபாய்க்கு மட்டும் வரி கட்டவேண்டி வரும்.

'இண்டெக்சேஷன் பெனிஃபிட்' கணக்கிட மத்திய அரசு வெளியிடும் Cost Inflation Index (CII) தேவை. அதை வைத்துதான் எந்த ஆண்டுக்கு எவ்வளவு என்று தெரியும். ஆடிட்டர்களுக்கு 'இண்டெக்சேஷன் பெனிஃபிட்' கணக்கிடத் தெரியும். அவர்கள் உதவியோடு செய்யலாம்.

8

இ-கோல்டு

தங்கம் வேண்டும். அதுவும் தங்கமாகவே வேண்டும். ஆனால் அதைப் பொருளாக வாங்கி அதில் காரட், எடை மற்றும் அதற்குக் கட்டவேண்டிய ஜிஎஸ்டி வரி போன்ற சிரமங்கள் வேண்டாம். தவிர எனக்கு இ.டி.எஃப் எல்லாம் தெரியாது என்றெல்லாம் நினைப்பவர்கள் என்ன செய்யலாம்?

அவர்களுக்கு ஒரு வாய்ப்பு இருக்கிறது. அந்த வாய்ப்பின் பெயர், இ-கோல்ட். இ-கோல்ட் என்றால், எலக்ட்ரானிக் கோல்டு.

தேசிய பங்குச் சந்தை NSE யில் நேஷனல் ஸ்பாட் எக்ஸ்சேஞ்ச் லிமிடெட் NSEL என்று ஒரு அமைப்பு இருக்கிறது. பங்கு தரகர் மூலம் சொல்லி, அல்லது தானே தரகு நிறுவனத்தின் இணையதளம் மூலமாகவும் பல்வேறு எடைகளில் இருக்கும் தங்கம் வாங்கலாம்.

இ-கோல்டை நாணயம், பிஸ்கெட் என்று சொல்ல முடியாது. காரணம், எலெக்ட்ரானிக் என்பதால் இதில் பொருள் (பிசிக்கல் கோல்ட்) இல்லை. அளவு மட்டும்தான் உண்டு.

ஒரு கிராம், இரண்டு கிராம், மூன்று கிராம் போல எத்தனை நூறு கிராம்கள் வேண்டுமானாலும் வாங்கலாம். 67, 26, 32 என்று எந்த எண்ணிக்கையிலும் வாங்கலாம். என்றைக்கு வாங்குகிறோமோ, நமக்கு காண்ட்ராக்ட் போடப்படுகிறதோ அந்த நாளிலிருந்து இரண்டு வேலை நாட்களுக்குள் நம்முடைய டி-மேட் கணக்குக்குத் தங்கம் வந்துவிடும். இதை T+2 செட்டில்மெண்ட் என்பார்கள்.

இப்படி வாங்கும் தங்கத்தை முன் சொன்ன முறைகளில் ஏதாவது ஒன்றின் வழியாக விற்கவும் செய்யலாம். நம்முடைய டி-மேட் கணக்கில் இருந்து தங்கம் எடுத்துக்கொள்ளப்படும். அதற்குரிய பணம் நம்முடைய வங்கிக் கணக்கில் வரவு வைக்கப்படும். எளிதாக உடனடியாக வாங்கலாம், விற்கலாம். எடை, விலை, தரம் ஆகிய சரிபார்ப்புகள் தேவையில்லை. நாடு மொத்தத்துக்கும் ஒரே விலைதான். எந்த மாறுபாடும் இல்லை.

இ.டி.எஃப் போல, இ-கோல்ட்டில், அந்தக் குறிப்பிட்ட நிர்வாகம் எப்படிச் செயல்படுகிறது? நிதி மேலாளர் திறமையானவரா? எப்போது வாங்கினார்கள்? எப்போது விற்றார்கள்? ஒரு இ.டி.எஃப்க்கும் மற்றொரு இ.டி.எஃப்க்கும் இடையில் வேறுபாடு உள்ளதா? எது சிறப்பானது போன்ற ஒப்பிடுதல்கள் இல்லை. தவிர, இ.டி.எஃப் நிறுவனம் எழுதும் நிர்வாகச் செலவுகளும் நாம் வாங்கும் தங்கத்தின் விலையில் சேராது.

பங்குகளை வாங்கும் வசூலிக்கப்படும் தரகு கமிஷன் போல வாங்குகிற தங்கத்தின் மொத்த தொகையின் மீது கால் சதவீதத்துக்கும் குறைவாக புரோக்கரேஜ் மட்டும் போடுவார்கள்.

இ-கோல்ட் - இ.டி.எஃப் : வரியில் வேறுபாடுகள்

இ.டி.எஃப் யூனிட்டை வாங்கிய ஒரு ஆண்டுக்கு முன்னர் விற்று, அதில் லாபம் கிடைத்தால் அது 'ஷார்ட் டர்ம் கேப்பிடல் கெயினாகக் கருதப்படும். லாபத்துக்கு 20 சதவீதம் வரி. ஒரு ஆண்டுக்குப் பின் விற்று அதில் லாபம் கிடைத்தால், அந்தத் தொகை 'லாங் டர்ம் கேப்பிடல் கெயின்' LTCG. வரி, 10 சதவிதம்தான்.

இ-கோல்ட்-டை மூன்று ஆண்டுகளுக்கு முன்னர் விற்றால், 20% வரி. மூன்று ஆண்டுகளுக்கு பிறகு விற்று லாபம் கிடைத்தால் 10% வரி.

இ-கோல்டு மற்றும் கோல்டு இடிஎஃப்-ஐ வார நாட்களில் மட்டுமே சந்தை நடக்கும் நேரங்களில் மட்டுமே வாங்கி விற்க முடியும்.

இரண்டு வகைகளுமே தங்கத்தை பின்னால் டெலிவரி எடுக்க விருப்பப்படுகிறவர்களுக்கு டெலிவரி கொடுக்கப்படும். இ-கோல்ட் என்றால் குறைந்தபட்சம் 8 கிராம். இ.டி.எஃப் குறைந்தபட்சம் 500 கிராம் ஆக இருக்க வேண்டும். (இந்த வரிகள் எல்லாம் ஜனவரி 2021 நிலவரப்படி.)

9

கமாடிட்டி சந்தையில் தங்கம் வாங்குவது

கமாடிட்டி சந்தையில் தங்கம் வாங்குவது குறித்து இப்போது பார்ப்போம். பெரும்பாலும் சாதாரண மனிதர்கள் அவர்களது நகைத் தேவைகளுக்காக மற்றும் முதலீட்டுக்காக கமாடிட்டி சந்தையில் தங்கம் வாங்குவது இல்லை. வர்த்தகர்கள்தான் அங்கே அதிகம். அதற்குப் பல காரணங்கள் உண்டு.

முதலாவது காரணம், இங்கே தங்கத்தை வாங்க அதற்குரிய முழு பணம் கட்டத் தேவையில்லை. அதேபோல வாங்கும் தங்கத்தை டெலிவரி எடுக்க வேண்டிய அவசியமும் இல்லை. அப்படி என்றால் அங்கே தங்கத்தை வைத்து என்னதான் செய்கிறார்கள்?

பொருட் சந்தைகளில் வர்த்தகம். டிரேடிங் செய்கிறார்கள்.

இங்கே தங்கத்தை வாங்குவதற்கு முன்பணம் (மார்ஜின் மணி) கட்டினால் போதும். ஒரு குறிப்பிட்ட காலம் வரை அந்த முன்பணம் செல்லுபடியாகும். அந்த காலகட்டத்துக்குள் வாங்கிய தங்கத்தை விற்று விடலாம். விலை உயர்ந்திருந்தால் வாங்கியவருக்கு லாபம். இறங்கியிருந்தால் நட்டம்.

ஆம். இது முதலீடு செய்வதற்கான இடம் என்று சொல்வதை விட, தங்கத்தை வர்த்தகம் செய்வதற்கான இடம் என்று சொல்லலாம். தங்கத்தை மட்டும் அல்ல. வெள்ளி, செம்பு. போன்ற பல உலோகங் களையும், கச்சா எண்ணெய், இயற்கை எரிவாயு உள்ளிட்ட எரி பொருட்களையும், மஞ்சள், பருப்பு வகைகள் போன்ற பல்வேறு

நூற்றுக்கணக்கான மளிகைப் பொருட்களையும் வர்த்தகர்கள் பொருள் சந்தையில் தினந்தோறும் வாங்குகிறார்கள் விற்கிறார்கள். இப்படியாக இணையம் மூலம் நாடு முழுவதிலிருந்தும் வியாபாரம் நடக்கிறது.

MCX சந்தையில் வர்த்தகம் ஆகும் பொருட்களின் வகைகள்

தங்கம்/வெள்ளி	உலோகங்கள்	எரிசக்தி	வேளாண்
தங்கம்	அலுமினியம்	கச்சா எண்ணெய்	மிளகு
தங்கம் மினி	தாமிரம்	இயற்கை எரிவாயு	ஏலக்காய்
தங்கம் கினியா	ஈயம்		கடுகு விதை
தங்கம் பெட்டல்	நிக்கல்		பருத்தி
வெள்ளி	துத்தநாகம்		கச்சா பாமாயில்
வெள்ளி மினி			மெந்தா எண்ணெய்
வெள்ளி மைக்ரோ			RBD பாமாயில்

MCX சந்தையில் வர்த்தகம் ஆகும் பொருட்களின் வகை வாரிப் பட்டியல்

MCXல் விற்பனைக்கான பட்டியல்	MCXல் விற்பனைக்கான பொருட்களின் பொருட்களின் ஒப்பந்தங்களின் பட்டியல்
1. அலுமினியம்	அலுமினியம் / அலுமினியம் மினி
2. பித்தளை	பித்தளை
3. ஏலக்காய்	ஏலக்காய்
4. கடுகு விதை	கடுகு விதை
5. தாமிரம்	தாமிரம்
6. பருத்தி	பருத்தி
7. கச்சா பாமாயில்	கச்சா பாமாயில்
8. கச்சா எண்ணெய்	கச்சா எண்ணெய் / கச்சா எண்ணெய் மினி
9. தங்கம்	தங்கம்/தங்கம் கினியா/தங்கம் மினி/தங்கம் பெட்டல்
10. ஈயம்	ஈயம் / ஈயம் மினி
11. மெந்தா எண்ணெய்	மெந்தா எண்ணெய்
12. இயற்கை எரிவாயு	இயற்கை எரிவாயு
13. நிக்கல்	நிக்கல்
14. மிளகு	மிளகு
15. RBD பாமாயில்	RBD பாமாயில்
16. வெள்ளி	வெள்ளி
17. துத்தநாகம்	துத்தநாகம், துத்தநாகம் மினி

பங்குகளை வாங்கி விற்க எவ்வாறு தேசிய பங்குச்சந்தை மற்றும் மும்பை பங்குச் சந்தை என்று இரண்டு பெரிய பங்கு சந்தைகள் இருக்கின்றனவோ அதேபோல இந்தியாவில் பொருட்களை விற்பதற்கும் வாங்குவதற்கும் குறிப்பாக ஆன்லைனில் வாங்க விற்க, அதுவும் பெரிய அளவுகளில் வாங்க விற்க மல்டி கமோடிட்டி எக்ஸ்சேஞ்ச் (MCX) என்று ஒரு சந்தை. நேஷனல் கமோடிட்டி எக்ஸ்சேஞ்ச் (NCDX) என்று மற்றொரு சந்தை. இவை இரண்டும் இந்தியாவில் பல ஆண்டுகளாக இயங்கி வருகின்றன.

இந்தச் சந்தைகளில் தங்கத்தை வாங்கலாம். முன்பணம் கூட்டினால் போதும். அது வாங்குகிற மொத்தத் தொகையில் 10% என்கிற அளவாக இருக்கும். இந்த சதவீதம் சமயங்களில் மாற்றப்படும். இதில் வாங்குகிற தங்கத்தை டெலிவரி எடுக்காமல் விற்று லாபம் பார்க்கலாம். அல்லது, கண்டிப்பாகப் பொருளாகத்தான் வேண்டும் என்றால் அப்படியும் பெற முடியும். குறிப்பிட்ட நகரங்களில் அமைந்திருக்கும் அலுவலகங்களில் போய் வாங்கிக்கொள்ள வேண்டும்.

வர்த்தகம் முழுதும் 24 காரட் தங்கத்தில்தான். 22 காரட் தங்கம் கிடையாது. தங்கம் (கோல்ட்) என்பது கோல்ட் மினி, கோல்ட் கினியா மற்றும் கோல்ட் பெட்டல் என்ற மூன்று அளவுகளில் மட்டுமே கிடைக்கும். இவைதான் மார்க்கெட் லாட். இவற்றின் மடங்குகளில் வாங்கலாம் விற்கலாம். இடைப்பட்ட அளவுகளில் கிடையாது.

பிரிவுகள்	வாங்கி விற்கக்கூடிய அளவு (லாட் சைஸ்)
கோல்ட்	ஒரு கிலோ கிராம்
கோல்ட் மினி (Gold mini)	100 கிராம்
கோல்ட் குனியா (Gold Guinea)	8 கிராம்
கோல்ட் பெட்டல் (Gold Petal)	1 கிராம்

எப்&ஓ பகுதியில் அனுமதிக்கப்பட்டிருக்கும் பங்குகளை கையில் இல்லாமலே 'பியூச்சர்ஸ்-ஆப்ஷன்ஸ்' பகுதியில் விற்கலாம். அதன் பின் எப்போது வேண்டுமானாலும் குறிப்பிட்ட நாட்களுக்குள், விற்றதை வாங்கி நேர் செய்துகொள்ளலாம். அதிக விலைக்கு விற்றுக் குறைந்த விலைக்கு வாங்கினால் லாபம். மாற்றி நடந்தால் நட்டம். ஆம். வாங்கியதை, கையில் இருப்பதை விற்பது தவிர முதலில் விற்றுவிட்டுப் பின்னால் வாங்கி நேர் செய்துகொள்ளலாம்.

பங்கு விலைகள் அதிகம் போய்விட்டது, இனி விலை இறங்கத்தான் வேண்டும் என்று கணிப்பவர்கள், உயர்வான விலைகளில் விற்று வைப்பார்கள். இதை 'சந்தை மொழி'யில் 'ஷார்ட் அடிப்பது' என்பார்கள். பின்னர் அவர்கள் எதிர்பார்த்ததுபோல விலை இறங்கியதும், விற்றதை வாங்கிவிடுவார்கள். அவர்கள் எதிர் பார்த்ததுபோல விலை இறங்காமல் மேலும் உயர்ந்தாலும் அவர்கள் ஒப்பந்தம் போட்டிருக்கிற நாட்களுக்குள் எந்த விலையானாலும் வாங்கி, 'கவர்' செய்தாக வேண்டும்.

அந்த காண்ட்ராக்ட் காலத்துக்குள் வாங்கியிருந்தால் விற்றும், விற்றிருந்தால் வாங்கியும் நேர்செய்துகொள்ளவேண்டும். இதன் பெயர் சந்தை மொழியில் 'கவர் செய்வது' என்பார்கள். 'ஷார்ட் கவரிங்' என்றும் சொல்வதுண்டு.

MCX சந்தையில் வர்த்தகம் நடைபெறும் சில பொருட்களும்
அவற்றின் ஒப்பந்த முடிவு தேதிகளும்

அப்படி முன்கூட்டியே விற்றுவிட்டு பின்னால் வாங்கிக்கொள்ளும் வாய்ப்பு பங்குச் சந்தைகளில் இருப்பதைப் போலவே கமாடிட்டி சந்தைகளிலும் உண்டு.

எப்போதெல்லாம் தங்கம் மிக அதிகமாக விலை உயர்ந்திருக்கிறது என்று தோன்றுகிறதோ அப்போதெல்லாம் சிலர் விற்பார்கள். அதாவது ஷார்ட் போவார்கள். அவர்கள் அதற்கான மார்ஜின் பணம் மட்டும் கட்டினால் போதும். முழுப்பணம் வேண்டாம். இப்படி எல்லாம் அனுமதிக்கப்படும் காரணத்தினால் இந்தச் சந்தையை பெரும்பாலும் வர்த்தகர்கள் நன்கு பயன்படுத்திக்கொள்கிறார்கள்.

வர்த்தகர்கள் தவிர பெரிய நகை வியாபாரிகளும் பயன்படுத்திக் கொள்கிறார்கள். அவர்கள் பெரிய ஆர்டர்கள் எடுக்கிற போது அதற்குத் தேவைப்படும் தங்கத்தை சாதகமான விலைகள் நடக்கிறபோது மார்ஜின் பணம் கட்டிப் பெரிய அளவுகளை வாங்கலாம். அல்லது சந்தையில் நல்ல விலைகள் நடக்கிறபோது

அவர்கள் வைத்திருக்கும் 'ஸ்டாக்' அளவுக்கு விற்றும் வைப்பார்கள். இதை 'ஹெட்ஜ்' (Hedge) செய்வது என்பார்கள்.

'எல்லாம் சரி. இந்தச் சந்தைக்கும் சாதாரண மக்களுக்கும் என்ன தொடர்பு? தங்கம் பற்றிய நம்முடைய நகை வாங்குதல் மற்றும் முதலீட்டுத் தேவைகளுக்கு இந்தத் தகவல்கள் எல்லாம் அவசியம் இல்லையே!' என்று சிலருக்குத் தோன்றலாம்.

அப்படிவிட்டுவிட முடியாது. பொருட்சந்தை குறித்தும் ஓரளவேனும் தெரிந்து கொண்டால் நிச்சயம் உதவிதான். காரணம், தங்க வர்த்தகம் 'பொருட் சந்தை'களில்தான் மிக அதிக அளவில் நடக்கிறது. பல்வேறு நாடுகளில் தினசரி நடக்கிறது. அதன் காரணமாக விலையின் போக்கில் இந்தச் சந்தைகள் கணிசமான தாக்கம் கொடுக்கக்கூடியவை. அதிலும் குறிப்பாக தங்கம் ஒரு சர்வதேச முதலீட்டு மற்றும் வர்த்தகப் பொருள் என்பதால் பல்வேறு நாடுகளில் இயங்கும் பொருட்சந்தைகளின் விலை மாற்றங்கள், ஆபரணத் தங்கம், தங்க நாணயங்கள், கட்டிகள் மற்றும் இ.டி.எஃப் தங்கம் போன்ற சந்தைகளின் செயல்பாடுகள் தங்க விலைகளில் தாக்கம் கொடுக்க வல்லவை.

இதற்கு உதாரணம் சொல்லவேண்டுமென்றால் சமீபத்திய கொரானா காலகட்டத்தில் குறிப்பாக 2020ம் ஆண்டு, ஆகஸ்ட் மாதம் தங்கத்தின் விலை மிகக் கடுமையாக உயர்ந்ததற்கு இந்த பொருட்சந்தைகளில் நிகழ்ந்த சிலவும் காரணம்.

கொரோனா. அதனால் உலகெங்குமே ஊரடங்கு. பல உற்பத்தி மற்றும் வியாபார சந்தைகள் படுத்துவிட்டன. அதனால் பல்வேறு தேசங்களின் பொருளாதார வளர்ச்சி குறைந்துவிட்டது என்றெல்லாம் பெரிய முதலீட்டாளர்கள் நினைத்தார்கள். அதனால் கைவசம் உள்ள செல்வத்தின் மதிப்பு குறைந்து போய்விடாமல் இருப்பதற்காக, அதிலும் குறிப்பாக வங்கிகளில் வட்டி விகிதங்கள் வெகுவாக குறைக்கப்பட்ட பின், அவர்கள் கவனம் தங்கம் பக்கம் திரும்பியது.

பலரும் அப்படி தங்கம் வாங்க, தங்கத்தின் விலை உயர்ந்தது. இந்நிலை தொடரத்தான் போகிறது என்று தெரிந்ததும் முதலீட்டாளர்கள் தவிர பல்வேறு வர்த்தகர்களும் தங்கத்தின் நிச்சய விலை ஏற்றத்தில் பலனடைய எத்தனித்தார்கள். அவர்களுக்கு பொருட்சந்தைகள் பெரிய வாய்ப்பைக் கொடுக்கின்றன. காரணம், கையிலிருக்கும் பணத்தைப்போல எட்டு, பத்து மடங்கு தொகைகளுக்கு தங்கம் வாங்கலாம். விலை உயர்ந்ததும் விற்று விடலாம். இப்படிப்பட்ட அணுமுறை பரவலாகவே, தங்கத்தின் விலை கிடுகிடுவென உயர்ந்தது.

ஆனால், உயர்ந்த விலையில் தங்கத்தால் நிலைக்க முடியவில்லை. அதற்கு காரணமும் அதே பொருட்சந்தைதான். மார்ஜின் பணம் கட்டி வாங்கியதை அவர்கள் குறிப்பிட்ட நாட்களுக்கு மட்டுமே வைத்திருக்க முடியும். பின்னர் நேர் செய்வதற்காக விற்றே ஆகவேண்டும்.

ஆகஸ்ட் 2020ல் பெரிய அளவில் உயர்ந்து,
பின் அதிக அளவில் விலை வீழ்ந்ததைக் காட்டும் சார்ட்.

குறுகிய காலத்தில் பலரும் வாங்கியதால் விலை உயர்ந்தது. குறுகிய கால விலை உயர்வு அதற்கு முன்பே வாங்கி, பல காலமாக வைத்திருந்தவர்களின் கவனத்தைக் கவர்ந்தது. விலை ஏற்றத்தை நல்ல வாய்ப்பாகப் பார்த்து அவர்கள் விற்று லாபங்களைப் பதிவு செய்தார்கள். அவர்கள் விற்றது மட்டுமல்ல, கையில் இல்லாமலேயே விற்று 'ஷார்ட்' செய்பவர்களுக்கும் அப்போதைய விலை உயர்வு கணிசமான வாய்ப்பாகத் தெரிந்தது. அவர்களும் விற்றார்கள். இப்படி பலரும் விற்க விலை விழுந்தது.

அதன் பின் தங்கத்தின் விலை விழுவதற்கும் இவர்கள்தான் காரணமாக இருப்பார்கள். உலக அளவில் பொருளாதார நிலையில் மாற்றம் இல்லாதபோதும் குறுகிய காலத்தில் மிக அதிக வேகத்தில் தங்கம் விலை இவர்களால் ஏற்றப்பட்டது. இதனால் ஓரளவு உயர்ந்த பின் தங்கம் மேலும் உயராமல் தயங்கும். ஆனால், ஒரு குறிப்பிட்ட காலத்துக்குள் இவர்கள் வாங்கியதை விற்றாக வேண்டும். கணக்கை நேர்செய்துகொண்டாக வேண்டும். லாபமோ நட்டமோ ஏற்றுக் கொள்ளத்தான் வேண்டும்.

மீண்டும் மார்ஜின் பணம் கட்டினால் புதிய ஒப்பந்தம் போட்டால்தான் அடுத்து அவர்கள் வாங்கலாம். இப்படி இருக்கும் பட்சத்தில் ஒரு சேர பலரும் அவர்கள் கணக்கை நேர் செய்ய தங்கத்தை விற்பார்கள். இந்த

நேரம் வேறு புதியவர்கள் வாங்க முன்வந்தால் சரி. இல்லாவிட்டால் தங்கம் திடீரென விலை மிக அதிகமாக இறங்கும். ஆக, முழுப் பணம் கொடுத்து வாங்குகிற தங்க நகைகள், தங்க நாணயங்கள் மற்றும் இ.டி.எஃப் போன்ற அமைப்புகளுக்கும் இந்த கமாடிட்டி சந்தைக்கும் பெரிய வித்தியாசம் இருக்கிறது. பொருட்சந்தையாலும் மற்ற சந்தைகளில் விலை மாற்றம் ஏற்படுகிறது.

ஆர்பிட்ராஜ்

கமாட்டிட்டி சந்தையில் தங்கத்தில் வர்த்தம் செய்பவர்கள் பல்வேறு வகைகளில் வாங்குதல் விற்றல் செய்து லாபம் பார்க்க முயற்சிப்பார்கள். அதில் ஒரு முறை ஆர்பிட்ராஜ் (Arbirage)என்பது. ஒரே சமயத்தில் ஒரே பொருளுக்கு இரு வேறு இடங்களில் இரு வேறு விலைகள் நடப்பதைக் கண்டுபிடித்து, அந்த வாய்ப்பைப் பயன்படுத்தி லாபம் பார்ப்பது.

அ) 30 செப்டெம்பர் காண்ட்ராக்ட் :
கோல்ட் பெட்டல்

30SEP2020

Sep 15, 20:24
5246.00 ▲1.00 (0.02%)

Open 5,250.00	Avg Price 5,261.33
High 5,280.00	Volume 39,983
Low 5,237.00	Market Lot 1
Bid Price 5,246.00	Offer Price 5,247.00
Bid Quantity 312	Offer Quantity 81
Open Interest 33,846	Change in OI 1,959 (6.14%)

ஆ) 30 அக்டோபர் காண்ட்ராக்ட்:
கோல்ட் பெட்டல்

30OCT2020

Sep 15, 20:24
5255.00 ▲5.00 (0.10%)

Open 5,259.00	Avg Price 5,266.69
High 5,289.00	Volume 6,404
Low 5,236.00	Market Lot 1
Bid Price 5,253.00	Offer Price 5,255.00
Bid Quantity 1	Offer Quantity 4
Open Interest 9,824	Change in OI 886 (9.91%)

இ) 27 நவம்பர் காண்ட்ராக்ட்:
கோல்ட் பெட்டல்

27NOV2020

Sep 15, 20:14
5260.00 ▼-2.00 (-0.04%)

Open 5,275.00	Avg Price 5,274.71
High 5,289.00	Volume 118
Low 5,255.00	Market Lot 1
Bid Price 5,255.00	Offer Price 5,266.00
Bid Quantity 13	Offer Quantity 8
Open Interest 503	Change in OI 23 (4.79%)

ஈ) 31 டிசம்பர் காண்ட்ராக்ட்:
கோல்ட் பெட்டல்

31DEC2020

Sep 15, 19:38
5280.00 ▼-6.00 (-0.11%)

Open 5,300.00	Avg Price 5,292.33
High 5,300.00	Volume 3
Low 5,280.00	Market Lot 1
Bid Price 5,241.00	Offer Price 5,320.00
Bid Quantity 8	Offer Quantity 8
Open Interest 10	Change in OI 1 (11.11%)

மேலே கொடுக்கப்பட்டிருக்கும் படங்களை கவனமாகப் பார்த்தால் விலை ஆர்பிட்ராஜ் குறித்து புரிந்துகொள்ளலாம்.

கோல்ட் பெட்டல் எனப்படும் ஒரு வகையிலேயே வெவ்வேறு மாத காண்ட்ராக்டுகளில் வேறு வேறு விலைகள் நடக்கின்றன. இப்படியாக பெட்டல் மட்டுமல்ல. எல்லா வகைகளிலும் இருக்கும்.

அதேபோல தினசரி விலை மாற்றங்களிலும் வெவ்வேறு வகைகளுக்கு இடையே ஒன்று போலில்லை. *2020* செப்டெம்பர் *15*ம் நிலவரம் கீழே. ஒரே மாத காண்ட்ராக்ட்டில் வெவ்வேறு விலை மாற்றங்கள்.

MCX சந்தையில் தங்கம் வர்த்தகம் - 6 பிப்ரவரி 2021

	ஸ்பாட்	பியூச்சர்ஸ்
கோல்ட் (10 கிராம்)	47768	47260
கோல்ட் மினி (10 கிராம்)	47048	47170
கோல்ட் குனியா (8 கிராம்)	38368	38050
கோல்ட் பெட்டல் (1 கிராம்)	4794	4708

10

தங்கம் இன்னும் விலை உயருமா?

தங்கத்தைப் பற்றி மக்களுக்கு பல கேள்விகள் வரும் வந்துகொண்டே இருக்கின்றன. கொரானா காலத்திலும் அதற்குக் குறைவில்லை.

நானே பல முறை யூடியூபிலும் தொலைக்காட்சிப் பேட்டிகளிலும் விளக்கம் கொடுத்தேன். இன்னும் பலரும் பேட்டிகள் கொடுத்தார்கள். இப்போது தங்கம் வாங்கலாமா? தங்கத்தின் விலை இன்னும் உயருமா? எவ்வளவு வரை போகும்? விலை இனி எப்போது இறங்கும்? எவ்வளவு இறங்கும்?

தங்கத்தின் விலை குறித்து இப்படி அடுக்கடுக்கான கேள்விகள் கேட்கப்பட்டுக்கொண்டே இருக்கின்றன. இப்போது மட்டுமல்ல. எத்தனையோ ஆண்டுகளாக. பத்திரிகைகளில் பேட்டிகள், கட்டுரைகள். ஊடகங்களில் விவாதங்கள்.

எத்தனையோ பொருட்களின் விலைகள் ஏறுகின்றன, இறங்குகின்றன. அவற்றில் பல உயிர் வாழ அவசியமான பொருட்கள். அவற்றின் விலை ஏற்ற இறக்கங்கள் குறித்து எழுப்பப்படும் கேள்விகள் அல்லது அவற்றுக்கான காரணம் குறித்த அலசல்கள் ஆகியவற்றை விட தங்கம் குறித்த கேள்விகளும் அலசல்களும்தான் அதிகம். விடாமல் கேட்கிறார்கள். கேட்டுக்கொண்டே இருக்கிறார்கள்.

செப்டம்பர், 2020ல் முப்பது நாற்பது அரிசிகளின் எடையுள்ள ஒரே ஒரு கிராம் 4,900 ரூபாய் விலை விற்கும் ஒரு பொருள் குறித்து

அக்கறையோடு வசதியானவர்கள் பணக்காரர்கள் மட்டுமல்ல நடுத்தர வர்க்க மக்கள் மட்டுமல்ல; எளிய தினசரி கூலி வேலை செய்து சம்பாதிப்பவர்களும் கவனிக்கிறார்கள், கவலைப்படுகிறார்கள், கேட்கிறார்கள். மொத்தத்தில் தங்கத்தின் விலை ஏற்ற இறக்கங்கள், உலகில் பல தரப்பு மக்களாலும் ஆர்வத்துடன் பெரும் செய்தியாகப் பார்க்கப்படுகிறது.

ஏன் இப்படி?

இந்தியாவில் திருமணம் என்றும் அதற்கு தாலி தேவை என்றும் பன்னெடுங்காலமாய் இருந்து வருகிறது. இந்த விஷயத்தில் வடக்கு தெற்கு கிழக்கு மேற்கு என்ற பேதங்கள் இல்லை. ஏழை, பணக்காரர் என்ற வேறுபாடும் கிடையாது. 'பொட்டுத்தங்கம்' என்பது அதிகம் பயன்படுத்தப்படும் வார்த்தை. பொட்டுத் தங்கம் என்றால், ஒரு கிராம் என்று பொருள் கொள்ளலாம். அது குறைந்த பட்சம்தான்.

வருமானம் அதிகரிக்க அதிகரிக்க மக்கள் முதலில் விரும்பி வாங்குவது தங்கத்தைத்தான். மோதிரங்கள், தோடுகள், வளையல்கள், சங்கிலிகள். அதற்கும் மேல் வசதியும் ஆர்வமும் இருப்பவர்கள் இன்னும் சில நகைகள்.

இப்படியாகக் கோடிக்கணக்கான பெண்கள் இந்தியாவில் இருக்கிறார்கள். மக்கள் தொகை 130 கோடி. அதில் சரிபாதி பெண்கள். ஆக, 65 கோடி பெண்கள்.

65 கோடி பெண்களுமா தங்கத்தை பயன்படுத்துவார்கள் என்ற கேள்வி வரலாம். பெண்களில் சின்ன வயது என்ன, வயதானவர்கள் என்ன? கொஞ்சம் கூடுதல் குறைச்சலாக வேண்டுமானால் இருக்கலாம். ஆனால் நிச்சயமாக அனைத்து தரப்பினரும் சிறு அளவிலேனும் நகை அணிகிறார்கள்.

ஏழை, பணக்காரர் என்ற வேறுபாடுகள் கிடையாதா என்று கேட்கலாம். வேறுபாடு வாங்கும் மற்றும் வைத்திருக்கும் அளவுகளில் இருக்கும். விருப்பங்களிலும் வாங்குவதிலும் அல்ல. ஆனால் இரு, தரப்பினருமே விரும்புகிறார்கள். ஓரளவேனும் வாங்குகிறார்கள்.

இந்தியப் பெண்கள் நகை அணிவது என்பதில் தாலி தவிர மற்ற எந்தத் தங்க நகையிலும் மத வேறுபாடுகளும் இருப்பதாகத் தெரியவில்லை. வளையல்கள், மோதிரம், தோடு, சங்கிலி, ஆரம் போன்றவை எல்லா மதப் பெண்களாலும் அணியப்படுகின்றன. இந்தியாவில் இருக்கும் 65 கோடிப் பெண்களில் 50 கோடிப் பெண்களாவது தங்கத்தை ஏற்கனவே வாங்கியிருக்கிறார்கள். அல்லது வாங்க முயற்சி செய்கிறார்கள்.

அப்படியென்றால் ஆண்கள் தங்கம் அணிவதில்லையா? என்ற கேள்வி வருகிறதா?

அதானே! ஏன் அணியாமல்? பத்து விரல்களிலும் மோதிரங்கள் அணியும் ஆண்கள் உண்டு. கழுத்தில் சங்கிலி, கைகளில் காப்பு அணிந்திருக்கும் இளைஞர்கள், கழுத்தில் தங்க உத்திராட்சம் அணிந்திருப்போர் என்று ஆண்களிலும் தங்க நகை அணிவோர் இருக்கிறார்கள். நூற்றுக்கு 10 பேராவது அல்லது ஐந்து பேராவது ஒரு நகையாவது அணிந்திருக்கிறார்கள். அது ஒரு மூன்று மூன்றரைக் கோடி பேர்!

இதெல்லாம் இந்தியா என்ற ஒரு நாடு பற்றிய கணக்கு மட்டுமே.

மக்கள் தொகையில் பொருளாதார வளர்ச்சியில் மட்டுமல்ல தங்கம் வாங்குவதிலும் இந்தியாவை இரண்டாவது இடத்துக்குத் தள்ளிவிட்டு முதலிடத்தில் இருப்பது சீனாதான். சீனாவின் மக்கள் தொகை என்ன? அங்கு இருப்போர் வருமானம் என்ன? அவர்கள் வாங்கும் தங்கம் எவ்வளவு என்றெல்லாம் பார்த்தால் வியப்பாக இருக்கும்.

இந்தியர்கள் போலவே சீனர்களுக்கும் தங்கம் அவர்கள் கலாச்சாரத்துடன் கலந்திருக்கும்போல. அதனால் சீனாவில் தங்கத்துக்கான மிகப் பெரிய சந்தையே இருக்கிறது.

இந்தியா, சீனா மட்டுமல்ல. இதுபோல சிங்கப்பூர், மலேசியா, ஸ்ரீலங்கா, கொரியா போன்ற நாடுகள் மட்டுமல்ல. ஐரோப்பாவிலும் குறிப்பாக ஜெர்மனி போன்ற நாடுகளில் தங்கத்தின் மீது ஆர்வம் இருக்கிறது. ஜெர்மனியில் மக்களிடம் மட்டும் 9000 டன் தங்கம் இருப்பதாகவும் அதில் பாதி அளவுக்கும் சற்று அதிகமாக நகைகளாக இருப்பதாவும் கணக்குகள் தெரிவிக்கின்றன. அமெரிக்காவிலும் இருக்கிறது. ஆப்பிரிக்காவிலும் இருக்கிறது.

ஆக, மக்கள் தங்கத்தை, அவர்கள் அணியும் ஆபரணங்களாக தொடர்ந்து வாங்கிக் கொண்டே இருக்கிறார்கள். அவர்கள் வருமானம் பெருகப் பெருக அவர்கள் வாங்கும் தங்கத்தின் அளவு அதிகரிக்கிறது.

தங்கத்தை ஒரு பகுதியினர் வாங்குவார்கள். வருமானம் குறைந்து பணத் தேவை ஏற்படுகிறபோது விற்றுப் பணமாக்கிவிடுவார்கள். ஆனால், மற்றொரு பகுதியினர் தங்கம் என்பது வாங்குவது மட்டுமே. விற்பதே இல்லை. இதனால் தங்கத்துக்கான தேவை தொடர்ந்து அதிகரித்துக்கொண்டே இருக்கிறது.

உலக அளவில் மக்கள் தொகை அதிகரிக்க அதிகரிக்க, மக்களின் பொருளாதார வளர்ச்சி கூடக்கூட, தங்கத்தின் விற்பனையும் விலையும் அதிகரிக்கிறது.

தங்கம் என்பது ஆபரணம் என்பதற்காக மட்டும் வாங்கிக் கொண்டு இருப்பவர்கள் ஒரு பகுதி என்றால் தங்கம் வாங்கினால் விலை ஏறுகிறது. வீடுகள், இடங்கள் பங்குகள் வாங்கி விலை ஏறி லாபம் பார்ப்பதுபோல தங்கத்தை வாங்கி வைத்து அதில் லாபம் பார்க்கலாமே என்று நினைக்கிற முதலீட்டாளர்கள் நிறைய வந்துவிட்டார்கள். தங்க காசுகள், பிஸ்கெட்டுகள், காடிகள், பேப்பர் கோல்ட், இ-கோல்ட், இ.டி.எஃப் என பலவிதமான முதலீட்டு வாய்ப்புகளும், பியூச்சர்ஸ் - ஆப்ஷன்ஸ் போன்ற வர்த்தக வாய்ப்புகளும் அதிகரித்துக்கொண்டே போகின்றன.

உலக அளவில் மிகப் பெரும் பணக்காரர்கள் அவர்களுடைய செல்வத்தின் ஒரு பகுதியை கட்டாயமாக தங்கமாக வைத்திருக் கிறார்கள். அவர்கள் 'போர்ட்போலியோ'வில் நிச்சயம் தங்கம் 5% முதல் 10 % வரை இருக்கும்.

மக்கள் வாங்கும் நகைகள் மற்றும் முதலீடு ஆகிய இரண்டு காரணங்கள் தவிர, தொடர்ந்து தங்கம் விலை உயர இன்னும் இரண்டு வலுவான காரணங்களும் இருக்கின்றன. அவற்றில் ஒன்று, அரசாங்கங்கள் வாங்கிச் சேர்க்கும் 'ரிசர்வ்ஸ்'. ஒவ்வொரு ஆண்டுமே சில தேசங்களின் மத்திய வங்கிகள் சந்தையில் நிகரமாக தங்கம் வாங்கிக்கொண்டு இருக்கின்றன. 2018, 2019ம் ஆண்டுகளில் பல்வேறு நாட்டு அரசுகள் வாங்கிய தங்கத்தின் மொத்த அளவு 650 டன்கள்.

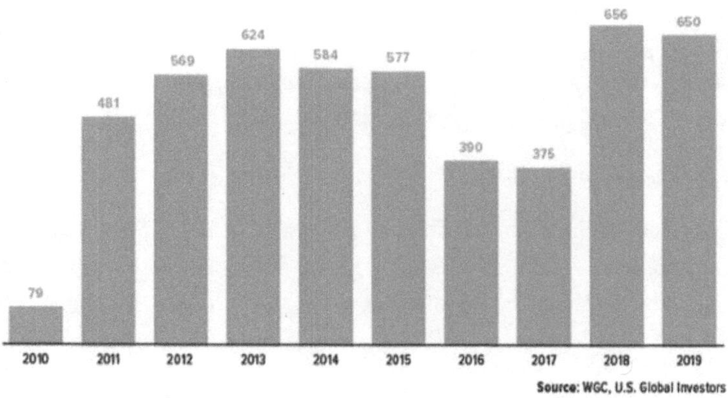

கடந்த சில ஆண்டுகளில் பல்வேறு நாட்டு அரசுகள் வாங்கிய மொத்தத் தங்கத்தின் அளவு டன்களில்.

உலகத்தில் இருக்கிற அநேகமாக அத்தனை நாட்டு அரசாங்கங்களும் அவர்களுடைய கஜானாவில் 'ரிசர்வ்'பணத்தின் ஒரு பகுதியை தங்கமாக வைத்திருக்கிறார்கள். தொடக்க காலத்தில் முழுக்கவே தங்கமாக வைத்திருந்த அவர்களுடைய 'ரிசர்வ்ஸ்' எனப்படும் அவசரத் தேவைக்கான, பாதுகாப்புக்கான பணம் என்பது, பின்னால் அமெரிக்க டாலர் மற்றும் தங்கம் என்று மாறிய காரணத்தினால், தங்கம் வாங்குவோர் ஓரளவு தப்பிப் பிழைத்திருக்கிறார்கள் என்று சொல்லலாம். இல்லாவிட்டால், நாம் இப்போது பார்ப்பதெல்லாம் ஒரு விலையே அல்ல என்பது போல தங்கத்தின் விலை மிக அதிகமாக இருக்கும்.

தங்கம் வாங்கப்படுவதற்கு நான்காவதாக ஒரு காரணமும் உண்டு.

சில வகை உற்பத்திப் பொருட்களில் தங்கம் என்பது ஒரு பயனுள்ள, தேவைப்படும் உலோகம். குறிப்பாக மொபைல் போன் மற்றும் கணணி ஆகியவற்றில் உள்ளே பயன்படுத்தப்படும் ஒரு பொருளாகவும் தங்கம் இருக்கிறது. ஆக, தங்கத்துக்கு ஒரு இன்டஸ்ட்ரியல் உபயோகமும் இருக்கிறது.

மேலே பார்த்த நான்கு காரணங்களுக்காகவும் தங்கம் உலகில் தொடர்ந்து தேவைப்பட்டுக் கொண்டே இருக்கிறது. இருக்கப் போகிறது. இவையெல்லாம் 'டிமாண்டு' என்று சொல்லப்படும் தேவைகளின் பக்கம். ஒரு பொருளின் மதிப்பென்பதும் அதன் விலையென்பதும் இரண்டு விஷயங்களால் தீர்மானமாகிறது. ஒன்று, அதற்கு சந்தையில் இருக்கும் தேவை. டிமாண்ட். இரண்டாவது விஷயம், அந்தப் பொருள் கிடைக்கிற அளவு அதாவது சப்ளை.

சப்ளை

சப்ளை என்பது இரண்டு விதங்களில் வரமுடியும். முதலாவது சந்தையில் வாங்குவோர் இருப்பதுபோல விற்போரும் இருப்பார்கள்.

யாரெல்லாம் விற்பார்கள்?

ஏற்கனவே தங்கம் வாங்கி வைத்திருப்போர் விற்கலாம். அதில் மக்களும் அடக்கம். அவர்களது பணத்தேவைக்காக விற்கலாம். வேறு சிலர் தங்கம் விலை உயர்ந்துவிட்டது. விற்று லாபம் பார்க்கலாம் என்று விற்கலாம். மேலும் முதலீட்டுக்காக வாங்கியவர்கள், விற்கலாம்.

அரசாங்கங்கள் வாங்குவது போலவே பல்வேறு காரணங்களுக்காக விற்கவும் செய்யலாம். அப்படி சில ஆண்டுகளுக்கு ஒருமுறை

நடக்கிறது. உதாரணத்துக்கு , இந்திய ரிசர்வ் வங்கி அக்டோபர் 2019ல் 1.15 பில்லியன் டாலர் மதிப்புள்ள தங்கத்தை விற்றது (அதற்கு முன் ஜூலை மாதத்தில் இருந்து 5.1 பில்லியன் டாலர் தங்கம் வாங்கியிருந்தது). தவிர, வர்த்தம் செய்பவர்கள் அடிக்கடி வாங்குவது போல அடிக்கடி விற்கவும் செய்வார்கள். இவையெல்லாம் சந்தைக்குள் தங்கத்தைக் கொண்டுவரும்.

இவை தவிர, சப்ளைக்கான காரணங்களில் மிக முக்கியமானதாக இருப்பது, உற்பத்தி.

உலகெங்கிலும் பல்வேறு இடங்களில் தங்கச் சுரங்கங்கள் இருக்கின்றன. அவற்றில் இருந்து தங்கம் தொடர்ந்து வெட்டி எடுக்கப்படுகிறது. ஆண்டு ஒன்றுக்கு சுமார் 3000 டன்கள் பூமியில் இருந்து வெட்டி எடுக்கப்படுகிறது.

உணவுப்பொருட்கள், ஏனைய பயன்பாட்டுப் பொருட்கள் போலில்லாமல், தங்கம் ஒருமுறை வெட்டி எடுக்கப்பட்டுவிட்டால் அது உலகின் கையிருப்பில் சேர்ந்துவிடுகிறது. அதன் பின் குறைவின்றித் தொடர்கிறது. 2019ம் ஆண்டு 3,300 டன்கள் தங்கம் உற்பத்தி மூலம் சந்தைக்கு வந்திருக்கிறது.

விலை நிர்ணயம் செய்வது யார்?

ஒரு பொருளின் விலையை அரசாங்கங்கள் நினைத்தால் கட்டுப் பாட்டுக்குள் வைக்கலாம். முன்பு பெட்ரோல் டீசல் விலைகள் இருந்ததைப்போல. அதற்கு முன் காலங்களில் நம் நாட்டில் சிமிண்ட் போன்றவைகூட அரசின் கட்டுப்பாட்டில் இருந்திருக்கின்றன. அரசு விட்டுவிட்டால் அவற்றின் விலைகள் சந்தையால் முடிவு செய்யப்படும்.

வாங்குவோரும் விற்போரும் சேர்ந்து முடிவு செய்வதுதான் விலை. இருப்பு குறைவுதான் என்றால் விலை அதிகரிக்கும். நிறைய இருந்து தேவை குறைவாகிப் போனால் விலை இறங்கிவிடும்.

தங்கத்தின் விலை இந்தியா உள்பட பல்வேறு நாடுகளில் இப்படித் தான் முடிவாகிறது. ஆனால் இந்த வாங்குவோரும் விற்போரும் எங்கே இருக்கிறார்கள், எப்படி சந்தித்து விலை முடிவு செய்கிறார்கள்?

எல்லோரும் சேர்ந்து முடிவு செய்வதல்ல. அதில் நீங்களும் நானும் இல்லை. மிகப் பெரும் விற்பனையாளர்களும் வாங்குவோரும் சந்திக்கும் மொத்த சந்தைகள்தான் அவற்றை முடிவு செய்யும்

இடங்கள். சென்னையில் காய்கறிகளுக்கு கோயம்பேடு, தமிழ் நாட்டில் ஒட்டன்சத்திரம் என்பது போல, உலக அளவில் தங்கம் வெள்ளி போன்ற விலை உயர்ந்த உலோகங்களுக்கு (புல்லியன்கள்) விலை நிர்ணயம் ஆகும் இடம், லண்டன் புல்லியன் மார்க்கெட் அசோசியேஷன் என்று சொல்லலாம்.

இந்த இடம் தவிர, லண்டன் மெட்டல் எக்ஸ்சேஞ்ச், சீனாவில் இருக்கும் ஷாங்கை கோல்ட் எக்ஸ்சேஞ்ச் மற்றும் இந்தியாவில் இயங்கும் மல்டி கமாடிட்டி எக்ஸ்சேஞ்ச் (MCX) ஆகியவற்றின் வர்த்தகங்களும் என்று சொல்லலாம். ஒன்றைப் பார்த்து மற்றொன்றின் விலை கூடும், குறையும்.

விலை எப்படி முடிவாகிறது?

தங்கம் வாங்குகிறவர்கள், விற்பவர்களை மூன்று வகையினாராகப் பிரிக்கலாம். முதல் வகையினர் பொதுமக்கள். நகைகளாக வாங்குகிற வர்களும் பணத்தேவைக்காக விற்பவர்களும் இதில் வருவார்கள். இரண்டாவது வகையினர், தங்கத்தில் முதலீடு செய்து விலை உயர்வை எதிர்பார்ப்பவர்கள். மூன்றாவது வகையினர் தங்கம் வாங்கி விற்று, விற்று வாங்கி லாபம் பார்க்க நினைக்கும் 'டிரேடர்'கள்.

தங்கத்தை ஆபரணத் தேவைக்காக வாங்குகிறவர்கள் வாங்கும் அளவு குறைவு. தவிர, சிலரால் அவர்கள் வாங்குவதை விலைக்குப் பயந்து தள்ளிப்போட முடியாது. அதேபோல தங்க நகை வியாபாரிகளும் வாங்குவதற்கான நேரத் தேர்வு செய்வது இயலாது. இவர்களால் ஓரளவே நேரத் தேர்வு செய்ய முடியும்.

தங்கத்தை முதலீடு செய்யும் நோக்கத்தோடு வாங்குவபவர்கள்விலை மிக அதிகம் இருக்கும் நேரம் பெரிய அளவுகளில் வாங்கி மாட்டிக் கொண்டுவிடக்கூடாது. விலைப் போக்கை கவனித்து தற்காலிக உச்சங்களைத் தவிர்த்துவிட்டு வாங்க வேண்டும். அல்லது சிறிய அளவுகளில் தொடர்ந்து வாங்கிச் சேர்க்கலாம். விலை அதிகம் இறங்கும் நேரங்களில் கூடுதலாக வாங்கலாம்.

டிரேடர்கள் விலை ஏற்ற இறக்கத்தில் வர்த்தகம் செய்து பணம் சம்பாதிக்கும் நோக்கத்துடன் இருப்பவர்கள். அடிக்கடி வாங்கி விற்பார்கள். விற்றும் வாங்குவார்கள்.

இந்த மூன்று வகையினருமே தெரிந்துகொள்ளவேண்டிய விலை மாற்றங்கள் குறித்த சில விஷயங்கள் இருக்கின்றன. முதலில் விலைகளின் டிரெண்ட்கள் குறித்துப் பார்க்கலாம்.

டிரெண்டுகள்

பங்குச் சந்தையில் நடப்பதுபோலவே தங்கத்தின் விலையும் சில காலத்துக்கு தொடர்ந்து உயரும் அல்லது தொடர்ந்து இறங்கும். தொடர்ந்து உயர்ந்தால் அது, அப் டிரெண்ட் (Up Trend) மற்றும் புல் மார்க்கெட் (Bull Market). தொடர்ந்து இறங்கினால் அது, டவுன் டிரெண்ட் (Down Trend) மற்றும் பேர் மார்க்கெட் (Bear Market).

புல் மார்கெட் என்றால் அதன் ஆரம்பத்திலேயே வாங்கிவிட வேண்டும். பிறகு விற்காமல் இருக்க வேண்டும். நடப்பது புல் மார்கெட்தானா என்று உறுதி செய்துகொள்ள முடியாதபோது, சிறிய அளவுகளில் தொடர்ந்து வாங்கவேண்டும். பேர் மார்கெட் என்றால் தொடக்கத்திலேயே விற்றுவிடவேண்டும். அதேபோல அதை உறுதி செய்துகொள்ள முடியாவிட்டால் கொஞ்சம் கொஞ்சமாக விற்றுக் கொண்டேவரவேண்டும்.

எல்லா நேரங்களிலும் கணிசமான காலத்துக்கு விலை ஒரே திசையில் மேல் திசையிலோ கீழ் திசையிலோ பயணிக்காது. சில ஆண்டுகளுக்கு எந்தப் பக்கம் போவது என்று தெரியாமல் ஏறுவதும் இறங்குவதுமாகவும் இருக்கும். இதை 'சைடு வேஸ்' மார்க்கெட் (Sideways Market) அல்லது கஞ்ஜெஷன் (Conjestion) என்பார்கள்.

முதலில் இந்த டிரெண்டுகளைப் புரிந்துகொள்வதற்காக அமெரிக்க டாலர் விலையில் ஒரு அவுன்ஸ் தங்கத்தின் 10 ஆண்டு கால விலை சார்ட்டைப் பார்க்கலாம்.

2011 முதல் 2020 செப்டெம்பர் வரையிலான காலகட்டத்தில் ஒரு அவுன்ஸ் தங்கம் விலை - அமெரிக்க டாலரில்

கடந்த 10 ஆண்டுகளில் மேலே சொல்லப்பட்டிருக்கும் மூன்று காலகட்டங்களுமே நடந்திருக்கிறது.

2011 இரண்டாம் அரையாண்டில் இருந்து 2012 இரண்டாம் அரையாண்டு வரை ஓராண்டு காலத்துக்கு, ‘சைடு வேஸ்’.

அதன்பின் விலை இறங்க ஆரம்பித்து, ‘டவுன் டிரெண்ட்’. 2016 வரை இடையிடையே சற்று உயர்ந்தாலும் டிரெண்ட் என்றால் டவுன்தான்.

அதன்பின் 2016ல் ஆரம்பித்த ‘அப் டிரெண்ட்’ கொரானாவால் மேலும் ஊக்கம் பெற்று தொடர்ந்து ஓடிக்கொண்டிருந்தது.

ஏன் அவுன்ஸ் கணக்கிலும் அமெரிக்க டாலர் விலையிலும் மட்டும் பார்க்கவேண்டும். கிராமுக்கு நம் நாட்டு ரூபாய் கணக்கில் என்ன ஆகியிருக்கிறது என்று பார்ப்போமே என்கிறீர்களா? அதற்கென்ன பார்க்கலாம்.

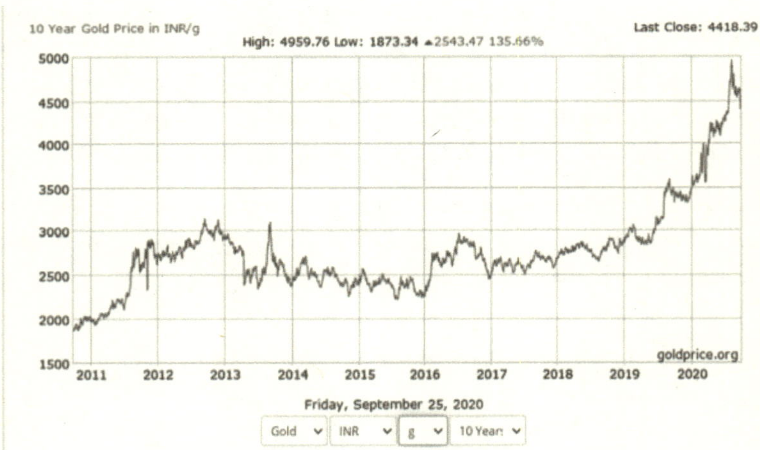

2011 முதல் 2020 செப்டெம்பர் வரையிலான காலகட்டத்தில்
இந்திய ரூபாய் மற்றும் கிராம் கணக்கில் தங்கம் விலை

டாலர் கணக்கு சார்ட்க்கும் இதற்கு வேறுபாடு இருப்பதற்கு காராணம், டாலரில் தங்கம் மற்றும் ரூபாயில் தங்கம் ஆகியவற்றின் விலைகள் வித்தியாசமாக இருந்ததுதான். ஏன் அப்படி என்கிற கேள்விக்கு பின்னால் விளக்கம் வரும்.

30 ஆண்டு காலத்தில் – 1991 முதல் 2020 செப்டெம்பர் வரை, இந்திய ரூபாய் மற்றும் கிராம் கணக்கில் தங்கம் விலை சார்ட் பார்க்கலாம். அதில் ‘லாங் டர்ம் டிரெண்ட்’டுகள் தெரியும்.

இந்தியாவில் தங்கத்தின் விலை : 1991-2020

2006ம் ஆண்டு இறுதி காலாண்டில் 1000 ரூபாய்க்கு அருகில் இருந்த கிராம் விலை அங்கிருந்து அப் டிரெண்ட் ஆகிறது. தொடர்ந்து 2013 வரை 7 ஆண்டுகளுக்கு புல் மார்க்கெட்.

விலைகள் போகும் போக்குகள் சரி. எதனால் விலை உயர்கிறது, எதனால் இறங்குகிறது என்பது குறித்தும் தெரிந்துகொள்ள வேண்டுமே என்கிறீர்களா?

அடுத்தது அதைப் பற்றித்தான் பார்க்கப்போகிறோம்.

டிமாண்ட் - சப்ளை

தங்கம், வெள்ளி, கச்சா எண்ணை, யு.எஸ். டாலர் ஆகியவை உலக அளவில் தினசரியே வாங்கி விற்கப்பட்டுக்கொண்டிருக்கும் 'பொருட்கள்'. ஆம். அவற்றுக்கு வேறு சில குணங்களும் அவற்றால் வேறு சில பயன்களும் இருந்தாலும் அவை 'கமாடிட்டி' போல பல்வேறு அளவுகளில் தொடர்பில்லாத பலராலும் கூட வாங்கப்படு கின்றன, விற்கப்படுகின்றன. அதனால்தான் அவற்றின் விலைகள் ஒவ்வொரு நிமிடமும் தொடர்ந்து கொஞ்சமேனும் மாறிக்கொண்டே இருக்கின்றன.

இவற்றின் விலைகள் மாற்றங்களுக்கு மற்றவற்றை போலவே அவற்றுக்கான டிமாண்ட் - சப்ளைதான் காரணம். அப்படிப்பட்ட ஒரு பொருளான தங்கத்தின் விலை மாற்றங்களுக்கு எவையெல்லாம் காரணங்கள் என்று பார்க்கலாம்.

● சப்ளை

சப்ளை என்பதை மூன்று விதங்களாகப் பார்க்கவேண்டும்.

முதலாவது புதிய சுரங்கங்கள் கண்டுபிடிப்பு போன்றவை. புதிதாகக் கண்டுபிடித்த சுரங்கத்தில் இருந்து அதிக அளவில் தங்கம் கிடைக்கும் வாய்ப்பிருக்கிறதென்றால் சப்ளை அதிகம் என்று சந்தை அதைக் கருதும். ஏற்கனவே சப்ளை செய்துகொண்டிருக்கும் சுரங்கம் தீர்கிறது அல்லது அதிலிருந்து வெட்டி எடுக்க எதோ சிக்கல் என்றால் சந்தைக்கு வரத்து குறையும்.

இரண்டாவது வகை சப்ளை என்பது, ஏற்கனவே வாங்கி வைத்திருப்பவர்கள் விற்பது. இது சாதாரண நாட்களில் ஒரே அளவில் இருக்கும். ஆனால் சில நிகழ்வுகளால் தாக்கம் பெற்று முதலீட்டாளர்கள் விற்பது அதிகரிக்கலாம் அல்லது குறையலாம். 2020ல் கொரோனா பரவல் என்கிற செய்தி வந்ததும், விலை உயரலாம் என்கிற எதிர்பாப்பில் விற்பது குறைந்துவிடும். சப்ளை குறைவு. விற்பது மக்கள் என்றால் அதனால் பெரிய தாக்கம் இருக்காது. ஆனால் ஐ.எம்.எப். அல்லது ஏதாவது ஒரு நாட்டின் ரிசர்வ் வங்கி போன்ற அமைப்புகள், அவர்களது சொந்தக் காரணங்களுக்காக டன்கள் கணக்கில் விற்றால் சப்ளை அதிகரித்துவிடும்.

மூன்றாவது வகை சப்ளை என்பது, 'ஸ்பெக்குலேடிவ் சப்ளை'. MCX, NCDX போன்ற 'கமாடிட்டி மார்க்கெட்'களில் டிரேடர்கள் வாங்கலாம் அல்லது விற்கலாம். வாங்கவோ விற்கவோ இந்த சந்தையில் முழுப் பணம் தேவையில்லை. மார்ஜின் பணம் கட்டினால் போதும். மார்ஜின் சுமார் 5 முதல் 10 சதவீதம். விலை உயரப்போகிறது என்று தெரியவந்தால் டிரேடர்கள் அவர்கள் ஏற்கனவே விற்று வைத்திருப்பவற்றை வாங்குவார்கள். அதனால் சப்ளை குறையும். விலை குறையும் வாய்ப்பிருக்கிறது என்று தெரியவந்தால் ஷார்ட் போவார்கள். அதாவது அவர்கள் வசம் இல்லாத தங்கத்தையும் முன்கூட்டியே விற்று வைப்பார்கள். இது சப்ளையை அதிகப்படுத்தும்.

● டிமாண்ட்

உலக அளவில் அல்லது அமெரிக்கா, சீனா, ஐரோப்பா, இந்தியா போன்ற நாடுகளின் பொருளாதார வளர்ச்சி; நாடுகளின் மத்திய ரிசர்வ் வங்கிகள் தங்கம் வாங்க ஆரம்பித்தல் ஆகிய இரண்டும் தங்கத்துக்கான பொதுவான டிமாண்டை முடிவு செய்பவை.

இவை தவிர, முக்கிய தேசங்களுக்கு இடையே சண்டை மூளும் அபாயம், வர்த்தக போர், அமெரிக்க பெடரல் ரிசர்வ், ஐரோப்பிய யூனியனின் மத்திய வங்கி, சீனா, ஜப்பான் ஆகிய தேசங்களின் மத்திய வங்கிகள் வட்டி விகிதத்தை அதிகரிப்பது அல்லது குறைப்பது போன்றவையும் தங்கத்துக்கான டிமாண்ட்டில் தாக்கம் கொடுக்கும்.

வட்டி விகிதங்கள் குறைந்தால் தங்கத்தில் முதலீடு செய்வோர் எண்ணிக்கையும் அளவும் கூடும்.

தங்கத்துக்கான 'சப்ளை' மற்றும் 'டிமாண்ட்'டில் தக்கம் கொடுக்கக்கூடியவை குறித்து சற்று விரிவாகவே பார்த்துவிடலாம்.

சப்ளை

• அதிக அளவு தங்கம் உற்பத்தி செய்யும் நாடுகள்

தங்கம் என்பது ஒரு உலோகம். மற்ற உலோகங்களைப் போலவே தங்கத்தாதும் மண்ணோடும் கற்களோடும் கலந்து கிடக்கிறது. எல்லா நாடுகளிலும் அல்ல; சில நாடுகளில் மட்டும். அதுவும் சில குறிப்பிட்ட இடங்களில் மட்டுமே கிடைக்கும்.

கிடைப்பதும் பூமிக்கு அடியில், ஆழத்தில்தான் கிடைக்கிறது. அதனால் பூமியை பல மீட்டர் ஆழம் வெட்டி, சுரங்கங்கள் அமைத்துதான் எடுக்கவேண்டியிருக்கிறது. அவ்வாறு வெட்டி எடுக்கப்படும் தங்கம் கலந்த மண்ணை பல வேதியல் முறைகளுக்கு உட்படுத்தி, அதிலில் இருந்து தங்கத்தைப் பிரிக்கிறார்கள். அவ்வாறு பல நூறு அல்ல ஆயிரம் ஆண்டுகளாக மனிதர்கள் தங்கத்தை வெட்டி எடுத்துக்கொண்டேயிருக்கிறார்கள்.

அப்படி வெட்டி எடுக்கும் வேலை அவ்வளவு சுலபமானது அல்ல. அதுவும் அறிவியல் கண்டுபிடிப்புகள் இல்லாத சில ஆயிரம் ஆண்டுகளுக்கு முன்பெல்லாம் மிக கடினமான ஆபத்தான வேலை. அதனால் அடிமைகளையும் தண்டனை பெற்ற குற்றவாளிகளையும் வைத்து அந்த வேலைகளைச் செய்திருக்கிறார்கள்.

தற்போதெல்லாம் ஒரு நாட்டில் தங்க சுரங்கங்கள் இருந்தால்மட்டும் போதாது. வெட்டி எடுக்க அந்த நாட்டின் அரசு அனுமதிக்க வேண்டும். குறிப்பாக சுற்றுச்சூழல் குறித்த சட்டங்களின் அனுமதி தேவை. காரணம் சில கிராம் தங்கம் எடுக்கவே பல கிலோகிராம் கலையும் மண்ணையும் வெட்டி எடுக்கவேண்டும். அதன் பின் பல்வேறு வேதியல் முறைகள். அவற்றால் எல்லாம் சுற்றுப்புற சூழலுக்குக் கேடு வரலாம்.

அப்படியா என்று வியப்படைய வேண்டாம். சமீபத்தில் கூட தாய்லாந்து நாட்டின் அரசாங்கம் அதன் அத்தனை தங்கச் சுரங்கங்களையும் சுற்றுப்புற சூழல் பாதுகாப்பு காரணமாகவே மூடிவிட உத்தரவிட்டிருக்கிறது.

உலகில் பல்வேறு நாடுகளில் தங்கம் இருந்தாலும் எல்லா நாடுகளிலும் கணிசமான அளவு கிடைப்பதில்லை. அப்படிக் கணிசமாக கிடைக்காத நாடுகளில் கடந்த சில காலமாக இந்தியாவும் சேர்ந்துகொண்டுவிட்டது. 2002-ல் மூடப்படும் வரை கர்நாடகா மாநிலத்தின் கோலார் என்ற இடத்தில் தங்கம் கிடைத்துக் கொண்டிருந்தது.

ஆனால் சில நாடுகளில் அதிக அளவில் கிடைக்கிறது.

சீனா ஆண்டொன்றுக்கு கிட்டத்தட்ட 420 மெட்ரிக் டன் அளவு தங்கம் உற்பத்தி செய்கிறது. அதன் சின்ஜியாங் என்ற இடத்தில் இருக்கும் ஒரு சுரங்கம் மட்டும் ஆண்டொன்றுக்கு சுமார் 200 டன் தங்கம் உற்பத்தி செய்கிறது.

இரண்டாவது இடத்தில் ஆஸ்திரேலியா. ஆண்டொன்றுக்கு சுமார் 330 மெட்ரிக் டன். மிக அதிகமாக தற்சமயம் எடுக்கப்படுவது மேற்கு ஆஸ்திரேலியா பகுதியிலிருந்துதான்.

மூன்றாவது இடத்தில் அமெரிக்கா. 230 மெட்ரிக் டன்கள். அமெரிக்காவின் நிவேடா பகுதியில் அதிக தங்கச் சுரங்கங்கள் இருக்கின்றன. 2015 ஆம் ஆண்டில் அமெரிக்காவில் உற்பத்தியான மொத்த தங்கத்தில் 78 சவீதம் இந்தப் பகுதியில் இங்கிருந்துதான் வந்தது.

அடுத்த இடத்தில் ரஷ்யா. ஆண்டுக்கு 220 மெட்ரிக் டன் தங்கம். சில நேரங்களில் சில ஆண்டுகளில் ரஷ்யாவின் உற்பத்தி அமெரிக்காவைக் காட்டிலும் அதிகமாக இருக்கும். ஒவ்வொரு ஆண்டும் வெவ்வேறு அளவுகளில். ரஷ்யாவில் சீரான உற்பத்தி இல்லை.

அதற்கும் அடுத்த இடத்தில் கனடா. சுமார் 180 மெட்ரிக் டன்கள்.

இந்தோனேஷியாவிலும் தங்கம் உற்பத்தி செய்யப்படுகிறது. சுமார் 160 டன்கள்.

பெரு மற்றும் கானா ஆகிய தேசங்கள் ஒரே போல 140 டன்கள் உற்பத்தி செய்கின்றன. பெருநாட்டில் அரசுக்கு தெரியாமல் சட்டவிரோதமாக வெட்டி எடுக்கப்படும் தங்கமும் உண்டு. அது இந்தக் கணக்கில் இல்லை.

மெக்சிகோவில் 125 டன்கள்.

உஸ்பெஸ்கிஸ்தான் கசகஸ்தான் ஆகிய நாடுகள் 100 மெட்ரிக் டன் அளவு ஆண்டொன்றுக்கு உற்பத்தி செய்கின்றன.

தென்னாபிரிக்கா சுமார் 90 டன் உற்பத்தி செய்கிறது. முந்தைய காலங்களில் உலகின் மிக அதிகமான உற்பத்தியாளராக முதலிடத்தில் தென்னாப்ரிக்கா இருந்தது. தொடர்ந்தும் வேகமாவும் வெட்டி எடுக்கப்பட்டதால், சமீப ஆண்டுகளில் தென்னாப்ரிக்காவில் இருந்து கிடைக்கும் அளவு குறைந்திருக்கிறது. தங்கம் மட்டுமல்ல. தென் ஆப்பிரிக்காவில் பல அரிய உலோகங்கள் அபரிதமாக கிடைக்கின்றன.

இவையெல்லாம் பொதுவெளியில் கிடைக்கும் 2018, 2019ம் ஆண்டு குறித்த விவரங்கள்.

● இந்தியாவில் தங்கம் உற்பத்தி

இந்தியாவில் தங்கம் உற்பத்தி மிகவும் குறைவு. நாம் இதுவரை பார்த்த மற்ற நாடுகளின் உற்பத்தி எல்லாம் டன்கள் கணக்கில். அதாவது 1000 கிலோகளில். ஆனால், இந்தியாவில் ஒவ்வொரு ஆண்டும் மொத்த உற்பத்தியே சில ஆயிரம் கிலோக்கள்தான்.

இந்தியாவில் அதிக அளவில் தங்கம் உற்பத்தி என்றால் அது கர்நாடகாவில் இருக்கும் கோலார் தங்கவயல்தான். பெங்களூரில் இருந்து 100 கிலோ மீட்டர் தொலைவில் இருக்கிறது. உலகிலேயே மிக அதிக ஆழத்தில் இருந்து வெட்டி எடுக்கப்படும் தங்க தாதுக்களில் இரண்டாவது இடத்தை கோலார் பெற்றிருக்கிறது.

இந்த இடத்திலிருந்து சுமார் 120 ஆண்டுகளாக தங்கம் வெட்டி எடுக்கப்படுகிறது. பிரிட்டிஷ் காலத்தில் தொடங்கினார்கள். தொடங்கியபோது இதை ஒரு மினி இங்கிலாந்து என்று வர்ணித்து சந்தோஷப்பட்டார்கள்.

கோலாரில் தங்கம் இருப்பது கண்டுபிடிக்கப்பட்டதும், தமிழ்நாட்டில் இருக்கும் தர்மபுரி, கிருஷ்ணகிரி, சேலம், வட ஆற்காடு மற்றும் தென்னாற்காடு மாவட்டங்களில் இருந்தும், ஆந்திரப் பிரதேசத்தில் இருக்கும் சித்தூர், அனந்தபூர் மாவட்டங்களில் இருந்தும் ஆட்களை பிரிட்டிஷ்காரர்கள் வேலைக்கு அழைத்து வந்திருக்கிறார்கள். தவிர சுற்றுவட்டாரப் பகுதிகளில் இருந்தும் மக்கள் வேலை வாய்ப்புகளுக்கா கோலார் அருகில் வந்து தங்க ஆரம்பித்தார்கள். குடியிருப்பு பகுதிகள் கட்டப்பட்டன. அந்த இடம் கோலார் கோல்டு ஃபீல்டு (KGF) ஆனது.

கோலார் தங்க வயலில் தொடக்க காலத்தில்
சுரங்க வேலை நடைபெறும் காட்சி

பிப்ரவரி மாதம் 2001-ம் ஆண்டு தங்கத்தின் விலை குறைந்தது. எந்த அளவு என்றால் வெட்டி எடுத்து தங்கமாக்குவதற்கு ஆகும் செலவைக் காட்டிலும் குறைவு. எனவே இனி இங்கு வெட்டி எடுப்பது லாபமாக இருக்காது என்று சுரங்கத்தை மூடிவிட்டார்கள். 1956-ல் தேசிய மயமாக்கப்பட்ட கோலார் தங்க வயல் அது மூடப்படும் வரையிலான காலத்தில் மொத்தம் 900 டன் தங்கம் கொடுத்திருக்கிறது.

டிமாண்ட்

எதற்காகவெல்லாம் தங்கம் வாங்கப்படுகிறது?

தங்கத்தில் நகை என்பதை விரும்பாதவர்கள் குறைவு. அரசர்கள் முதல் சாதாரண குடிமக்கள் வரை அனைத்து தரப்பினருமே தங்க நகைகளை விரும்புகிறார்கள். பல்வேறு நாடுகளில் இருக்கும் மக்களும் அவர்கள் தேவைகளுக்காக தங்க நகைகள் வாங்கு கிறார்கள். குறிப்பாக சீனர்களும் இந்தியர்களும். தாங்கள் அணிந்துகொள்வது தவிர, இந்துகள் தெய்வங்களுக்கும் நகைகள் பூட்டி அழகு பார்க்கிறார்கள்.

தங்கத்தின் பயன்பாடுகளில் முக்கியமானது நகை என்றாலும், அது தவிரவும் பல்வேறு காரணங்களுக்காக தங்கம் வாங்கப்படுகிறது.

● ஸ்டோர் வேல்யு

கையில் இருக்கும் பணத்தைப் பணமாகவே வைத்திருந்தால் வேறு செலவுகள் வந்து பணம் தீர்ந்துவிடலாம். அதனால் சிலர் அதிலும் குறிப்பாக கிராம பகுதிகளில் வசிப்பவர்கள் அதிக வங்கிப் பழக்கம் இல்லாதவர்கள் கைக்குப் பணம் வரும்போது நகைகள் வாங்கிவிடுகிறார்கள். இந்தவிதத்தில் தங்கம் பணத்தை சேமித்து வைக்கும் ஒரு வாய்ப்பாகப் பயன்படுத்தப்படுகிறது. ஆங்கிலத்தில் இதை 'ஸ்டோர் வேல்யு' என்பார்கள்.

நம் நாட்டில் மட்டுமல்ல. ஜெர்மனி மக்களுக்கும் இப்படிச் செய்யும் பழக்கம் இருக்கிறது. நாட்டில் பணவீக்கம் இல்லை. விலைவாசி உயராது. அதனால் வங்கி டெபாசிட்டுகளுக்கு வட்டி மிக மிக குறைவு. வங்கியில் பணத்தை வைப்பதற்கு பதில் தங்கம் வாங்கி வைத்துக்கொண்டால் விலை உயரும் வாய்ப்பு உண்டு என்பது அவர்கள் எண்ணம். எளிமையாகச் சொல்வதென்றால் நகைகள் என்பது பணத்தைத் தன்னிடம் வைத்து வைத்துக்கொள்ள ஒரு ஏற்பாடு. கழுத்தில் காதில் பணத்தை வைத்துக்கொள்ளலாம்!

● உடனடி கடன் பெற

எதிர்பாராத மற்றும் பெரிய தேவைகளுக்கு மற்றவரிடம் கைநீட்டுவதைவிட, சொந்த தங்க நகைகளை அடகு வைத்து பணம் பெற்றுக்கொள்வது சிலரது வழக்கம் மட்டுமில்லை, பொருளாதார நிலையும் கூட. பள்ளிக் கட்டணம் கட்டஇறுதிநாள், அல்லது மருத்துவ சிகிச்சை என்பதுபோல ஏதாவது அவரசம் என்றால் கையில் காதில் போட்டிருப்பது எதையாவது அடகு வைத்து பணம் பெற்றுக் கொண்டு பின்னால் பணம் வந்ததும் நகையை மீட்டுக்கொண்டு விடுகிறார்கள்.

தனியார் அடகு கடைகள் தவிர, வங்கிகளிலும் நகைக் கடன்கள் வழங்கப்படுகின்றன. தங்கம் விலை மிகவும் அதிகமாகிவிட, மனப்புரம், அட்டிகா போல பல்வேறு தங்க நகை அடகு நிறுவனங்களே வந்துவிட்டன.

● அவசரத் தேவைகளுக்கு

மிகப் பெரிய தேவைகளுக்கு நகைகளை விற்கவும் மக்கள் தயங்குவ தில்லை. குறிப்பாக வீடு, பிளாட் இடம் போன்றவற்றை வாங்குவதற்குத் தேவைப்படும் பணத்தைத் திரட்ட நகைகளை விற்பார்கள். அது போன்ற நீண்டகால தேவைகளுக்குத் தேவைப்படும் பணத்தை கடனாக வாங்கித் திருப்பிக் கட்ட இயலாது

என்பதால் அடகு வைக்காமல் தங்கத்தை விற்றுவிடுவார்கள். தங்கத்தை விற்பது மிக சுலபம். தங்கம் என்பது கிட்டத்தட்ட ரொக்கம் போலதான். 'நியர் கேஷ்'. வருமானம் கூடும் போது பின்னால் வாங்கிக் கொள்ளலாம் என்பது அவர்கள் செய்துகொள்ளும் சமாதானம்.

- **பெண்களுக்கு எம்பவர்மெண்ட்**

வேறு எவரையும் எதிர்பாராமல், சமயத்தில் கணவனுக்கு உதவுவதற்கு என்று அவர்கள் சிறுசேமிப்பு 'சிறுவாட்டு'ப் பணம் தவிர அல்லது அது போதாதபோது அவர்கள் அணிந்திருக்கும் நகைகளை விற்கவோ அடகுவைத்து பணம் பெறவோ பெண்களால் கொடுக்க முடியும். அந்த நேரம் வீட்டுப் பெண்கள் உதவக்கூடிய உயர்ந்த நிலைக்குப் போகிறார்கள். ஒருவிதத்தில் அவர்கள் வசம் இருக்கும் தங்கம் அவர்களுக்கு ஒரு 'சக்தி' போலதான்.

- **பரிசுப் பொருட்களாக**

எவ்வளவு தேடிப்பிடித்து வாங்கினாலும் வேறு பொருட்கள், அந்தப் பரிசைப் பெறுகிறவருக்குப் பிடிக்கும், பயனுள்ளதாக இருக்கும் என்று சொல்ல முடியாது. ஆனால் தங்கம் அப்படியல்ல. தங்கம் ஒரு சுபிட்சமாகப் பார்க்கப்படுகிறது. விசேஷங்கள், பரிசுகள், பண்டிகைகளின் போதெல்லாம் தங்கம் வாங்குகிறார்கள். அப்படிப் பட்ட ஒரு பொருளைப் பரிசாகப் பெறும்போது மகிழ்ச்சி அதிகரிக்கிறது.

வைரம், பிளாட்டினம் போன்றவை தங்கத்தைக் காட்டிலும் கூடுதல் விலை என்றாலும், விலை மதிப்பு மாறாத மறு சுழறச்சிக்கு தங்கம் அளவு ஒத்துவராது.

பணமாகக் கொடுத்தால் செலவாகிவிடும். பொருளாகக் கொடுத்தால் பயன்படலாம். பயன்படாமலும் போகலாம். தவிர ஒரேபோல பல பொருட்கள் பரிசாக வந்தால் அவற்றால் பெறுகிறவருக்குப் பலன் இல்லை. ஆனால் தங்கத்திலான பரிசு கொடுக்கும்போது அது பெறுகிறவருக்கு நல்ல பணமதிப்பைத் தருகிறது. போகப் போக பரிசின் மதிப்பு தங்கத்தின் விலை உயர்வு காரணமாக உயர்ந்து கொண்டே போய் மகிழ்ச்சி தருகிறது.

தங்கத்தின் பயன்பாடும் ஆயுளும் மற்ற பரிசுப் பொருட்களைக் காட்டிலும் மிக மிக அதிகம் என்பதால் அந்தப் பொருளைப் பார்க்கும்போதெல்லாம் கொடுத்தவர் நினைவு வரும். மேலும் தங்கத்தைப் பரிசாகப் பெறுகிற வசதியானவர்கள் அவற்றை விற்பதில்லை. வசதியில்லாதவர்கள்கூட அவற்றை மாற்றி வேறு

பொருள் செய்ய மட்டுமல்ல விற்கவும் தயங்குவார்கள். அதனால் அவர்கள் வசம் அது சேமிப்பாகிவிடுகிறது.

மனைவிக்கு, குழந்தைகளுக்கு, பெற்றோருக்கு, வேண்டியவர்களுக்கெல்லாம் பரிசுகள் கொடுக்க தங்க காசுகள் பெரிதும் உதவுகின்றன. பொருளாக இல்லாமல் தங்கத்தை 'பாண்ட்'ஆக வாங்கி பரிசளிக்கவும் இயலும்.

- **சேமிப்புக்காக**

செலவு போக கையில் பணம் சேர்ந்தால் பலர் நினைவுக்கு முதலில் வருவது தங்கம்தான். சிறுகச் சிறுக நகைகளாகச் சேர்ப்பது அவர்கள் பழக்கம். நாளடைவில் அதுவே கணிசமான சேமிப்பு ஆகிவிடுகிறது.

- **முதலீடு**

தங்கத்தின் மதிப்பு பூஜ்யமே ஆகாது. ஆனால் சில பங்குகள், நிறுவனங்களில் செய்யப்படும் முதலீடு முழுதும் காணாமல் போகும் ஆபத்து உண்டு. வரும் காலங்களில் பணவீக்கம் அதிகமாகும் போது பணத்தின் உண்மையான மதிப்பு பாதுகாப்பதற்கு ஏற்ற முதலீடாக தங்கம் பார்க்கப்படுகிறது.

- **வர்த்தகம்**

உலகெங்குமே லட்சக்கணக்கான வர்த்தகர்கள் தாங்கி வாங்கி விற்று லாபம் பார்ப்பதற்காக வாங்குகிறார்கள்.

- **வேலை, வருமான வாய்ப்பு**

தங்கத்தை நம்பி பல லட்சம் பேர் இருக்கிறார்கள் சுரங்கங்களில் வேலை செய்பவர்கள், தங்கத்தைப் பிரித்து தங்கமாக்குபவர்கள், நகை செய்பவர்கள், முதலீட்டு நிறுவனங்கள், அரசாங்கங்கள் என்று பலரும் அதைச் சார்ந்து இருக்கிறார்கள்.

- **மறு சுழற்சி/ மறு பயன்பாடு**

ஒருமுறை வெட்டி எடுக்கப்பட்ட தங்கம் பல ஆயிரம் ஆண்டுகள் இருக்கும். உருக்கி வேறு வடிவங்கள் ஆக்கி மீண்டும் மீண்டும் பயன்படுத்தலாம்.

- **சிலர் சாப்பிடுகிறார்கள்!**

தங்கத்தை பஸ்பம் செய்து உணவோடு சேர்த்து சாப்பிட்டால் உடல் வலுப்பெறும்; பளபளப்பு கிடைக்கும் என்கிற நம்பிக்கை இந்தியா,

ஐரோப்பா, சீனா உள்பட பல தேசங்களில் பன்னெடுங்காலமாகவே இருக்கிறது.

மனித உடம்பால் தங்கத்தை செரிமானம் செய்ய முடியாது என்பதுதான் அறிவியலாளர்கள் முடிவு. தவிர அதிகம் உண்டால் தங்க வெள்ளி பஸ்பங்கள் சிறுநீரகத்தைக் கெடுத்துவிடும் ஆபத்து நிறையவே இருக்கிறது. எல்லா வகைத் தங்கத்தையும் சாப்பிடக் கூடாது. காரணம் தங்கத்துடன் பல்வேறு வேதியல் பொருட்கள் பல்வேறு காரண்ககளுக்காக சேர்க்கப்பட்டிருக்கலாம். ஆனாலும் சிலர் உணவில் சேர்ப்பதால் ஐரோப்பிய உணவு பாதுகாப்பு நிர்வாகம் E-175 என்ற குறிப்பிட்ட வகை தங்கத்தைத்தான் உணவு பண்டத் தயாரிப்பில் பயன்படுத்த அனுமதித்திருக்கிறது.

● அரசுகளின் ரிசர்வ் பணம்

தங்கத்தை, மக்கள் மட்டுமா வாங்குகிறார்கள்? சரித்திர காலம் தொட்டே, அரசு கஜானாக்களில் தங்கம் குவிந்து இருக்கவேண்டும் என்பது ஆள்பவர்களின் கட்டளை. தற்போதைய அரசாங்கங்களும் அந்நிய செலாவணி காக, தங்கள் நாட்டு ரிசர்வ் வங்கிகள் மூலம் டன்கள் கணக்கில் தங்கம் வாங்கிக் கட்டிகளாக அடுக்கி வைத்துக் கொள்கிறார்கள். இதில் அமெரிக்காவும் ஒன்றுதான். இந்தியாவும் ஒன்றுதான்.

பல்வேறு நாட்டு அரசாங்கங்களும் அவர்களது ரிசர்வ் வங்கிகள் மூலம் பெரும் அளவுகளில் தங்கம் வாங்கி அந்நியச் செலாவணித் தேவைகளுக்காக வைத்துக்கொள்கிறார்கள். காரணம், தேசங்களும் உடனடியாகச் செல்லுபடியாகும் பணத்தைச் சேர்த்துவைத்துக் கொள்ளவேண்டியிருக்கிறது. அப்படிச் சேமித்துவைத்துகொள்ளும் பணம் சர்வதேசச் செலவாணியாக இருக்கவேண்டும். செய்யும் ஏற்றுமதிகள் போக கூடுதலாகச் செய்துகொள்ளும் இறக்கு மதிகளுக்கு, பாரின் எக்ஸ்சேஞ்ச் ரிசர்வ்ஸ் என்று அழைக்கப்படும் இந்த சேமிப்பில் இருந்துதான் எடுத்துக்கொடுக்க வேண்டும்.

அதை அமெரிக்க டாலர்களாக வைத்துக்கொள்ளலாம். தவிர, தங்கமாகவும் வைத்துக்கொள்ளலாம் என்பதால் பல்வேறு அரசாங்கங்களும் தங்கம் வாங்கிச் சேர்கிறார்கள் .

● 'இன்டஸ்ட்ரியல் யூஸ்'

உண்மையில் தங்கம் இதற்கு அவசியம் என்று பார்த்தால் அப்படிப்பட்ட தேவைகளில் நகைகள் போன்றவை இல்லை. ஒரு தேவை அதன் 'இன்டஸ்ட்ரியல்' பயன். கம்ப்யூட்டர்கள்,

மடி கணினிகள் மற்றும் செல்போன்களின் சில பாகங்களில் தங்கம் பயன்படுத்தப்படுகிறது.

அப்படியா என்று சிலருக்கு வியப்பாக இருக்கலாம். ஆம். ஒவ்வொரு கை பேசியிலும் பொட்டாசியம் சயனைடு GPC மற்றும் பாண்டிங் ஒயர், GBW ஆகியவை கொண்டு உருவாக்கப்படும் உதிரிபாகங்கள் இருக்கின்றன. அவற்றில் தங்கம் உண்டு. இப்படியாக ஒவ்வொரு கைபேசியிலும் சராசரியாக சுமார் 0.03 கிராம் தங்கம் இருக்கிறது. ஒரு கிராம் விலை ரூபாய் 4,000 என்கிற விலையில், 120 ரூபாய் மதிப்புள்ள 0.03 கிராம் தங்கம் தங்கம் இருக்கிறது.

கைபேசி தவிர, ஒவ்வொரு மடிக்கணினி-லேப் டாப்- மற்றும் டெஸ்க் டாப் கம்ப்யூட்டரின் சில பாகங்களிலும் கைபேசிகளில் பயன் படுத்தப்படுவதைக் காட்டிலும் கூடுதல் தங்கம் பயன்படுத்தப் படுகிறது. அதனால்தான் பழைய போன்கள் மற்றும் எலெக்ட்ரானிக் பொருட்களுக்கு ஓரளவேனும் விலை கிடைக்கிறது.

அவை தவிர, சில கூலிங்கிளாஸ்கள், பெல்ட்டுகளில் இருக்கும் 'பக்கிள்'கள் ஆகியவற்றின் மீதும் எலக்ட்ரோ பிலீட்டிங் GPC முறையில் தங்க முலாம் பூசுகிறார்கள்.

உலகம் முழுக்கவே பன்னெடுங்காலமாக தங்கப் பல் கட்டிக் கொள்ளும் பழக்கம் இருக்கிறது. இதன் காரணாமாக 'டெண்டல்' உலகிலும் தங்கத்துக்குத் தேவை இருக்கிறது.

மொத்தத்தில் தங்கத்தின் பயன்பாடு எதில் எவ்வளவு என்று கணக்கிட்டால் 50% ஆபரணங்களுக்காவும், 40% முதலீட்டுக்காவும் மீதம் உள்ள 10% 'இண்டஸ்டிரியல் யூஸ்' எனப்படும் பல்வேறு நுண் பொருட்களிலும் (டெக்னாலஜி) பயன்படுத்தப்படுகிறது.

அதிக அளவில் தங்கம் வாங்கும் நாடுகள்

அடுத்து உலக அளவில் மிக அதிகமாக தங்கம் வாங்கும் நாடுகள் எவை என்று பார்க்கலாம்.

உற்பத்தியில் மட்டுமல்ல நுகர்விலும் சீனாதான் முதலிடம். ஆண்டொன்றுக்கு 984 மெட்ரிக் டன் அளவு. சீனா உற்பத்தி செய்யும் தங்கம் அதன் தேவைக்குப் போதாமல், மொத்த தேவையில் சுமார் மூன்றில் இரண்டு பங்கை இறக்குமதி செய்துகொள்கிறது.

மக்கள் தொகை மற்றும் பொருளாதார வளர்ச்சி வேகம் போலவே தங்கத்தின் நுகர்விலும் சீனாவுக்கு அடுத்த இடம்

இந்தியாவுக்குத்தான். ஆண்டொன்றுக்கு இந்தியா சுமாராக 849 மெட்ரிக் டன் அளவு தங்கம் வாங்குகிறது. இந்தியாவில் உற்பத்தியாகும் தங்கத்தின் அளவு, ஒன்றும் இல்லை என்று சொல்லும் அளவு மிகக் குறைவு என்பதால், அதன் மொத்தத் தேவையும் இந்தியா வெளிநாடுகளில் இருந்துதான் இறக்குமதி செய்துகொள்கிறது.

மூன்றாவது இடத்தில் அமெரிக்கா. ஆண்டொன்றுக்கு 193 மெட்ரிக் டன் தங்கம் இறக்குமதி. கணணி, கைபேசி போன்ற பொருட்கள் உற்பத்தி மற்றும் ஆபரண தேவைகளுக்கு அமெரிக்கா தங்கத்தைப் பயன்படுத்தப்படுகிறது.

அடுத்த இடத்தில் ஜெர்மனி. 124 டன். அதற்கும் அடுத்த இடத்தில் தாய்லாந்து 90 மெட்ரிக் டன். பிறகு சவுதி அரேபியா 85 டன். அதற்கும் அடுத்து, டர்க்கி 72 டன்.

ஆண்டொன்றுக்கு 71 டன் இறக்குமதி செய்யும் ஈரான், 63 டன் இறக்குமதி செய்துகொள்ளும் வியட்நாம் ஆகியவை எட்டு மற்றும் ஒன்பதாவது இடங்களில். பத்தாவது இடத்தில் இந்தோனேஷியா.

பெர்கேப்பிடா தங்க நுகர்வு

நாட்டின் இறக்குமதியை வைத்துக் கூடுதல் குறைவு என்று முடிவு செய்வதைவிட நாடுகளின் மக்கள் தொகையை வைத்து சராசரியாக நபர் ஒன்றுக்கு எவ்வளவு நுகர்வு என்று முடிவு செய்வதுதானே சரியாக இருக்கும்!

அப்படிப் பார்த்தால் ஜெர்மனி மக்களின் சராசரி நுகர்வு அதிகம். இரண்டு உலகப்போர்களில் பெரிய அளவுகளில் பாதிக்கப்பட்ட ஜெர்மானியர்கள் மற்ற முதலீடுகளைக் காட்டிலும் தங்கத்தில் முதலீடு செய்வதை விரும்புகிறார்கள். தவிர, அங்கெல்லாம் வங்கி வைப்புகளுக்கு நம் நாடு போல வட்டி கிடையாது.

அதேபோல அமெரிக்கா கொடுத்த சிரமத்தால் அதிக காலம் பாதிக்கப்பட்ட வியட்நாம் மற்றும் ஈரான் போன்ற நாடுகளின் மக்களின் விருப்பமான முதலீடு தங்கம்தான்.

என்ன காரணத்தாலோ, குறைவான மக்கள் தொகைகொண்ட ஸ்விட்சர்லாந்திலும் தனிநபர் சராசரி தங்க நுகர்வு அதிகமாக இருக்கிறது. ஜெர்மனி 120 கிராமுக்கு சற்று அதிகம். சுவிட்சர்லாந்து 130 கிராம்களுக்கு சற்று அதிகம்.

சீனாவும் தங்கமும்

உலக அளவில் தங்கம் என்றால் சீனா தான் மிக முக்கியமான இடத்தில் இருக்கிறது. உற்பத்தி மற்றும் நுகர்வு ஆகிய இரண்டிலும் சீனாதான் முதலிடத்தில் இருக்கிறது.

இத்தனைக்கும் 1950 ஆண்டு வரை சீனாவில் தங்கம் வாங்குவதோ விற்பதோ, அயல்நாட்டுக்கு ஏற்றுமதி செய்வதோ அங்கிருந்து இறக்குமதி செய்துகொள்வதோ எதையும் சீன அரசு மட்டுமே செய்ய முடியும். தனி நபர்கள், நிறுவனங்களுக்கு அனுமதியில்லை. இந்தக் கட்டுப்பாடுகள் தங்கத்துக்கு மட்டுமல்ல. கூடவே வெள்ளி மற்றும் வெளிநாட்டு ரூபாய்கள் ஆகியவற்றுக்கும் சேர்த்துத்தான்.

1949 ஆம் ஆண்டு பெரும் வெற்றி பெற்று ஆட்சிக்கு வந்த கம்யூனிஸ்ட் கட்சி போட்ட தடைதான் இதற்கு காரணம். தொடர்ந்து 28 ஆண்டுகளுக்கு தங்கம் அரசின் முழுக்கட்டுப்பாட்டில் இருந்தது. பின்னால், 1978ஆம் ஆண்டு சீன அரசு பெரிய சீர்திருத்தங்களைக் கையில் எடுத்தபோது தங்கம் அரசின் கட்டுப்பாடுகளில் இருந்து விடுதலை பெற்றது. தனியார்களும் அனுமதிக்கப்பட்டார்கள். அதன்பின் தங்கத்துக்கு சீனாவில் தொடர்ந்து வளர்ச்சிதான்.

1950 முதல் 1978 வரை கட்டுப்பாட்டில் வைக்கப்பட்டிருந்த கால முடிவில் ஆண்டு ஒன்றுக்கு சீனா செய்துகொண்டிருந்த தங்கத்தின் உற்பத்தி அளவு வெறும் 10 டன் மட்டுமே. அதன்பின் 1981-86 மற்றும் 1986-91 ஆகிய இரண்டு ஐந்தாண்டுத் திட்டங்கள் மூலம் தங்கத்தின் உற்பத்தியை சீனா வெகுவாக அதிகரித்தது. பத்து மடங்கி அதிகமாகி 100 டன் என்கிற அளவைத் தொட்டது.

அதன் பின்னும் தொடர்ந்து வளர்ச்சிதான். 2012 ஆம் ஆண்டு ஓர் ஆண்டு உற்பத்தி 438 டன். 2017ஆம் ஆண்டில் உலகின் மிக அதிகமாக தங்கம் உற்பத்தி செய்யும் நாடாக சீனா உயர்ந்துவிட்டது. 2019ம் ஆண்டில் உற்பத்தி 420 மெட்ரிக் டன்.

நுகர்வில் சீனாமுதலிடத்தில் இருக்க சில காரணங்கள் உண்டு.

முதலாவது காரணம், தங்கம் அவர்கள் கலாச்சாரத்தோடு கலந்து விட்ட ஒன்று. இந்தியாவைப் போலவே சீனாவிலும் மக்களுக்கு தங்கத்தின்மீது தணியாத விருப்பம். இரண்டாவது காரணம், சீனாவில் தொடர்ந்து அதிகரித்து வரும் பொருளாதார வளர்ச்சி மற்றும் மத்தியதர மக்களின் எண்ணிக்கை. மக்களின் பொருளாதார நிலை உயர உயர, தங்கத்தின் நுகர்வும் அதிகரிக்கிறது.

இவையெல்லாம் போக தங்கத்துக்கு சீனாவின் தொழிற் சாலைகளிலும் தேவைகள் இருக்கின்றன. குறிப்பாக ஆட்டோ மொபைல் மற்றும் கன்ஸ்யூமர் எலக்ட்ரானிக்ஸ் துறைகளில் பயன்படுத்தப்படுகிறது. தங்கத்தின் தனித்தன்மை காரணமாக உதிரிபாகங்கள் சிலவற்றில் தங்கம் பயன்படுத்தப்படுகிறது.

பல்வேறு நாட்டு அரசாங்கங்களின் தங்கக் கையிருப்பு

அடுத்துப் பார்க்கவேண்டியது, உலகத்தில் எந்தெந்த நாட்டின் அரசாங்கங்கள் எவ்வளவு தங்கம் வைத்திருக்கின்றன என்பதைத்தான்.

நாடுகளுக்கு இடையே வர்த்தகம் நடக்கிறது. ஏற்றுமதி, இறக்குமதி. இதில் நாணய மதிப்பில் கூடுதல் குறைவு வரலாம். மிகவும் குறைந்து போனால் கொடுப்பதற்கு வழி இல்லாமல் போய்விடக்கூடாது. அதற்காக அவை பல நாடுகளிலும் செல்லுபடியாகக்கூடிய ஏதாவது ஒன்றைத்தான் கொடுத்தாகவேண்டும். அப்படிக் கொடுக்கக் கூடியதாக முன் காலங்களில் தங்கம் மட்டுமே இருந்தது. பின்பு மாறி, தங்கத்தோடு அமெரிக்க டாலரையும் வைத்துக்கொள்ளும் / கொடுக்கும் பழக்கம் வந்திருக்கிறது.

அப்படியாக பல்வேறு நாடுகளும் தங்கத்தை ‘ரிசர்வ்ஸ்’ வைத்திருக்கிறார்கள். இந்தியாவும் வைத்திருக்கிறது.

மிக அதிகமான அளவு தங்கம் வைத்திருக்கும் நாடுகள் - 2020 ஆகஸ்ட் மாத தகவல்படி

நாடு	அளவு	மொத்த ரிசர்வில் %
1. அமெரிக்கா	8134 டன்	79%
2. ஜெர்மனி	3364 டன்	76%
3. இத்தாலி	2450 டன்	71%
4. பிரான்ஸ்	2436 டன்	66%
5. ரஷ்யா	2300 டன்	23%
6. சீனா	1948 டன்	3%
7. ஸ்விட்சர்லாந்து	1040 டன்	7%
8. ஜப்பான்	765 டன்	3%
9. இந்தியா	658 டன்	8%
10. நெதர்லாந்து	613 டன்	71%

மிக அதிகமான அளவு தங்கம் வைத்திருக்கும் முதல் நாடு, அமெரிக்கா. ஆறாவது இடத்தில்தான் சீனா. 1948 டன். ஆனாலும் அதன் மொத்த ரிசர்வ் மதிப்பில் இது வெறும் 3% மட்டுமே.

கடந்த 20 ஆண்டுகளில் சீன மத்திய வங்கி
வைத்திருக்கும் கோல்ட் ரிசர்வ்ஸ் - டன்களில்

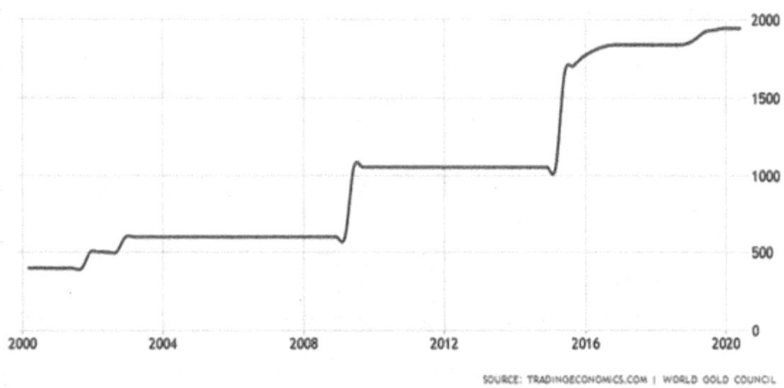

கடந்த 20 ஆண்டுகளில் இந்திய மத்திய ரிசர்வ் வங்கி வசம்
இருக்கும் கங்கக்கின் அளவ - டன்களில்

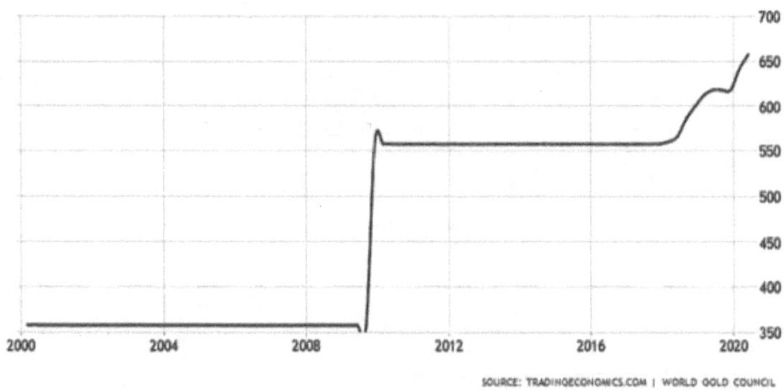

எவையெல்லாம் தங்கத்தின் விலையில் தாக்கம் கொடுக்கும்?

சர்வதேச அளவில்

- முக்கிய பெரிய நாடுகளின் பொருளாதார வளர்ச்சி.
- முக்கிய, பெரிய நாடுகளின் கடன்கள், வரவு செலவு பற்றாக்குறை, ஜிடிபி சதவீதங்கள்.
- முக்கிய மற்றும் பெரிய நாடுகளின் பணவீக்க புள்ளிவிவரங்கள்.

- முக்கிய பெரிய நாடுகளுக்கு இடையிலான அரசியல் உறவுகள், வர்த்தக உறவுகள்/ போக்குகள்.
- அமெரிக்காவில் வெளிவரும் ‘பே ரோல் டேட்டா’ எனப்படும் வேலை வாய்ப்பு மற்றும் வேலை இழப்பு புள்ளி விவரம்.
- அமெரிக்க டாலர் மதிப்பின் ஏற்ற இறக்கம்.
- கச்சா எண்ணை விலையின் ஏற்ற இறக்கம்.
- அமெரிக்க பெடரல் ரிசர்வ் மற்றும் ஐரோப்பிய யூனியன் ஆகிவற்றின் வட்டி விகித மாற்றங்கள் குறித்த எதிர்பார்ப்புகள் மற்றும் மாற்றங்கள்.
- பேங்க் ஆப் ஜப்பான், பேங்க் ஆப் இங்கிலாந்து ஆகியவற்றின் வட்டி விகித மாற்றங்கள்.
- ஐரோப்பிய யூனியனில் இருந்து தேசங்கள் வெளியேறல், சேர்தல். அவை குறித்த முடிவுகள் மற்றும் ஐயங்கள், எதிர்பார்ப்புகள்.
- அமெரிக்க அதிபர் தேர்தலின் வெற்றி தோல்விகள்.
- பல்வேறு நாடுகளின் அரசுகள் வாங்கும் அல்லது விற்கும் ‘கோல்ட் ரிசர்வ்’ நடவடிக்கைகள்.
- சீனாவின் ஏற்றுமதி இறக்குமதி புள்ளி விவரங்கள்.
- கொரோனா போன்ற நோய் தொற்றுகள், அதன் பரவல், கட்டுப்பாடு; தடுப்பு மருந்தின் வருகை, அதன் எதிர்பார்ப்புகள்.
- அமெரிக்க, சீன மற்றும் முக்கிய பங்குச் சந்தைகளில் எழுச்சி அல்லது வீழ்ச்சி

தேச அளவில்

- தங்கம் இறக்குமதி கொள்கை மாற்றங்கள், இறக்குமதி ஏறுமதி தீர்வை (வரி) மாற்றங்கள்.
- தங்கத்தின் மீதான விற்பனை வரி (ஜி.எஸ்.டி), கடன், வட்டி பெறகூடிய திட்டங்கள் அறிமுகம் மற்றும் நடைமுறையில் இருக்கும் திட்டங்களில் மாறுதல்கள்.
- தீபாவளி, தசரா, புத்தாண்டு போன்ற பண்டிகைகால விற்பனை எதிர்பார்ப்பு. (தமிழ்நாட்டில் ஆடி, தை மாதங்கள்)
- காதலர் தினம் (பிப்ரவரி 14), ஆங்கில புத்தாண்டு போன்ற தினங்கள்.

11

தங்கம் – கொஞ்சம் வரலாறு

சுமார் 40,000 ஆண்டுகளுக்கு முன்பிருந்த ஸ்பெயின் நாட்டின் குகைகளில் இயற்கைத் தங்கத்தின் துகள்கள் காணபட்டாலும் அனேகமாக மனிதன் தங்கத்தைக் கண்டுபிடித்து சுமார் 6000 ஆண்டுகள் இருக்கலாம் என்று ஆராய்ச்சியாளர்கள் கருதுகிறார்கள்.

அதனுடைய அழகு, அது கிடைத்த குறைந்த அளவு ஆகிய காரணங்களால் அது பெரிய செல்வந்தர்களாலும் குறிப்பாக ராஜ வம்சத்தினராலும் உடனடியாகக் கைகொள்ளப்பட்டது, ஆராதிக்கப் பட்டது. பின்பு அதை வைத்திருப்பதை சாதாரண மக்களும் பெருமையாக நினைக்க ஆரம்பித்தார்கள். அதற்கு மதிப்பும் தேவையும் இன்னும் கூடியது. அதன் காரணமாகவே அது பணத்தின் பிரதிநிதியாகப் பார்க்கப்பட்டது. பின்பு அதுவே நாணயங்கள் வடிவில் பணமும் ஆனது.

கிறிஸ்து பிறப்பதற்கு சுமார் 2600 ஆண்டுகளுக்கு முன்னால் இருந்த மெசபடோமிய நாகரிகத்தில் தங்க ஆபரணங்கள் இருந்ததாகச் சொல்லப்படுகிறது.

1223 ஆண்டில் எகிப்திய மன்னன் துட்டன்காமன் சமாதி முழுக்கவே தங்கத்தால் கட்டப்பட்டது என்றும் கிறிஸ்து பிறப்பதற்கு 950 ஆண்டுகளுக்கு முன்னால் சாலமனுக்கு கட்டிய ஒரு கோயில் முழுவதுமே தங்கத்தால் ஆனது என்றும் சொல்கிறார்கள். கிமு 3600லேயே எகிப்திய பொற்கொல்லர்கள் தங்கத்தை வைத்து சில

வேலைகள் செய்து இருக்கிறார்கள் என்றும், இவர்கள்தான் முதலில் அடிமைகளையும் குற்றவாளிகளையும் தங்க சுரங்கங்களில் உள்ளே இறங்கிச் சுரண்டி எடுக்க சொன்னார்கள் என்றும் சொல்லப்படுகிறது.

கிமு 550-ல் கிரேக்கர்கள் மத்தியதரைக் கடல் பிரதேசம் மற்றும் மத்திய கிழக்கு பிரதேசங்களில் தங்கத்தை வெட்டி எடுக்க ஆரம்பித்தார்கள். தங்கம் குறித்து அரிஸ்டாட்டில் போன்றோரும் பேசியிருக்கிறார்கள். அப்போதெல்லாம் அதிகமான நேரங்களில் தண்ணீர் இருக்கிற இடங்களை தங்கம் இருந்த காரணத்தினால் ஏதோ குறிப்பிட்ட வகை தண்ணீரும் சூரிய ஒளியும் கலந்தால் தங்கம் கிடைக்கிறது என்பது போன்ற தவறான நம்பிக்கைகளும் நிலவி இருக்கின்றன. அப்போது அவர்கள் தோண்டிய சில சுரங்கங்களின் மிச்சங்கள் இன்றும் காணக் கிடைக்கின்றன.

கிரேக்கர்கள் தொடங்கியிருந்தாலும் அதிகமாக ரோமானியர்கள்தான் அவர்களுடைய பரந்துவிரிந்த தேசங்களிளின் பல பகுதிகளில் இருந்து மிக அதிக அளவில் தங்கத்தைத் தோண்டி எடுத்திருக் கிறார்கள். பூமிக்கடியில் இருந்து தங்கத்தை எடுக்க அடிமைகளையும் குற்றவாளிகளையும் பயன்படுத்தியிருக்கிறார்கள்.

•

கி.பி. 1300 : லண்டனில் இருக்கும் கோல்ட்ஸ்மித் ஹாலில் முதன்முதலாக தங்கத்தின் தரத்தை நிர்ணயம் செய்யும், சோதிக்கும் முறைகள் அறிவிக்கப்பட்டன. அதுதான் முதல் ஹால்மார்க்.

கி.பி. 1422 : வெனிஸ் நகரத்தில் ஒரு நாணயம் அடிக்கும் கூடத்தில் 12 லட்சம் தங்க நாணயங்கள் (Ducats) உயர் மதிப்பு நாணயங்கள் உருவாக்கப்பட்டிருக்கின்றன.

கி.பி. 1717 : இங்கிலாந்தில் (United Kingdom) தங்கத்துக்கான ஸ்டாண்ட் நிர்ணயிக்கப்படுகிறது. ஒரு தங்க காசுக்கு 77 ஷில்லாங் என்று மதிப்பு வைக்கிறார்கள்.

கி.பி. 1792: அமெரிக்காவின் யுஎஸ் காங்கிரஸ் தங்கம் மற்றும் வெள்ளிக்கு நாணயங்களுக்கு மதிப்பு நிர்ணயம் செய்கிறது. ஒரு அவுன்ஸ் தங்கம் என்பதற்கு *19.3* டாலர் மதிப்பு என்று முடிவு செய்யப்படுகிறது.

•

இன்றைக்கு அமெரிக்காவில் இருக்கும் கலிபோர்னியா என்ற ஒரு மாகாணம் உருவானதே 'கோல்டு ரஷ்' என்பதால்தான் என்கிறார்கள்.

1848-ல் ஜான் மார்ஷல் என்பவர் அங்கு மரக்கூடம் ஒன்று கட்டுகையில் அந்த இடத்தில் தங்கத்தின் திட்டுகள் இருப்பதைப் பார்த்திருக்கிறார். அந்த விஷயத்தை அவரால் ரகசியமாக வைத்துக்கொள்ள முடியவில்லை. செய்தி வெளியில் பரவவே பலரும் பல்வேறு பக்கங்களில் இருந்து கலிபோர்னியாவை நோக்கிப் படையெடுத்து வந்திருக்கிறார்கள். பல்வேறு சிரமங்களுக்கு உள்ளாகி இருக்கிறார்கள். வந்த அனைவராலும் தங்கத்தைக் கண்டுபிடிக்கவோ கைக்கொள்ளவோ இயலவில்லை.

அதனால்தான் 1846 ஆம் ஆண்டு வெறும் 200 நபர்கள் இருந்த சான் ஃபிரான்சிஸ்கோ, ஆறே ஆண்டுகளில் 36 ஆயிரம் மக்கள் தொகை கொண்ட இடமாக மாறிவிட்டது. அந்தக் காலகட்டத்தில்தான் கலிபோர்னியாவில் சாலைகள், பள்ளிகள், மாதா கோவில்கள் கட்டமைக்கப்பட்டன. வியாபாரிகள வந்து சேர்ந்ததார்கள். பின்னர் அதுவே கலிபோர்னியா என்ற ஒரு மாநிலமாக உருவாக்கப்படும் அளவு வளர்ந்தது.

குறுகிய காலத்தில் மிக அதிக எண்ணிக்கையிலானவர்கள் அங்கே தங்கம் கிடைக்கிறது என்று அந்த இடத்துக்குப் போனதை 'கோல்டு ரஷ்' என்று அழைத்தார்கள்.

•

தங்கத்தின் வரலாற்றில் 1933 மிக முக்கியமான ஆண்டு அந்த ஆண்டுதான் அமெரிக்காவின் ஜனாதிபதி ரூஸ்வெல்ட் தங்கத்தை டாலராக மாற்றுவதை நிறுத்தினர்.

1971 டிசம்பர் அமெரிக்க வரலாற்றில் தங்கத்துக்கு மற்றொரு முக்கிய பங்கு 10 நாடுகளில் மத்திய ரிசர்வ் வங்கி அதிகாரிகள் மற்றும் அமெரிக்கா மற்றும் இங்கிலாந்தில் ரிசர்வ் வங்கி அதிகாரிகள் ஒன்று சேர்ந்தார்கள் அந்தக் குழுவுக்குப் பெயர் குரூப் ஆஃப் டென்.

அவர்கள் ஸ்மித்சோனியன் அருங்காட்சியகத்தில் கூடிப் பேசி, அதுவரை நடப்பில் இருந்த 1944 ஆம் ஆண்டில் பிரிட்டன் ஒப்ஸ் கான்பரன்ஸ் உருவாக்கி வைத்திருந்த ஏற்பாட்டுக்குப் பதிலாக புதிய ஒப்பந்தம் (Smithsonian Agreement) ஒன்றில் கையெழுத்திட்டார்கள்.

பிரிட்டன் கான்பரன்ஸ் படி 44 நாடுகளைச் சேர்ந்த 700 பிரதிநிதிகள் நேச நாடுகளுக்கிடையேயான செலவாணி விகிதத்தை (எக்ஸ்சேஞ்ச் ரேட்) முடிவு செய்திருந்தார்கள். அந்த ஏற்பாட்டின்படி மற்ற நாடுகளின் நாணய மதிப்பு அமெரிக்க டாலருடன் ஒரு அவுன்ஸ் 35 என்ற விகிதத்தில் சேர்த்து வைக்கப்பட்டது.

அதற்குக் காரணம் அமெரிக்கா வியட்நாம் மீது போர் தொடுத்து அதிக செலவு செய்து இருந்த காரணத்தினால் அமெரிக்க டாலர் மதிப்பு குறைந்து பண மதிப்பு அதிகரித்திருந்தது. Deflation காரணமாக அமெரிக்காவின தங்க reserves குறைந்துகொண்டே வந்ததும் ஒரு காரணம்.

அடுத்து 971 ஆகஸ்ட் 15 ஆம் நாள் எனவே ரிச்சர்ட் நிக்சன் டாலரை தங்கமாக மாற்ற முறையைத் தடைசெய்தார். அதன் காரணமாக அமெரிக்காவின் அரசு மற்ற தொழில் வளர்ச்சியடைந்த நாடுகளுடன் ஒரு புதிய 'எக்ஸ்சேஞ்ச் ரேட்' கணக்கிடும் முறையை வேண்டினர்.

அதன் காரணமாக வந்த ஸ்மித்சோனியன் இன்ஸ்டிடியூட் வாஷிங்டனில் நடந்த கூட்டத்தில் பத்து நாடுகளைச் சேர்ந்தவர்கள் ஸ்மித்சோனியன் ஒப்பந்தத்தில் கையெழுத்துப் போட்டார்கள். அப்போது அமெரிக்கா ஒரு அவுன்ஸ் தங்கத்துக்கு 38 தாளாளர் என்கிற ஏற்பாட்டை ஒத்துக்கொண்டு வந்தது.

•

ஏசு கிறிஸ்து பிறப்பதற்கு 2400 ஆண்டுகளுக்கு முன்பு தற்போதைய ஈராக் - அப்போதைய மொசபடோமியாவில் அரச வம்சத்தினரின் சமாதிகளில் இருந்த மரவேலைகளில் தங்க முலாம் பூசப் பட்டிருப்பைக் கண்டறிந்திருக்கிறார்கள்.

கிபி 250. குப்தர்கள் காலத்தில்
தங்க நாணயங்கள் வெளியிடப்பட்டிருக்கின்றன

மகாஜனபதாஸ் காலத்தில்தான் இந்தியாவில் முதலில் அரசு தங்க நாணயங்கள் வெளியிட்டது என்றும் அது கி.மு. 6ம் நூற்றாண்டு என்றும் சொல்லப்படுகிறது. 6ம் நூற்றாண்டு என்றால், இன்றைக்கு சற்றேறக்குறைய 2600 ஆண்டுகளுக்கு முன்பு - புத்தர் வாழ்ந்த காலத்தில், அலெக்ஸாந்தர் இந்தியாவிற்குள் நுழைவதற்கு முன்.

கனிஷ்கர் காலத்து தங்க நாணயங்கள்.
ஒருபக்கம் கனிஷ்கர். மறுபக்கம் புத்தர்.

குஷாணப் பேரரசர் விமா கடாபிசஸ் முதல் நூற்றாண்டில் இந்தியாவுக்கு தங்க நாணயங்களை அறிமுகப்படுத்தியவர் என்று கூறப்படுகிறது. ஐந்தாவது குஷாண மன்னரான கனிஷ்காவின் முன்னோடி விமா, கிட்டத்தட்ட வட இந்தியா முழுவதையும் ஆட்சி செய்தார். குஷாணப் பேரரசு தெற்கு உஸ்பெகிஸ்தான் மற்றும் தஜிகிஸ்தானில் இருந்து, இன்றைய ஆப்கானிஸ்தான் மற்றும் பாகிஸ்தான் வழியாக, காஷ்மீர் உட்பட வட இந்தியாவின் பெரும்பகுதி வழியாக, இப்போது பீகார் மாநில தலைநகரான பாட்னா என்று அழைக்கப்படும் படாலிபுத்ரா வரை பரவியது.

மத்திய கிழக்கு நாடுகளில் தங்கம் சுமார் 6000 ஆண்டுகளுக்கு முன்பே நகைகளாக அணியப்பட்டு வந்திருப்பதாக ஆராய்ச்சியாளர்கள் தெரிவிக்கிறார்கள்.

தங்கமும் துபாயும்

மத்திய கிழக்குப் பகுதி, அதிலும் குறிப்பாக துபாய் உலகின் தங்கத்துக்கான இரண்டாவது பெரிய சந்தையாக உள்ளது. உலகளாவிய தங்கச் சந்தையில் ஒரு குறிப்பிடத்தக்க சக்தியாக மத்திய கிழக்கு நாடுகள் உருவாக துபாய் முக்கிய காரணம்.

துபாயில் விற்பனை வரி இல்லை. இறக்குமதி வரியும் இல்லை. தவிர அரசும் வணிகத்தை ஊக்கப்படுத்தும் விதம் நடந்துகொள்கிறது. இந்தக் காரணங்களால் காலப்போக்கில், அதிகமான வணிகர்கள் தங்கள் கடைகளை அமைத்து தங்கத்தை விற்கத் தொடங்கினர்.

நகைகள் செய்து விற்பவர்களுக்கும் நல்ல நகைகள் வாங்க விரும்புகிறவர்கள் என இரு தரப்பினராலுமே தங்கத்தைப் பொறுத்தவரை துபாய் சாதகமான நகரமாகப் பார்க்கப்படுகிறது.

காரணம், துபாய் அரசின் வரிக் கொள்கைகள் மற்றும் நடை முறைகள். அங்கே வியாபாரம் சிறப்பாகவும் அச்சமின்றியும் நடக்கிறது. தவிர உற்பத்தியாளர்கள், நுகர்வோர் அதிகமிருக்கும் நாடுகளுக்கு இடையே துபாய் அமைந்திருப்பதும் அதன் வெற்றிக்கு மற்றொரு காரணமாகப் பார்க்கப்படுகிறது.

தற்போது 400-க்கும் மேற்பட்ட சில்லறை மற்றும் மொத்த தங்கக் கடைகள் துபாயின் புகழ்பெற்ற தங்க சவுக்கில் இயங்குகின்றன - இது உலகின் மிகப் பெரிய சில்லறை தங்க வர்த்தக சந்தை. உலகெங்கிலும் உள்ள நகை பிரியர்கள் மற்றும் வியாபாரிகள் தொடர்ந்து இங்கே வந்து வாங்குகிறார்கள், விற்கிறார்கள்.

துபாயில், பூச் கலீபா கட்டடத்தில் தங்கம் விற்பனை செய்ய ஏடிஎம் மெஷின்கள் உண்டு. 1 கிராம்,5 கிராம், 10 கிராம் 100 கிராம் என்று பல்வேறு அளவுகளில் 'வெண்டிங் மிஷின்'கள் காசு வாங்கிக் கொண்டு தங்கம் கொடுக்கும். அந்த அளவுக்கு தங்க விற்பனை அங்கே அவ்வளவு அதிகம் நடக்கிறது.

12

இறக்குமதி என்ற தலைவலி

ஒரு அரசுக்கு இருக்கும் பல்வேறு தலைவலிகளில் ஒன்று அது செய்துகொள்ளும் இறக்குமதியின் அளவு.

ஒரு நாடு அது செய்கிற ஏற்றுமதியைக் காட்டிலும் குறைவாக இறக்குமதி செய்து கொண்டால் மற்ற நாடுகளிலிருந்து செல்வம் அந்த நாட்டுக்குள் வரும். இதன் பெயர் ஆதாயமான வர்த்தக நிலுவை (Favorable balance of Trade).

மாறாக, ஒரு நாடு அது செய்யும் ஏற்றுமதியைக் காட்டிலும் அதிக மதிப்பு பணத்துக்குப் பொருட்களை இறக்குமதி செய்து கொண்டால், அந்த நாடுகளுக்குப் பணம் கொடுக்க வேண்டியது வரும். பணம் என்றால் அமெரிக்க டாலர் அல்லது இறக்குமதி செய்துகொண்ட நாட்டின் பணம். இது Unfavorable balance of Trade.

பல ஆண்டுகளாகவே இந்தியா ஏற்றுமதியைக் காட்டிலும் அதிக அளவு பணத்துக்கு இறக்குமதி செய்துகொள்கிறது.

கொரோனா ஊரடங்கு காரணமாக, பெட்ரோலியத் தேவையும் இறக்குமதியும் குறைந்து, ஜூன் 2020ல் மட்டும் மொத்த இறக்குமதியைக் காட்டிலும் மொத்த ஏற்றுமதி 790 கோடி ரூபாய் அதிகம்.

கடந்த 10 ஆண்டுகளாக மாதம் 15000 கோடி நிகரப் பற்றாக்குறை.

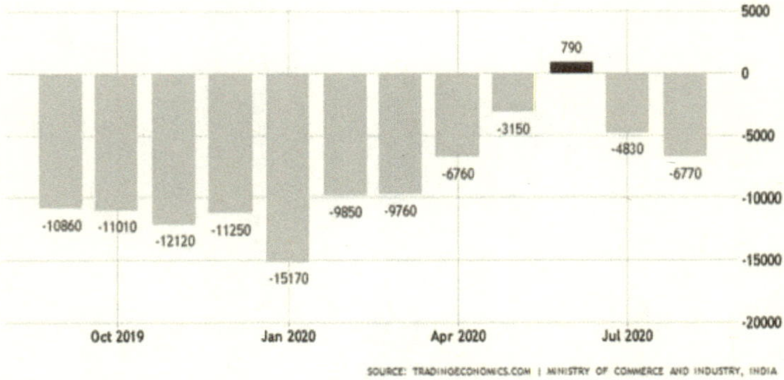

இந்தியாவின் நிகர ஏற்றுமதி இறக்குமதி
- அக்டோபர் 2019 முதல் 2020 செப்டெம்பர் வரை - மாத வாரியாக

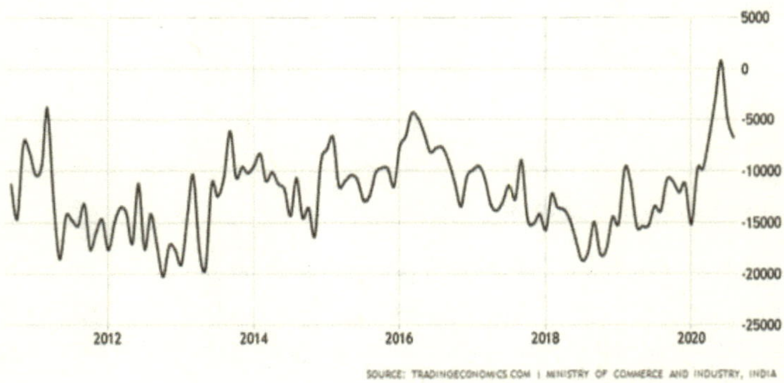

ஏற்றுமதியைக் காட்டிலும் அதிகமாக இருக்கும் இறக்குமதி -
2010 முதல் 2020 செப்டெம்பர் வரை. மாத வாரியாக.

ஒரு நாடு அதற்குத் தேவைப்படும் பொருட்களை இறக்குமதி செய்து கொள்ளத்தான் வேண்டும். தேவைப்படும் பொருட்கள் என்றால், குடிமக்களுடைய வாழ்க்கைத் தேவைகளான உணவு, குடியிருப்பு, மருத்துவம் கல்வி போன்றவற்றுக்கான பொருட்கள் மற்றும் சேவைகள்.

அதற்கு அடுத்தபடியாக அந்த நாடு விவசாய வளர்ச்சி பெறுவதற்கும் தொழிற்துறையில் வளர்ச்சி அடைவதற்கும் தேவையானவற்றை இறக்குமதி செய்துகொள்ளலாம். தவிர, சொந்த நாட்டில் கிடைக்காத அவசியமான வேறு பொருட்களையும் இறக்குமதி செய்து கொள்ளலாம்.

அந்தவிதத்தில் இந்தியா மிக அதிக அளவில் இறக்குமதி செய்து கொண்டேயிருக்கும் ஒரு பொருள், கச்சா எண்ணெய். இறக்குமதியில் முதல் இடம் அதற்குத்தான்.

பொருளாதார வளர்ச்சிக்கு பெட்ரோலிய பொருட்கள் அவசியம். தவிர, இந்தியாவில் போக்குவரத்துக்கும் தொழில் வளர்ச்சிக்கும் பெட்ரோல் டீசல் மற்றும் இயற்கை எரிவாயு அதிக அளவில் தேவைப்படுகிறது. இந்தியாவில் கிடைப்பதும் சுத்திகரிக்கப் படுவதும் போதுமானதாக இல்லை. 100 தேவை என்றால் இருபதுதான் உள்நாட்டில் கிடைக்கிறது. அதனால் இந்தியா அதன் தேவைக்கு 80 சதவீதத்தை வெளிநாடுகளில் இருந்து இறக்குமதி செய்துகொள்ளவேண்டிய நிலை இருக்கிறது.

கச்சா எண்ணைக்கு அடுத்தபடியாக அதிக அளவில் இந்தியா இறக்குமதி செய்துகொள்ளும் பொருள், தங்கம்.

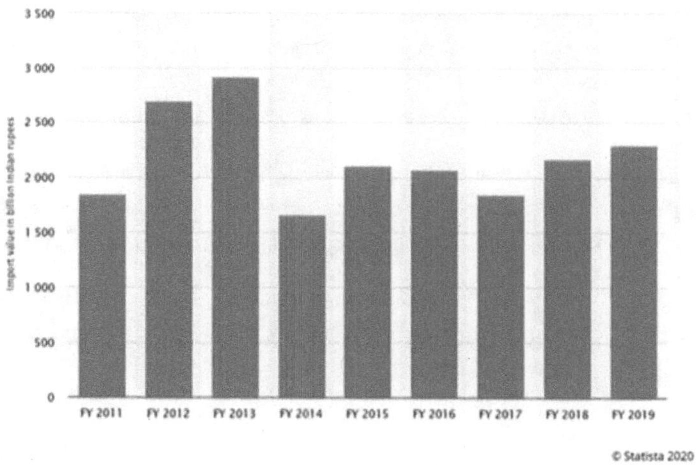

இந்தியாவின் தங்கம் இறக்குமதி- 2011 முதல் 2019 வரை.
பில்லியன் (100 கோடி) ரூபாய்களில்

ஒரு பில்லியன் என்றால் 100 கோடி. 2500 பில்லியன் ரூபாய்கள் என்றால் 2 லட்சத்து 50 ஆயிரம் கோடி ரூபாய்கள். ஒவ்வொரு ஆண்டும் 2 முதல் 2.5 லட்சம் கோடி ரூபாய்வரை தங்கம் இறக்குமதி செய்வதிலேயே நமது அந்நியச் செலாவணி போய்விடுகிறது. தங்க நகைகள் ஏற்றுமதி மூலமாக ஓரளவு அன்னிய செலாவணி திரும்ப வந்தாலும் பெரும்பகுதி இந்தியர்களின் தேவைக்கான தங்க இறக்குமதி செலவுதான்.

இறக்குமதியாவதில் ஓரளவு மட்டுமே நகைகளாக ஏற்றுமதி ஆவதால் பெருமளவு தங்கம் இந்தியாவில் தங்கிவிடுகிறது. இப்படியாகத் தொடர்ந்து பல ஆண்டுகளாக நடக்கிறது.

இவ்வளவு தங்கத்தைத் தொடர்ந்து இறக்குமதி செய்துகொள்ளும் இந்தியா வசம் ஏற்கெனவே இருக்கும் தங்கத்தின் அளவு ஒன்றும் குறைவில்லை. பல்வேறு மதிப்பீடுகளின்படி இந்தியாவில் மக்கள் தொகை சுமார் 20 ஆயிரம் டன்கள் வரை தங்கம் இருக்கலாம் என்பதை ஏற்கெனவே பார்த்தோம்.

இந்த 20,000 டன்னில் ஒருபகுதி நிச்சயமாகப் பயன்பாட்டில் இல்லை. நகைகளாக பீரோக்களிலும், பெட்டகங்களிலும் லாக்கர்களிலும் தூங்கிக்கொண்டிருக்கிறது. மற்றொரு கணிசமான பகுதி கோயில், குருத்துவாரா, மசூதி, சர்ச் என வழிபாட்டு மையங்களில் நகைகளாகவும் கூரைகளாகவும் இருக்கின்றன.

பயன்பாட்டில் இல்லாவிட்டாலும் மக்கள் தங்கத்தைச் சேர்த்து வைக்கிறார்களே தவிர விற்க முன்வருவதில்லை. அதற்குக் காரணம், 'தங்கம் என்ன ஊசியா போகப் போகிறது! கிடக்கட்டும். காலப் போக்கில் விலை உயரும்' என்பது போன்ற நினைப்புகளால்தான்.

இப்படியாகப் பயன் இல்லாமல் இருக்கும் தங்கம் வெளியே சந்தைக்கு வந்தால் புதிதாக வாங்குபவர்களுக்கு கிடைக்குமே. அதன் மூலம் இறக்குமதியைக் குறைக்கலாமே என்பது அரசின் எண்ணம்.

நாட்டில் சும்மா இருக்கும் தங்கத்தைப் பயன்பாட்டுக்குக் கொண்டுவர அரசு பல்வேறு முயற்சிகளை எடுத்து வருகிறது. அவற்றில் ஒன்று, கோல்டு டெபாசிட் ஸ்கீம்.

மக்கள் வசம் இருக்கும் தங்கத்தை டெபாசிட்டாகப் பெற்று அதற்கு வட்டி கொடுப்பது முதல் திட்டம். அப்படி கிடைக்கும் தங்கத்தை அரசு விற்றால், வெளிநாடுகளில் இருந்து அதிகம் இறக்குமதி செய்யும் அவசியம் இருக்காது.

13

தங்கத்தின் மீது அரசின் கட்டுப்பாடுகள்

சீனா செய்ததைப் போலவே இந்தியாவும் ஒரு முறை தங்கத்தின் மீது கடுமையான கட்டுப்பாடுகளைக் கொண்டு வந்தது. அதற்காகத் தனிச் சட்டமே இயற்றியது. அதன் பெயர், கோல்ட் கண்ட்ரோல் ஆக்ட் 1962.

1962 ஆம் ஆண்டில் சீனாவுடனான எல்லைப் பிரச்னைப் போரினால் நாட்டின் அந்நியச் செலாவணி மிகவும் குறைந்துபோனது. அதைச் சரி செய்யும் நோக்கில் எடுக்கப்பட்ட நடவடிக்கைகளில் ஒன்றாக அப்போதைய நிதியமைச்சராக இருந்த மொரார்ஜி தேசாய் கொண்டுவந்ததுதான் அந்த தங்கக் கட்டுப்பாடுச் சட்டம்.

அந்த சட்டத்தின்படி முதலில், ஏற்கனவே வங்கிகளால் வழங்கப் பட்டிருந்த அனைத்து தங்கக் கடன்களும் நிறுத்தப்பட்டது. தங்கத்தில் 'பார்வேர்ட் டிரேடிங்' தடை செய்யப்பட்டது.

அடுத்து, 1963 ஆம் ஆண்டில், 14 காரட் நேர்த்திக்கு மேல் தங்க நகைகள் தயாரிக்கத் தடை விதிக்கப்பட்டது. ஆம். 22 காரட் நகைகள் தயாரித்தால் குற்றம்! 1965 ஆம் ஆண்டில், அதுவரை கணக்கில் காட்டாத பணம் வைத்திருப்பவர்களுக்கு வரிச் சலுகையுடன் தங்கப் பத்திரத் திட்டம் தொடங்கப்பட்டது.

இப்படியெல்லாம் செய்தும் எதிர்பார்த்த பலன் கிட்டவில்லை. தேசாய் இறுதியாக 1968 ஆகஸ்ட் 24 முதல், குடிமக்கள் தங்கம் மற்றும் நாணயங்கள் வடிவில் தங்கத்தை வைத்திருப்பதைத் தடைசெய்யும்

சட்ட மாறுதல் கொண்டுவந்தார். அதன்படி, மக்கள் உடனடியாக அவர்கள் கைவசம் இருந்த தங்க நாணயங்கள் மற்றும் பார்கள் அனைத்தையும் நகைகளாக மாற்றி அதிகாரிகளுக்குத் தெரிவிக்கவேண்டும்.

மேலும், 100 கிராமுக்கு மேல் தங்கத்தை வைத்திருக்க நகை செய்யும் பொற்கொல்லர்களுக்கு அனுமதியில்லை. உரிமம் பெற்ற விநியோகிப்பாளர்கள் இரண்டு கிலோவுக்கு மேல் தங்கத்தை வைத்திருக்கக்கூடாது. அவர்கள் அவர்களுக்குள் வாங்குதல் விற்றல் செய்துகொள்ளக்கூடாது.

இந்தச் சட்டத்தால் தங்க ஆபரணம் செய்வோரும் வியாபாரம் செய்வோரும் நகை செய்ய தங்கம் கிடைக்காமல் பெரிய அளவில் பாதிக்கப்பட்டார்கள். குறிப்பாக சிறு கடைகள் நடத்தி வந்த வியாபாரிகள் மற்றும் பொற்கொல்லர்கள். பெரிய நிறுவனங்கள் சமாளித்துக்கொண்டன.

இந்தக் கட்டுப்பாடுகள் மற்றும் தடைகள் காரணமாக, தங்கத்தை முறையாக வெளிப்படையாக வெளிச்சந்தையில் வாங்க முடிய வில்லை. அதனால் வெளிநாடுகளில் இருந்து அதிக அளவில் தங்கம் கடத்தி வரப்பட்டு ரகசியமாக வர்த்தகமானது. மெல்ல மெல்ல தங்கத்துக்கு மிகப் பெரிய கள்ளச் சந்தை உருவானது.

இப்படியாக, தங்கத்தின் மீதான கட்டுப்பாடு பல ஆண்டுகளுக்கு இந்தியாவில் இருந்தது. கூடவே தங்கத்துக்கான கள்ளச் சந்தையும் வளர்ந்தோங்கியது. கடத்திவரப்பட்ட தங்கத்தைப் பிடிப்பதும், அபராதம் போடுவதும் ஒரு பக்கம் நடந்துகொண்டிருந்தாலும், தெரிந்தும் தெரியாமலும் தொடர்ந்து தங்கக் கடத்தல் நடந்து கொண்டுதான் இருந்தது. முறையாக இறக்குமதி செய்யப்படாத தங்கத்தால், அரசுக்கு வரி இழப்பு ஏற்பட்டது. தவிர, கண்காணிக்கவும் தடுக்கவும் அரசுக்கு செலவானது. இவை தவிர வழக்கு விசாரணைகள் என்று அவை ஒரு பக்கம் மக்கள் பணத்தை வீண் செய்துகொண்டிருந்தன.

விடுதலை

எப்படி 1950ஆம் ஆண்டு சீனாவில் கொண்டுவரப்பட்ட கட்டுப்பாடுகள் இருபத்து ஒன்பது ஆண்டுகளுக்குப் பின், 1979-ல் வந்த புதிய அரசின் தாராளமயமாக்கல் கொள்கைகளால் மாற்றப்பட்டு, தங்கம் அரசின் கட்டுப்பாட்டில் இருந்து விடுவிக்கப் பட்டதோ, அதேபோல இந்தியாவில் 1990ஆம் ஆண்டு புதிதாக

ஆட்சிக்கு வந்திருந்த திரு நரசிம்மராவ் தலைமையிலான அரசு 28 ஆண்டுகளுக்குப்பின் தங்கத்தின் மீதான கட்டுப்பாடுகளை நீக்கியது.

தங்கத்தின் மீது இருந்த கட்டுப்பாடுகளை மட்டுமல்ல. அதுவரை உற்பத்தி மற்றும் இறக்குமதிகளில் இருந்த பல்வேறு தடைகளையும் கட்டுப்பாடுகளையும் ஒருசேர விலக்கிக்கொண்டது மத்தியில் ஆட்சிக்கு வந்திருந்த புதிய அரசு. அந்த வரலாற்று முக்கியத்துவம் வாய்ந்த பொருளாதார சீர்திருத்தங்களுக்குப் பெயர், LPG.

1991ம் ஆண்டின் பொருளாதார சீர்திருத்தங்களின் ஒரு பகுதியாக அது வரை நடைமுறையில் இருந்த 1962 ஆம் ஆண்டு தங்க கட்டுப்பாடு சட்டம், 1992-ல் விலக்கிக்கொள்ளப்பட்டது. தங்க இறக்குமதி அனுமதிக்கப்பட்டது. எவ்வளவு வேண்டுமானாலும் இறக்குமதி செய்துகொள்ளலாம். 10 கிராம் தங்கத்தின் மீது 450 ரூபாய் இறக்குமதி தீர்வை கட்டினால் போதும். வேறு எந்தக் கட்டுப்பாடும் இல்லை. வியாபாரிகளுக்கும் பொற்கொல்லர்களுக்கும் மக்களுக்கும் வேண்டிய அளவு தங்கம் கிடைத்தது. இறக்குமதியாகும் தங்கம் ஒவ்வொரு கிராமுக்கும் அரசுக்கு 45 ரூபாய் வருமானம் வந்தது.

அதிகாரபூர்வமாகவே தங்கத்தை இறக்குமதி செய்யலாம் என்று அனுமதித்தால் தங்கக் கடத்தல் குறையும். அதனால் அதைக் கண்காணிக்க வேண்டிய வேலையும் செலவும் அரசுக்கு குறையும் என்று கணித்தார்கள். எதிர்பார்த்தது போலவேதான் நடந்தது. 1991-ல் ஏதும் இல்லை என்கிற அளவில் இருந்த தங்க இறக்குமதி, கட்டுப்பாடுகள் தளர்த்தப்பட்டபின் 1992-ல், 110 டன் ஆக உயர்ந்தது. அவ்வளவு இறக்குமதி ஆனதால் அரசுக்கு நல்ல வருவாய். தவிர, கடத்தல்கள், அவற்றை ஒட்டிய வழக்குகள், சிக்கல்கள் எல்லாம் வெகுவாகக் குறைந்தன. லஞ்சத்துக்கும் ஊழலுக்கும் வழியில்லாமல் போனது.

ஆனால், வேறு ஒரு சிக்கல் ஆரம்பம் ஆனது. அது தொடர்ந்து அதிகரித்த தங்கத்தின் இறக்குமதி. இந்தியர்கள் அதிக அளவில் தங்கம் இறக்குமதி செய்துகொண்டனர். சுரங்கங்களில் தங்கம் இல்லாமலே வீடுகளில் அதிக தங்கம் வைத்திருக்கிற நாடு இந்தியா. காரணம், அது செய்துகொள்ளும் அபரிமிதமான இறக்குமதி.

முதல் நூற்றாண்டு ரோமானிய எழுத்தாளர் பிளினி (Pliny) என்பவர், இந்தியாவினுடைய பருத்திக்கும் சமையலில் பயன்படுத்தப்படும் வாசனைப் பொருட்களுக்காகவும் பதப்படுத்தும் பொருட்களுக் காகவும் ரோமில் இருந்து அதிக அளவு தங்கம் இந்தியாவுக்கு போனது என்று வருத்தப்படுகிறார்.

LPG சீர்திருத்தங்கள்

லிபரலைசேஷன் (தாராளமயமாக்கல்) பிரைவைடேசேஷன் (தனியார்மயமாக்கல்) குளோபலைசேஷன் (உலகமயமாக்கல்) என்பதன் சுருக்கம்தான் LPG. செய்தவர், பிரதமர், நரசிம்ம ராவ். அப்போது நிதியமைச்சராக இருந்தவர் மன்மோகன் சிங்.

இந்தியா அப்படி ஒரு மிகப் பெரிய முடிவை எடுக்கக் காரணம், 1991ம் ஆண்டு இந்திய அரசுக்கு ஏற்பட்ட ஒரு பெரிய பொருளாதார நெருக்கடிதான்.

எப்போதுமே இந்தியா அது செய்யும் ஏற்றுமதியை காட்டிலும் அதிக மதிப்பிலான தொகைக்கு இறக்குமதிகள் செய்து கொள்ளும் நிலையும் இருந்து வருகிறது குறிப்பாக பெட்ரோலிய பொருட்களின் இறக்குமதி. 1985ம் ஆண்டில் இருந்து இந்தியாவின் இறக்குமதிகள் அதிகரிக்க ஆரம்பித்தன. வளைகுடாப் போரின் விளைவுகளும் இதில் சேர்த்தி.

இந்தச் சூழ்நிலையில் ஒவ்வொரு மாதமும் ஏற்றுமதிக்கும் இறக்குமதிக்கும் இடையில் இருக்கும் வேறுபாட்டை மற்ற நாடுகள் ஏற்றுக்கொள்ளக்கூடிய அன்னிய செலவாணியாகத்தான் கொடுத்தாக வேண்டும்.

1990ல் பிரதமராக இருந்தவர் சந்திரசேகர். ஜனவரி மாதம் வெறும் 1.2 பில்லியன் டாலராக இருந்த அன்னிய செலவாணி கையிருப்பு, ஜூன் மாதம் பாதியாக குறைந்து போனது. அது அடுத்த மூன்று வாரங்களுக்கு மட்டுமே போதுமான அளவு. அதன்பின் இந்தியா கொடுக்கவேண்டிய பணத்தைக் கொடுக்க இயலாத நாடாகிவிடும் என்பது நிலைமை.

இவையெல்லாம் வெளியே தெரியவர முதலீட்டாளர்கள் இந்தியாவின் பொருளாதார வளர்ச்சி மீது நம்பிக்கை இழந்தனர். அதனால் இந்திய ரூபாயின் மதிப்பும் வேகமாகக் குறைந்தது. ரூபாயைன் மதிப்பைத் தக்க வைக்க ரிசர்வ் வங்கி மூன்று நாட்கள் இடைவெளில் இரண்டு முறை 'டீ வேல்யு' செய்தது.

இவற்றை எல்லாம் கணக்கில் எடுத்துக்கொண்டு, 'மூடீஸ்' என்ற சர்வதேச நிதி அமைப்பு இந்தியாவின் 'பொருளாதார ஸ்திரத்தன்மை'யை குறைத்து மதிப்பிட்டது. அதவாது 'டவுன் கிரேட்' செய்தது.

அப்போது 1991ல் பிரதமராக இருந்த சந்திரசேகர் அரசால் பாராளுமன்றத்தில் மத்திய அரசின் பொது பட்ஜெட்டை நிறைவேற்ற முடியவில்லை. அவ்வளவு பற்றாக்குறை இருந்த பட்ஜெட் அது.

இப்பொதெல்லாம் 4 சதவிகிதத்திற்கும் கீழ் இருக்கும் பிஸ்கல் டெபிசிட் 1990-91ல் 8.4 சதவீதம். இந்திய அரசின் உள்நாட்டுக் கடன்கள் மட்டும், மொத்த ஜிடிபி யில் 53 சதவீதம்.

பட்ஜெட் நிறைவேறவில்லை. அதனால் அரசால் கடன் வாங்க முடியாத நிலை ஏற்பட்டது. 'ஐ.எம்.எப்' எனப்படும் சர்வதேச நிதி அமைப்பும் உலகவங்கியும் இந்தியாவிற்கு கடன் தர மறுத்துவிட்டன.

அப்போது வேறு வழி இல்லாமல் எடுக்கப்பட்ட முடிவுதான் தங்கத்தை அடமானம் வைப்பது. அரசு சொல்லி ரிசர்வ் வங்கி அதன் வசம் 'ரிசர்வ்'ல் இருந்த தங்கத்தில் ஒரு பகுதியான 47 டன் அளவை பேங்க் ஆஃப் இங்கிலாந்திடமும் 20 டன் தங்கத்தை பேங்க் ஆப் ஸ்விட்சர்லேண்ட் இடமும் அடகு வைத்து 2.2 பில்லியன் டாலர் கடன் பணம் பெற்று அரசுக்குக் கொடுத்தது.

இவையெல்லாம் நடந்த போது பாராளுமன்றத் தேர்தல் அறிவிக்கப் படிருந்த நேரம். அதனால் இரகசியமாக செய்யப்பட்டன. ஆனாலும் விஷயம் வெளியே தெரியவர, 'நாட்டின் தங்கத்தை அடகு வைக்கும் அளவு மோசமான நிலையா!' என விமர்சனங்கள் எழுந்தன.

அந்தத் தேர்தலில் பிரதமர் சந்திரசேகர் தோல்வி அடைந்தார்.

இவ்வளவு நிச்சயமற்ற தன்மையையும் தலைகீழாக மாற்றும் விதமாக, அடுத்து வந்த, நரசிம்மராவ் தலைமையிலான மைனாரிட்டி காங்கிரஸ் அரசு எடுத்த வலிய ஆயுதம்தான் LPG. ஆயுதத்தை அவராக எடுக்கவில்லை. நிலைமை எடுக்க வைத்தது என்பதைக் காட்டிலும், நிலைமை சம்மதிக்க வைத்தது என்றுதான் சொல்ல வேண்டும்.

ஆம். அவ்வாறெல்லாம் செய்தால் உங்களுக்கு கடன் தருகிறோம் என்று உலகவங்கி இந்தியாவிற்கு நிபந்தனை விதித்திருந்தது.

அதன் பொருள், இந்தியாவுக்கு கடன் வேண்டுமென்றால் அது அதன் சந்தைகளைத் திறந்துவிடவேண்டும். இதுதான் நிபந்தனை.

ஜூன் மாதம் பிரதமராக பதவி ஏற்ற பி.வி. நரசிம்ம ராவ், நிலவும் பொருளாதார சிக்கலை சரிசெய்ய, முன்னாள் ரிசர்வ் வங்கி கவர்னரான மன்மோகன் சிங் அவர்களை நிதியமைச்சர் ஆக்கினார்.

ஜூலை 1ம் தேதி 1991ல் LPGயைத் தொடங்கிய அரசு முதல் வேலையாக இந்திய ரூபாயை மீண்டும் இருமுறை 'டீ வேல்யு' செய்தது. முதலில் 9 சதவீதம். அடுத்து 11 சதவீதம்.

கோல்ட் டெப்பாசிட் திட்டம் 1999

இறக்குமதியைக் கட்டுப்படுத்த நினைத்த அரசு, 1999ல் கோல்ட் டெபாசிட் ஸ்கீம் என்கிற ஒரு திட்டத்தை அறிமுகப்படுத்தியது. அதன் மூலம் மக்கள் அவர்கள் வசம் இருக்கும் தங்கத்தை வங்கிகள் மூலம் அரசிடம் ஒப்படைத்து, ரசீது பெற்றுக் கொள்ளலாம். ஒப்படைத்த தங்கத்தின் மதிப்பு அளவுக்கு ஆண்டுக்கு இரண்டரை சதவீதம் வட்டி பெற்றுக்கொள்ளலாம். பின்னால் விருப்பப்படும் போது ஒப்படைத்த தங்கத்தை தங்கமாகவோ அப்போதைய விலையில் பணமாகவோ பெற்றுக்கொள்ளலாம் என்பதுதான் அந்தத் திட்டம். (https://www.latestlaws.com/bare-acts/central-acts-rules/banking-laws/gold-deposit-scheme-1999/)

அதனால் பெரிய வேறுபாடு வரவில்லை. 2010ம் ஆண்டு 745 டன்கள் இறக்குமதி. 2011ம் ஆண்டு 986 டன் இறக்குமதி. 2012ம் ஆண்டு 864 டன்கள் இறக்குமதி.

தேசங்கள் ஒவ்வொரு ஆண்டும் நுகரும் தங்கம்: மெட்ரிக் டன்களில்

தேசம்	2009	2010	2011	2012	2013
இந்தியா	442.37	745.7	986.3	864	974
சீனா	376.96	428	921.5	817.5	1120.1
அமெரிக்கா	150.28	128.61	199.5	161	190
துருக்கி	75.16	74.07	143	118	175.2
சவுதி அரேபியா	77.75	72.95	69.1	58.5	72.2
ரஷ்யா	60.12	67.5	76.7	81.9	73.3
யு.ஏ.இ.	67.6	63.37	60.9	58.1	77.1
எகிப்து	56.68	53.43	36	47.8	57.3
இந்தோனேஷியா	41	32.75	55	52.3	68
யு.கே	31.75	27.35	22.6	21.1	23.4
ஏனைய வளைகுடா நாடுகள்	24.1	21.97	22	19.9	24.6
ஜப்பான்	21.85	18.5	30.1	7.6	21.3

கஸ்டம்ஸ் டூட்டி அதிகரிப்பு

அடுத்த கட்ட நடவடிக்கையாக, 2013ஆம் ஆண்டு தங்கத்தின் விலை உயர ஆரம்பித்தவுடன் குறிப்பிட்ட தொகையாக இருந்த தங்கத்தின் மீதான இறக்குமதித் தீர்வைத் தொகையை, தங்கத்தின் விலையின் மீதான சதவீதமாக மாற்றினார் அப்போதைய நிதியமைச்சர் ப.சிதம்பரம்.

கிராமுக்கு இவ்வளவு என்ற குறிப்பிட்ட தொகைக்கு பதில், என்ன விலைக்கு இறக்குமதி ஆகிறதோ அதன் மீது 4%. அந்த ஆண்டு மட்டுமே தங்கத்தின் மீதான இறக்குமதித் தீர்வை மூன்று முறை உயர்த்தப்பட்டது.

இப்படிச் செய்யக் காரணம் அரசு வருவாயை அதிகரித்துகொள்வது மட்டுமல்ல. எப்படியாகிலும் இறக்குமதியைக் குறைத்தாக வேண்டிய கட்டாயத்தில் அரசு இருந்தது.

இறக்குமதி என்ற சுமை

வெளிநாடுகளில் இருந்து இறக்குமதி என்றால் அதற்கென்று சில தனிக் குணங்கள் உண்டு. முதலாவது வெளிநாட்டுப் பொருளுக்கு நம் நாட்டுப் பணத்தைக் கொடுக்க முடியாது. அமெரிக்க டாலர் அல்லது ஐரோப்பிய யூனியனின் யூரோ அல்லது ஜப்பான் நாட்டின் யென் போன்ற வெளிநாட்டுப் பணம் கொடுத்துத்தான் வாங்க முடியும்.

வெளிநாட்டுப் பணம் நமக்கு எப்படிக் கிடைக்கும்? நாம் உற்பத்தி செய்யும் பொருட்களை வெளிநாட்டுகளுக்கு ஏற்றுமதி செய்தால்; அல்லது வெளிநாட்டு நிறுவனங்களுக்கான வேலைகளை நாம் செய்துகொடுத்தால் (தகவல் தொழில்நுட்ப நிறுவனங்கள்- IT போல) நமக்கு வெளிநாட்டுப் பணம் கிடைக்கும். தங்கம் போன்றவற்றை இறக்குமதி செய்துகொள்ளலாம்.

ஒரு ஆண்டில் இந்தியா இறக்குமதி செய்யும் தங்கத்தின் அளவு என்ன? சுமார் 800 டன். எண்ணூறு டன் என்றால் 8000 கிலோ. எட்டாயிரம் கிலோ என்றால் எண்பது லட்சம் கிராம்கள்!

இது ஒரு ஆண்டு செய்யும் இறக்குமதி. இதில் ஒரு பகுதி, நகைகளாக மாற்றப்பட்டு, வெளிநாடுகளுக்கு ஏற்றுமதி செய்யப்படுகிறது. ஆனால் ஒரு பகுதிதானே தவிர, மொத்தமும் அல்ல.

இந்தியாவின் தங்க நகைகள் ஏற்றுமதி ஆண்டு ஒன்றுக்கு 6000 கோடி முதல் 8000 கோடிவரைதான்.

2010 முதல் 2020 செப்டெம்பர் வரையிலான காலகட்டத்தில் இந்தியா ஏற்றுமதி செய்த தங்கத்தின் மதிப்பு கோடி ரூபாய்களில்

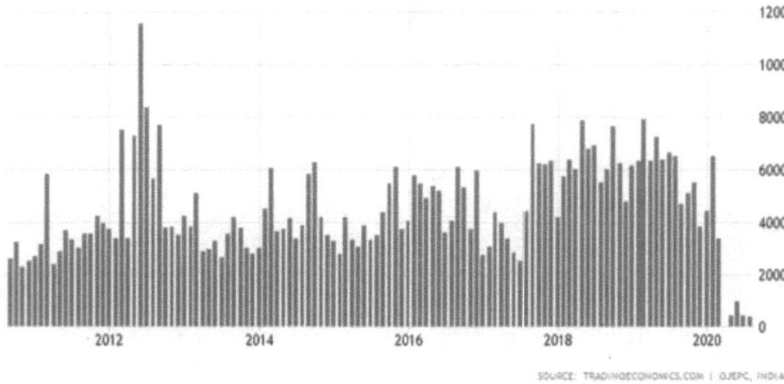

பாலன்ஸ் ஆப் டிரேட் (BOT)

ஒரு நாடு செய்யும் ஏற்றுமதியின் மதிப்புக்கும் அது செய்துகொள்ளும் இறக்குமதியின் மதிப்புக்கும் வித்தியாசம் இருக்கும். ஏற்றுமதியைக் காட்டிலும் இறக்குமதி அதிகமாக இருந்தால் அது அந்த தேசத்துக்குச் சிக்கலை உருவாக்கும். அதன் பெயர் 'டிரேட் டெபிசிட்'.

2014ம் ஆண்டு இந்தியாவின் தங்க இறக்குமதி அதிகமாகியிருந்த நிலை. அக்டோபர் மாதம் மட்டும் 150 டன் (கவனிக்க ஒரு மாதத்தில் மட்டும். ஓர் ஆண்டில் அல்ல) முந்தைய ஆண்டான 2013 அக்டோபரில் வெறும் 25 டன்தான். இப்படியே இறக்குமதி உயர்ந்தால், கையிலிருக்கும். அந்நியச் செலாவணி கரைந்துவிடும் நிலை.

இத்தனைக்கும் இறக்குமதியைக் குறைக்க, அதன் மீது 10 சவீத இறக்குமதித் தீர்வையும், இறக்குமதி செய்வதில் குறைந்தபட்சம் 20 சவீத அளவில் தங்க நகைகளோ எதுவோ ஏற்றுமதி செய்யவேண்டும் என்ற கட்டுப்பாடும் இருந்த நேரம்.

அடுத்து, 10 % தீர்வையை மேலும் அதிகரிப்பதா அல்லது 20 % ஏற்றுமதி கட்டாயத்தை 30 % ஆக்குவதா என்றெல்லாம் ரிசர்வ் வங்கியும் அரசும் யோசித்தன.

தொடர்ந்து கஸ்டம்ஸ் டூட்டியை அதிகரிப்பதென முடிவு செய்து, 2018 வரை 10% ஆக இருந்ததை, 2019 பட்ஜெட்டில் 12.5% ஆக அதிகரித்தார்கள்.

இந்தியா இறக்குமதி செய்துகொள்ளும் நாடுகள் - மொத்த இறக்குமதியில் சதவீதமாக *(2019ல்)*

- சீனாவிலிருந்து : 14% *(68.40 பில்லியன் டாலர்)*
- அமெரிக்காவிலிருந்து : 7.4% *(34.92 பில்லியன் டாலர்)*
- ஐக்கிய அரபு எமிரேட்லிருந்து : 6.4% *(30.31 பில்லியன் டாலர்)*
- சவுதி அரேபியாவிலிருந்து : 5.7% *(27.00 பில்லியன் டாலர்)*
- இராக்கிலிருந்து : 4.7% *(22.09 பில்லியன் டாலர்)*
- சுவிட்சர்லாந்திலிருந்து : 3.7% *(17.72 பில்லியன் டாலர்)*

இந்தியா இறக்குமதி செய்துகொள்ளும் நகை தொடர்பான பொருட்கள் *(2019ல்)*

- தங்கம் : 32.2 பில்லியன் டாலர்
- வைரங்கள் : 22 பில்லியன் டாலர்
- வெள்ளி : 3 பில்லியன் டாலர்
- விலைமதிப்பற்ற /
  அரை விலைமதிப்பற்ற கற்கள் : 1.3 பில்லியன் டாலர்
- நகைகள்: 601.8 மில்லியன் டாலர்
- செயற்கை விலைமதிப்பற்ற கற்கள்: 480 மில்லியன் டாலர்
- பிளாட்டினம் : 284.5 மில்லியன் டாலர்
- சாயல் (இமிடேஷன்) நகைகள்: 40.4 மில்லியன் டாலர்
- நகைகற்களின் டஸ்ட், தூள்: 26.2 மில்லியன் டாலர்
- முத்து: 21.4 மில்லியன் டாலர்

இந்தியாவின் இறக்குமதி செய்துகொள்ளும் முக்கிய பொருட்கள் - மொத்த இறக்குமதியில் சதவீதமாக.

- கனிம எரிபொருள்கள், எண்ணெய்கள் மற்றும்
  மெழுகுகள் மற்றும் பிட்மினஸ் பொருட்கள் : 32%
- விலைமதிப்பற்ற கற்கள் : 14%
- மின் இயந்திரங்கள் மற்றும் உபகரணங்கள் : 10.5%
- இயந்திரங்கள் (கணிணி உட்பட) : 9.2%
- கரிம வேதிப்பொருட்கள் (கெமிக்கல்ஸ்) : 4.3%

Source: www.worldstopexports.com and tradingeconomics.com

வரி அதிகமானால் கடத்தலும் அதிகரிக்கிறது

12.5 % என்பது விலையில் எட்டில் ஒரு பகுதி. இந்த அளவு வரி என்பது அதிகம்தான். அதன் காரணமாக மீண்டும் கடத்தல் வேலை ஆரம்பமாகிவிட்டது. காரணம், எடுக்கும் ரிஸ்க்குக்கு ஏற்ற அளவில் லாபம் கிடைக்கும் என்பது போலானது கஸ்டம்ஸ் டூட்டி அளவு. ஒரு கிலோ தங்கம் இறக்குமதி செய்தால் கிட்டத்தட்ட 6 லட்ச ரூபாய் டூட்டி. வரி கட்டாவிட்டால் அவ்வளவு மிச்சம் என்பதுபோலப் பார்த்து பலவிதங்களிலும் இந்தியாவுக்குள் மறைத்து எடுத்து வருகிறார்கள்.

ஒவ்வொரு ஆண்டும் இந்தியா சுமார் 800 முதல் 900 டன்கள் வரை அதிகாரபூர்வமாக இறக்குமதி செய்கிறது. ஆனால், ஓர் ஆண்டில் இந்தியாவில் ஆயிரம் டன் தங்கம் வரை பயன்படுத்தப்படுவதாகத் தெரிகிறது. இது எப்படி சாத்தியம் என்று கேட்கிறவர்கள், அந்த 100 டன் தங்கம் கடத்தல் முறையில்தான் வருகிறது என்கிறார்கள்.

IMPACT என்று ஒரு அரசு சாராத நிறுவனம் அதனுடைய அறிக்கை ஒன்றில் சொல்வது ‘உலகத்திலேயே மிக அதிகமான அளவு தங்கம் கடத்திக் கொண்டு வரப்படுவது இந்தியாவில்தான் என்றும் அதற்கு காரணம் ஆப்பிரிக்கா மற்றும் தென் அமெரிக்காவில் இருந்து அதிகாரப்பூர்வமாக இந்தியாவுக்குத் தங்கத்தைக் கொண்டு வர முடியாது என்று இருப்பதுதான்’.

2015-16ம் ஆண்டு 606.7 கோடி ரூபாய் மதிப்புள்ள தங்கம் 2696 நபர்களிடம் (கேஸ்கள்) இருந்து பிடிபட்டது. அதுவே 2019-20 ஆண்டில் 858 கோடி ரூபாய் மதிப்புள்ள தங்கமாகவும் 4444 நபர்களிடம் இருந்து (கேஸ்கள்) பிடிபட்டது. 2020ல் கொரானா காலகட்டத்தில் கூட கேரளாவில் மிக முக்கிய அரசு துறை சார்ந்தவர்களே சிலர் தங்க கடத்தலில் கைது செய்யப்பட்டார்கள் என்பதும் இங்கே கவனிக்கப் படவேண்டியது. வழக்கு விசாரணை நடந்துகொண்டிருக்கிறது. பல புதியவர்களுக்குத் தொடர்பிருப்பதாக விசாரிக்கப்படுகிறார்கள்.

கேரளாவில் மட்டும் இல்லை. பல்வேறு எல்லை மாநிலங்களிலும் கடத்தல் தங்கம் பிடிபடுகிறது. தமிழ்நாடு அதிலொன்றும் பின்தங்கி விடவில்லை. தொடர்ந்து செய்திகள் படிப்போர், பார்ப்போருக்குத் தெரியும். திருச்சி, மதுரை மற்றும் சென்னை விமான நிலையங்களில் அவ்வப்போது குப்பைத்தொட்டிகளில் சில தங்க கட்டிகள் கேட்பாரற்றுக் கிடக்கும். உடைக்குள் ஒளித்து எடுத்துக் கொண்டு வந்ததாக, சூட்கேஸில், துணிகளில் சாக்லேட்டுகளில் என்று பலவிதமாகவும் மறைத்து எடுத்துவரும் தங்கம் பிடிபடும்.

பிடிபட்டவர்கள் இவ்வளவு பேர் என்றால் பிடிபடாமல் சாமார்த்தியமாகக் கொண்டுவருகிறவர்கள் எவ்வளவு பேர், அவர்கள் மூலம் வரும் தங்கம் எவ்வளவு என்பதையெல்லாம் நாம் யூகித்துக் கொள்ளலாம். தவிர, இவையெல்லாம் விமான நிலையங்களில் பிடிபட்டவை மட்டுமே. தரை, வான் மற்றும் கடல் என்று எல்லா வழிகளிலும் இந்தியாவுக்குள் தங்கம் கடத்தி வரப்பட்டுக் கொண்டேயிருக்கிறது.

பல தனியார் விமானங்கள் தங்கம் கடத்தி வரப் பயன்படுத்தப் படுவதாகக் கூறி சிலரின் உரிமங்களை டைரக்டரேட் ஜெனர்ல் ஆப் சிவில் எவியேஷன் (DGCA) அவ்வபோது ரத்து செய்கிறது. 2020 ல் அப்படியாக ஐக்கிய அரபு நாடுகளில் இருந்து வரும் சில தனியார் விமானங்களுக்கு தரை இறங்கும் உரிமத்தை ரத்து செய்தது. குறிப்பாக கேரளாவுக்குள் கடத்திவரப்பட்ட 30 கிலோ தங்கம் பிடிபட்ட பிறகு இப்படிப்பட்ட நடவடிக்கைகள் அதிகமாகியிருக்கின்றன.

துபாய், ஐக்கிய அரபு அமீரகம் ஆகிய நாடுகளில் இருந்து கடத்துவது தவிர, சீனாவில் இருந்து அதிகளவிலான தங்கம் இந்தியாவுக்குள் கடத்தி வரப்படுகிறது. இதில் மற்றொரு ஆபத்து இருப்பதாகச் சொல்கிறார்கள். அது கடத்தி வரப்படுவது தங்கம் தானா என்ற சந்தேகம்!

இந்த சந்தேகத்துக்கு முகாந்திரம் இல்லாமல் இல்லை. சீனாவின் வுகான் (கொரானா புகழ்) மாகாணத்தில் கின்கோல்ட் என்று ஒரு கம்பெனி. அந்தக் கம்பெனி பங்குகள் அமெரிக்காவின் நேஸ்டேக்கிலும் பட்டியலிடப்பட்டிருக்கின்றன. அவ்வளவு பெரிய நிறுவனம். 2013ம் ஆண்டு அது டங்குவான் டிரஸ்ட் என்ற ஒரு நிறுவனத்துக்குக் கொடுக்கவேண்டிய கடன் தொகைக்கு ஈடாக அதன் வசம் இருந்த 4.8 பில்லியன் டாலர் மதிப்பிருந்த 27 லட்சம் அவுன்ஸ் தங்கத்தை அடமானம் வைத்தது. அந்த அடமான தங்கத்துக்கு சீன அரசின் காப்பீடு நிறுவனத்தின் உறுதி சான்றிதழையும் சமர்ப்பித்தது. 2019ம் ஆண்டுவரை கடனையும் வட்டியையும் தராததால் அந்நிறுவனம் ஈடாக இருந்த தங்கததை விற்க முயன்றபோது அதற்கு ஒரு அதிர்ச்சி காத்திருந்தது. அந்த அதிர்ச்சி, அடமானமாக இருந்தது முழுதும் தங்க முலாம் பூசப்பட்ட செம்பு என்பதுதான். செய்தி வெளியே தெரிய வந்ததும் கின்கோல்ட் நிறுவனத்திடம் தங்கம் அடமானமாகப் பெற்றிருந்த மற்ற நிறுவனங்களும், அவர்கள் வசமிருந்த தங்கத்தை சோதித்தபோதும் அவையும் தங்கம் அல்ல செம்புதான் என்று தெரியவந்து அதிர்ச்சி கொடுத்தது.

தங்கத்தை வெளிநாட்டில் இருந்து கொண்டு வரலாமா?

பேக்கேஜ் விதிகள், 2016ன் விதி 3ன் படி தங்கம் மற்றும் வெள்ளி ஆகியவை தடைசெய்யப்பட்ட பொருட்கள். இருப்பினும், ஆறு மாதங்களுக்கும் மேலாக வெளிநாட்டில் தங்கிய பின்னர் இந்தியாவிற்கு வரும் இந்திய பாஸ்போர்ட் வைத்திருக்கும் இந்திய வம்சாவளியைச் சேர்ந்தவர்கள் நபர் ஒருவருக்கு பத்து கிலோ வரை தங்கம் கொண்டுவர அனுமதியுண்டு.

அறிவிப்பு எண். 50/2017- Cus. 30.6.2017 தேதியிட்ட அறிவிப்பின்படி, அப்படி தங்கம் எடுத்துவரும் பயணிகள் ரெட் சேனல் வழியாக வந்து உரிய சுங்க அதிகாரிகளுக்குத் தெரிவித்து, நடைமுறையில் உள்ள (2020ல் 12.5%) சுங்கத் தீர்வையை அன்னிய செலவாணி (டாலர் போன்ற உரிய வெளிநாடுப்பணத்தில்) கட்டவேண்டும்.

ஆமாம். இறக்குமதிக்கு கட்டுவது போல கஸ்டம்ஸ் டூட்டி அதே சவீதம் கட்டித்தான் எடுத்துவர முடியும்.

தண்டனை

வெளிநாட்டில் இருந்து வரும் எவரும் தடை செய்யபட்ட பொருட்களான தங்கம் வெள்ளி, மேலும் சில பொருட்களை வைத்திருந்தால் அவர்கள் Foreign Trade (Development and Regulation) Act, 1992 and the Baggage Rules, 2016 சட்டத்தை மீறியதாக் கருதப்படுவார்கள்.

அப்படி எடுத்துவரப்படும் தங்கத்தை (ஏனைய தடை செய்யப்பட்ட பொருட்களையும்) அதிகாரிகள் Customs Act, 1962 சட்டத்தின் கீழ் பறிமுதல் செய்வார்கள். தவிர பொருள் மதிப்பில் 25% அளவு அபராதம் விதிப்பார்கள். எடுத்து வந்தவரை கைது செய்வார்கள். எடுத்து வந்த பொருளின் மதிப்பு 50 லட்சத்துக்கும் அதிகமாக இருந்தால் அவருக்கு பெயில் வழங்கப்படமாட்டாது.

மேற்கூறிய விதிமுறைகளை மீறுவது வெளிநாட்டு வர்த்தக (அபிவிருத்தி மற்றும் ஒழுங்குமுறை) சட்டம், 1992 மற்றும் பேக்கேஜ் விதிகள், 2016 ஆகியவற்றின் விதிமுறைகளை மீறுவதாகும்.

மேலும், மேற்கண்ட நிபந்தனை நிறைவு செய்யப்படாதபோது, கொண்டு வரப்பட்ட தங்கம் தடைசெய்யப்பட்ட பொருட்களாக மாறும்.

அத்தகைய மீறலின் பேரில், 1962 சுங்கச் சட்டத்தின் பிரிவு 111 (ஈ), (எல்) மற்றும் (மீ) ஆகியவற்றின் கீழ் தங்கம் முழுமையான பறிமுதல் செய்யப்படும். தடைசெய்யப்பட்ட பொருட்களை கடத்தலுக்கு, அந்த நபர் கைது செய்யப்படுவார். மேலும், நபர் அபராதம் விதிக்கப்படுவார்.

இது 1962 சுங்கச் சட்டத்தின் 112 வது பிரிவின் கீழ் தங்கத்தின் மதிப்பில் 25% ஆக இருக்கும். தங்கத்தின் மீது தவிர்க்கப்பட்ட வரி ஐம்பது லட்சம் ரூபாய், குற்றம் ஜாமீன் பெறாது.

தங்கம் கடத்துகிறவர்களை கஸ்டம்ஸ் சட்டத்தின் கீழ் கைது செய்து சிறையில் அடைத்தால் அவர்களுக்கு உடனடியாக பிணை (பெயில்) கிடைத்துவிடுகிறது. மாறாக, அப்படிப்பட்டவர்களை The Conservation of Foreign Exchange and Prevention of Smuggling Activities Act, 1974 (COFEPOSA) சட்டத்தின் கீழ் சிரையில் அடைத்தால் அவர்களுக்கு உடனடியாக பிணை கிடைக்காது. தவிர அந்த சட்டத்தின்படி ஓராண்டு சிறையில் வைக்கவும் வழி இருக்கிறது.

அந்த சட்டத்தின் கீழ் தங்கம் கடத்துபவர்களைத் தண்டித்தால்தான் இதையே ஒரு வழக்கமாக (தொழிலாக!) வைத்திருப்பவர்களைத் தடுக்க முடியும் என்கின்றனர் கஸ்டம்ஸ் துறை அதிகாரிகள்.

14

கோல்ட் மானிடைசேஷன் ஸ்கீம்

ஆண்டுக்கு ஆண்டு 900 டன் தங்கம் இறக்குமதி செய்துகொண்டு அதனால் அந்நியச் செலவாணி இழப்பை சந்தித்து வரும் அரசு, அந்த நிலையை மாற்ற உருவாக்கியிருக்கும் ஒரு திட்டம்தான், கோல்ட் மானிடைசேஷன் ஸ்கீம் (GMS) - தங்கம் பணமாக்குதல் திட்டம்.

இந்தியக் குடும்பங்களிடமும் இந்திய வழிபாட்டு மையங்கள் வசமும் நகைகளாக இருக்கும் தங்கத்தின் மதிப்பைச் சரியாகக் கணக்கிட முடியாத நிலை இருந்தாலும், தோராயமாக அது கிட்டத்தட்ட 20 ஆயிரம் டன்களாக, 52 லட்சம் கோடி ரூபாய் மதிப்புள்ளதாக இருக்கலாம் என்று சொல்கிறார்கள்.

பெற்றோர் மற்றும் மற்றவர்கள் கொடுத்த பரம்பரை நகைகள் தவிர, தாமே வாங்கிச் சேர்த்த கணவன் மனைவி குழந்தைகளுடைய நகைகள் என்று பல வீடுகளில் தங்க நகைகள் இருக்கின்றன. இவற்றில் பெரும்பகுதியை மக்கள் அணிந்துகொள்வதோ வேறு வகையில் பயன்படுத்துவதோ இல்லை. அசையாச் சொத்துகள் போல பூட்டி வைத்திருக்கிறார்கள். இதற்குக் குறைந்தபட்சம் ஐந்து காரணங்கள் இருக்கலாம்.

1. தங்கம் விலை ஏறினால் பின்னால் வாங்க முடியாது என்கிற நினைப்பு.
2. தங்கத்தை விற்றுக் கிடைக்கிற பணத்தை வேறு ஏதும் செலவு செய்துவிட்டால் மீண்டும் தங்கம் வாங்க இயலாது என்கிற அச்சம்.

3. பின்னாளில் பிள்ளைகளின் திருமணம் போன்ற விசேஷங்களுக்குத் தங்கம் தேவைப்படலாம் என்கிற எண்ணம்.
4. இந்தத் தங்கத்தை விற்று என்ன ஆகப்போகிறது? பணம் தேவையில்லை என்கிற பொருளாதார நிலை.
5. நகைகளை அணியாவிட்டாலும் அவற்றின் மீது சில செண்டிமெண்ட் ஒட்டுதல்கள். விற்க மனசு வராது.

கடைசி இரண்டு காரணங்களுக்காக நகைகளைப் பயன்படுத்தாமல் வைத்திருப்பவர்களைத் தவிர்த்து, முதல் மூன்று காரணங்களுக்காகத் தங்கத்தை வைத்திருப்பவர்களைக் கவரும்விதமாக மத்திய அரசு சில திட்டங்களைக் கொண்டுவந்திருக்கிறது.

குறிப்பாக இப்படிப்பட்ட சூழ்நிலையில் தங்கள் வசம் இருக்கும் தங்கத்தின் மீதான விலை ஏறும் வாய்ப்புகளை இழக்க மனமில்லாமல் அதே நேரத்தில் அந்தத் தங்கத்தைப் பாதுகாக்க லாக்கர் செலவு செய்து கொண்டு இருப்பவர்களுக்கு வாய்ப்புத் தருகிற விதமாக ஒரு திட்டம் அமைந்திருக்கிறது. அதுதான் கோல்டு மானிடைசேஷன் ஸ்கீம் (GMS).

கோல்டு மானிடைசேஷன் ஸ்கீம் என்றால் தங்கத்தைப் பணமாக்கும் திட்டம் என்று பொருள். சும்மா வைத்திருக்கும் தங்கத்தை காசாக்கிக் கொள்ள வாய்ப்புத் தரும் திட்டம்.

2015-16 ஆண்டு பட்ஜெட்டில் இந்தத் திட்டம் அறிமுகப்படுத்தப்பட்டு இப்போது நடைமுறையில் இருக்கிறது. இதற்கு முன்பே கோல்ட் மெட்டல் லோன்(GML) ஸ்கீம் 1998 என்று ஒன்றும் கோல்டு டெபாசிட் ஸ்கீம் (GDS) 1999 என்றும் இரண்டு திட்டங்கள் நடைமுறையில் இருந்தன. அவற்றின் சிறந்த பகுதிகளை ஒன்றிணைத்து 2015ம் ஆண்டுத் திட்டம் உருவாக்கப்பட்டிருக்கிறது.

இந்தத் திட்டம் வந்த பின்பும் முந்தைய திட்டங்களில் சேர்ந்தவர்கள் அவற்றில் இருந்து விலகக் கட்டாயப்படுத்தப்படமாட்டார்கள் என்றும் அவர்கள் விரும்பினால் முந்தைய திட்டத்திலேயே தொடரலாம் என்றும் அறிவித்திருக்கிறது.

இந்தியாவில் வசிக்கும் இந்தியர்கள், இந்து பிரிக்கப்படாத குடும்பங்கள் (HUF), செபி-பதிவுசெய்யப்பட்ட பரஸ்பர நிதிகள் மற்றும் பரிவர்த்தனை வர்த்தக நிதிகள் (ETF) உள்ளிட்ட அறக்கட்டளைகள் ஆகியவை இந்தத் திட்டத்தில் பங்குபெறலாம். வெளிநாடு வாழ் இந்தியர்கள் (NRI) இந்தத் திட்டத்தில் பங்கு பெற முடியாது.

அவர்கள் டெபாசிட் செய்ய நினைக்கும் தங்க நகைகள் அல்லது நாணயங்கள் அல்லது தங்க பிஸ்கட்டுகள் ஆகிய எதையும் BIS அமைப்பால் சான்றளிக்கப்பட்ட சேகரிப்பு மற்றும் தூய்மை சோதனை மையங்களில் (Collection and purity testing centres - CPTC) டெபாசிட் செய்யலாம். குறைந்தபட்சம் 30 கிராம் என்று வைத்திருக்கிறார்கள் (மூன்றே முக்கால் சவரன்). அதிகபட்சம் என்பதற்கு அளவு இல்லை.

டெபாசிட் செய்ய சமர்ப்பிக்கும் தங்க நகைகள் (கற்களை நீக்கிவிட்டு), காசுகள் கட்டிகள் எதுவாக இருந்தாலும் அவற்றை உருக்கி சுத்தத் தங்கமாக மாற்றி, எடை போட்டுப் பார்ப்பார்கள். பிறகு அதன் எடையைக் குறிப்பிட்டு ஃபிக்செட் டெபாசிட் ரசீது போல தங்க டெபாசிட் ரசீது கொடுத்துவிடுவார்கள்.

மேலும், டெபாசிட் செய்த தங்கத்தின் ரூபாய் மதிப்புக்கு ஆண்டொன்றுக்கு இரண்டேகால் சதவீதம் வட்டி தருவார்கள். எல்லா டெபாசிட்டுக்கும் ஒரே போல வட்டி கிடையாது. ஓராண்டுக்கு அரை சதவீதம். 1 முதல் 2 ஆண்டுகளுக்கு 0.55 சதவீதம். இரண்டு ஆண்டுகள் முதல் 3 ஆண்டுகளுக்கு 2.25 சதவீதம்.

- **மூன்று வகை காலகட்டங்கள்**

குறிப்பிட்ட காலத்துக்குப் பிறகு நாம் திருப்பிக் கேட்டால் தங்கம் அப்போது என்ன விலையோ அந்த அளவு பணமோ அல்லது அதே அளவு தங்கமோ நமக்குத் திரும்பக் கொடுத்துவிடுவார்கள். ஆக, இடைப்பட்ட காலத்தில் தங்கம் விலை ஏறினாலும் இறங்கினாலும் அதில் லாபம் அல்லது நட்டம் இரண்டுமே டெபாசிட் செய்தவரையே சாரும்.

- **மூன்று கால அளவுகளுக்கு டெபாசிட் செய்யலாம்.**

முதலாவது ஷார்ட் டர்ம் டெபாசிட். இது 1 முதல் 3 ஆண்டுகள் வரையிலான டெபாசிட். இதற்கான வட்டி விகிதத்தை தங்க டெபாசிட் வழங்கும் வங்கியே முடிவு செய்யும்.

இரண்டாவது வகை, 'மீடியம் டர்ம் டெப்பாசிட்'. இது 5 முதல் 7 ஆண்டுகள் வரையிலானது. இத வகை டெபாசிட்டுக்கு ஆண்டுக்கு 2.25% வட்டி.

மூன்றாவது வகை, 'லாங் டர்ம் டெபாசிட்'. இது 12 முதல் 15 ஆண்டுகள் வரையிலானது. இந்த வகை டெபாசிட்டுக்கு வட்டி, ஆண்டுக்கு 2.5%.

● வரிவிலக்குகள்

இப்படி முதலீடு செய்யப்படும் பணத்துக்கு கேபிடல் கெயின்ஸ் டேக்ஸ், சொத்துவரி, அதிலிருந்து பெறுகிற வட்டிப்பணத்துக்கு வருமான வரி ஆகிய எதுவும் கிடையாது. மீடியம் மற்றும் லாங் டெர்ம் ஆகிய இரண்டும் மத்திய அரசின் சார்பாக வங்கி பெற்றுக் கொள்கிறது. டெபாசிடர் வாரிசுதாரரை நியமனம் செய்யலாம்.

பெரிய கோவில்களின் டிரஸ்டுகள் 6 டன் வரை டெபாசிட் செய்திருப்பதாக பிசினெஸ் ஸ்டாண்டர்டில் ஒரு செய்தி கூறுகிறது.

இந்தத் திட்டங்கள் வங்கிக்கு வங்கி வேறுபடுகின்றன. உதாரணத்துக்கு ஐசிஐசிஐ வங்கி குறைந்த பட்சம் 30 கிராம் எடுத்துக்கொள்கிறது. ஆனால், பாரத ஸ்டேட் வங்கி குறைந்த பட்சம் 500 கிராம் கேட்கிறது. 'லாக் இன் பீரியட்' என்பது ஸ்டேட் பாங்க் ஆப் இந்தியாவில் குறைந்தபட்சம் ஓராண்டாக இருக்கிறது. மூன்று, நான்கு, ஐந்து ஆண்டுகளுக்கு டெபாசிட் செய்யலாம். இப்படிப்பட்ட டெபாசிட் மீது, டெபாசிட் தொகையின் மதிப்பில் 75% வரை கடனும் கொடுக்கிறது.

● அரசுக்குச் செலவுதான்

மத்திய அரசு வங்கிகளின் மூலம் மக்களிடம் சும்மா இருக்கும் தங்கத்தை டெபாசிட் பெற்று அதன் இறக்குமதி தேவையை குறைத்துக் கொள்கிறது. இப்படிச் செய்வதற்கு மத்திய அரசு வங்கிகளுக்கு ஹேண்டிலிங் சார்ஜ், 1.5 சதவீதமும், கமிஷன் 1 சதவீதமும் கொடுக்கிறது. இதுபோக டெபாசிட்தாரர்களுக்கு இரண்டேகால் முதல் இரண்டரை சவீதம்வரை வட்டியும் கொடுக்கிறது.

இப்படி அரசு இந்தத் திட்டம் மூலம் பெறும் தங்கத்தை என்ன செய்கிறது?

'ஷார்ட் டர்ம் டெபாசிட்'டுகளாக வருபவற்றை உருக்கி நாணயங்களாக மாற்றி விற்கிறது. 'மீடியம்' மற்றும் 'லாங் டர்ம் டெபாசிட்'களாக வரும் தங்கத்தை மத்திய அரசு, கீழ்க்கண்ட நான்கு விதங்களில் பயன்படுத்துகிறது.

- ஏலம் மூலம் விற்பனை செய்கிறது. தங்கம் வேண்டும் என்று நினைக்கும் வியாபாரிகள், நிறுவனங்கள் வாங்குகிறார்கள்.
- ரிசர்வ் வங்கியின் அந்நியச் செலாவணி கையிருப்புக்கு (ரிசர்வ்ஸ்) கொடுக்கிறது.

- காசுகளாக, நாணயங்களாக அடித்து விற்பனை செய்கிறது
- தேவைப்படும் நகை வியாபாரிகளுக்கு கடனாகக் வழங்கப் படுகிறது. அதற்கு வட்டி உண்டு.

அதுசரி அரசாங்கம் ஏன் இதை செய்கிறது? தங்கத்தைப் பெற்று தங்கத்தைத் திருப்பித் தந்துவிடுகிறார்களே இதில் யாருக்கு என்ன லாபம்? என்று கேட்கலாம்.

இதனால் வங்கிகளுக்கு செலவுதான். அதில் பெரும்பகுதியை அரசு கொடுத்துவிடுகிறது. காரணம், இப்படியாக சும்மா இருக்கும் தங்கத்தை மக்களிடம் இருந்து திரட்டி, அவற்றை தங்கம் விற்பனை செய்யும் வியாபாரிகளுக்கு விற்பதன் மூலம் அரசால் நாட்டின் தங்க இறக்குமதியைக் குறைக்க முடியும். அன்னியச் செலாவணி மிச்சப்படும். இதுதான் நோக்கம்.

தவிர, இறக்குமதி தீர்வை இல்லாத தங்கம் என்பதால் அதன் அடக்க விலையும் நகை வியாபாரிகளுக்குக் குறையும்.

● 1999 மற்றும் 2015 திட்டங்கள் ஒப்பீடு

1999ல் இருந்த கோல்டு டெபாசிட் திட்டத்துக்கும் பின்பு 2015ல் கொண்டுவரப்பட்டிருக்கும் கோல்டு மானிடைசேஷன் திட்டத்துக்கும் இடையே இடையே சில வேறுபாடுகள் உண்டு.

- முந்திய திட்டத்தில் குறைந்தபட்சம் 500 கிராம் தங்கம்தான் பெற்றுக்கொள்ளப்படும். இப்போது குறைந்தபட்சம் 30 கிராமமாக மாற்றப்பட்டிருக்கிறது.
- முன்பு அரசு நிறுவனங்கள் மட்டுமே ஈடுபடுத்தப்பட்டன. இப்போது தனியார் நிறுவனங்களையும் இதில் அனுமதிக்கிறார்கள்.
- முந்தைய திட்டத்தின் நோக்கம் தங்கத்தைப் பெறுவது மட்டுமே. இப்போதைய திட்டத்தின் நோக்கம் பெறுவது மற்றும் அதை ஒரு பயன்பாட்டுக்கு வழங்குவது.
- முன்பு இருந்த திட்டத்தில் தங்கத்தின் தரத்தைச் சோதித்து டெபாசிட் செய்தவருக்குத் தெரிவிக்கக் குறைந்த பட்சம் 90 நாட்கள் எடுத்துக்கொள்ளப்பட்டது. புதிய திட்டத்தில் ஒரு நாளிலேயே தெரிவித்துவிடுவார்கள்.
- முந்தைய திட்டத்தில் டெபாசிட் காலம் 6 மாதங்கள் முதல் 7 வருடங்கள் வரை என்று இருந்தது. இப்போது மூன்று வகையான

திட்டங்களாக 'ஷார்ட் டர்ம்', 'மீடியம் டெர்ம்' மற்றும் 'லாங் டர்ம்' என்று விரிவுபடுத்தியிருக்கிறார்கள்.

- முந்தைய திட்டத்தில் முதிர்வுக்குப் பின் மீண்டும் தங்கமாக மட்டுமே பெற்றுக்கொள்ளலாம் என்று இருந்ததை, புதிய திட்டத்தில் பணமாகவோ தங்கமாகவோ பெற்றுக்கொள்ளலாம் என்று மாற்றியிருக்கிறார்கள்.
- முந்தைய திட்டத்தில் தங்கம் எதற்குப் பயன்படுத்தப்படும் என்பது தெளிவாக இல்லை. இப்போது அதை ஏலம் விடலாம், நாணயங்களாக விற்கலாம், ரிசர்வுக்கு வைத்துக்கொள்ளலாம், நகைக்கடைக்காரர்களுக்குக் கடனாக கொடுக்கலாம் என்பது போல தெளிவாக அறிவித்திருக்கிறார்கள்.

15

தங்கத்தின் விலை எவற்றோடு தொடர்புடையது?

தங்கத்தின் விலையில் தாக்கம் கொடுக்கும் சில முக்கிய சர்வதேசக் காரணிகளாக கீழ்கண்டவை இருக்கின்றன:

> அமெரிக்க டாலர், வட்டி விகிதங்கள், பங்குசந்தைகள், கச்சா எண்ணை, வெள்ளி.

ஒவ்வொன்றையும் சற்று விரிவாகவே பார்க்கலாம்.

அ) தங்கத்தின் விலையில் அமெரிக்க டாலரின் பங்கு

தங்கத்தின் விலை மாற்றங்களில், அதிலும் குறிப்பாக இந்திய சந்தைகளில் வர்த்தகமாகும் தங்கத்தின் விலைகளில் அமெரிக்க டாலர் மதிப்பின் தாக்கம் அதிகம்.

டாலர் விலை உயர்ந்தாலும் குறைந்தாலும் அது தங்கத்தின் விலையில் உடனடியாகப் பிரதிபலிக்கும். ஏனென்றால், தங்கத்தை இறக்குமதி செய்துகொள்கிறவர்கள் அதற்கு டாலரில் பணம் கொடுக்கவேண்டும். சந்தையில் டாலர் விலை உயர்ந்தால் அவர்களுக்குக் கூடுதல் செலவு. இறங்கினால் குறைச்சல் செலவு. எனவே, அதன் தாக்கம் அவர்கள் விற்கும் தங்கத்தின் விலையில் பிரதிபலிக்கும்.

டாலர் மதிப்பு நிலையாக இருந்தால் பரவாயில்லை. ஆனால் அது தொடர்ந்து விலை மாறிக்கொண்டேயிருக்கும் டிரேடிங் பொருள் போல இருக்கிறது. தவிர, அதன் மதிப்பு எல்லா வெளிநாடுகளிலும் ஒரேபோல உயர்வதோ குறைவதோ இல்லை. ஒரே நேரத்தில் வெவ்வேறு நாடுகளில் வெவ்வேறுவிதமாக இருக்கும். அதற்கு பல காரணங்கள். முக்கியமாக அந்தந்த நாடுகளின் டாலர் தேவைகள் மற்றும் டாலர் சப்ளை.

கீழே கொடுக்கப்பட்டிருக்கும் மூன்று விலை சார்ட்டுகளும் தங்கத்தின் விலை மாற்றங்கள் குறித்த சார்ட்தான். ஒரே கால கட்டத்துக்கான விலை சார்ட்தான். ஆனால், இந்த மூன்றும் ஒரேபோல இருக்கிறதா என்று பாருங்கள்.

சார்ட் 1: தங்கத்தின் 30 ஆண்டுகால விலை மாற்றங்கள்- யு.எஸ். டாலர்

சார்ட் 2: தங்கத்தின் 30 ஆண்டுகால விலை மாற்றங்கள் – ஜப்பானிய யென்

சார்ட் 3: தங்கத்தின் 30 ஆண்டுகால விலை மாற்றங்கள்- இந்திய ரூபாய்

மூன்று சார்ட்டுகளும் ஒரு போல இல்லை என்பதை கவனித்திருக்கலாம். அதற்குக் காரணம் என்ன?

கரன்சி மதிப்புதான் காரணம். ஒரு நாட்டின் கரன்சியின் மதிப்பு உயர்ந்திருக்கிறதா குறைந்திருக்கிறதா என்பதைப் பொறுத்து அந்த நாட்டில் தங்கத்தின் விலை இருக்கிறது. ஆக, தங்கத்தைப் பொறுத்த வரை உலகம் முழுக்க ஒரே விலை, ஒரே போக்கு இருக்கவேண்டும் என்பதில்லை.

சார்ட்டுகளைப் பார்த்தால் தெரியும். 2010-11ல் தங்கம் விலை உச்சத்தைத் தொட்டது. மூன்று நாடுகளிலும் கிட்டத்தட்ட ஒரே போல இருந்திருக்கிறது. அதன் பின் விலை மூன்று நாட்டு விலைப் போக்குகளும் ஒரே போலில்லை. 2016 வரை இறக்கம்தான். ஆனால் ஒரே அளவு இல்லை. மேலும் அந்த இறக்கத்தில் இருந்து உயர்ந்ததும் ஒரே போலில்லை. இதற்கெல்லாம் காரணம், நாணய மதிப்பு வேறுபாடுகள்தான்.

எனவே, தங்கம் வாங்குவதென்றால் அதன் விலை மீது தாக்கம் கொடுக்கக்கூடிய டாலரின் விலைப்போக்கு எப்படி இருக்கிறது என்பதையும் கவனத்தில் கொள்ளவேண்டும்.

• இந்தியாவில் அமெரிக்க டாலருக்கு டிமாண்ட்

டாலர் என்பது அமெரிக்காவின் பணம். இந்திய அரசுக்கு வேண்டுமானால் அந்நிய செலாவணிக்குத் தேவைப்படலாம். மற்றபடி இந்தியாவில் அதற்கு என்ன டிமாண்ட் இருக்கக்கூடும்?

அரசுக்கு அந்நியச் செலாவணி தேவைப்படுவது வேறு. அது இறுதிக்கட்டம். அதற்கு முன்னால் இந்தியாவுக்குள் பொருட்கள் மற்றும் சேவைகளை இறக்குமதி செய்துகொள்கிறவர்கள் அவர்கள் கொடுக்க வேண்டிய பணத்துக்காக டாலரை வாங்குவார்கள். அவர்களுக்கு அமெரிக்க டாலர் தேவை.

அப்படி வாங்குகிற பொருட்களில் முதல் இரண்டு இடங்களில் இருப்பது கச்சா எண்ணையும் தங்கமும். கச்சா எண்ணையை வாங்குவது எண்ணை சுத்திகரிப்பு செய்யும் நிறுவனங்கள். HPCL, BPCL, இந்தியன் ஆயில், ஆயில் இந்தியா போன்ற பொதுத்துறை நிறுவனங்கள். தவிர, சில தனியார் துறை நிறுவனங்களும் வாங்குகின்றன.

இவையெல்லாம் வாங்குகிற பொருட்களுக்கு டாலரில் பணம் கொடுக்கவேண்டும் (இதன் அளவைக் குறைக்கத்தான் மத்திய அரசு ஈரான், ஈராக் போன்ற நாடுகளுடன் வேறு பணங்களில் ஒப்பந்தம் போட்டுக்கொண்டது). அதனால் மாத இறுதியில் அந்த நிறுவனங்கள் சந்தையில் டாலர் வாங்கும். அதேபோல பல்வேறு இறக்குமதி யாளர்களும் டாலர் வாங்கவேண்டும். பெரிய அளவுகளில் வாங்கப்பட்டால், டாலர் மதிப்பு (விலை) அதிகரிக்கும். இதை ‘மன்த் எண்ட் டிமாண்ட்’ என்பார்கள். இறக்குமதியாளர்களுக்கு டாலர் வரும். அவற்றை அவர்கள் சந்தையில் விற்பார்கள். ஆனால் ஒவ்வொரு மாதமும் இறக்குமதிதான் அதிகம். இந்தியாவில் மட்டுமல்ல. உலகெங்குமே இதுதான் நிலை.

இப்படிப்பட்ட அமெரிக்க டாலருக்கான தேவை என்பது உலகில் இருக்கும் பல்வேறு நாடுகளிலும் இருக்கிறது. அதனால் பல்வேறு நாடுகளின் ஏற்றுமதி இறக்குமதி அளவுகள் மாறுபடும் போதெல்லாம் டாலர் மதிப்பில் சலசலப்பு ஏற்படும்.

ஒவ்வொரு நாட்டின் பணத்துக்கு எதிராகவும் டாலர் மதிப்பு தொடர்ந்து மாறிக்கொண்டேயிருக்கிறது. தவிர, அதன் சொந்த நாடான அமெரிக்காவின் உள்நாட்டு உற்பத்தி, பணவீக்கம், ஏற்றுமதி இறக்குமதிகளைப் பொறுத்தும் அதன் மதிப்பு மாறும்.

மேலும் அமெரிக்கா அச்சடிக்கும் டாலர் அளவுகள் (சப்ளை) அதன் மதிப்பை மாற்றும். அமெரிக்க முதலீட்டாளர்கள் அந்நிய நாடுகளில் முதலீடு செய்தால் அவர்கள் நாட்டுப் பணமான டாலர் முதலீடு செய்யப்படும் நாடுகளுக்குள் போகும். அந்த நாடுகளில் டாலர் சப்ளை அதிகரிக்கும்.

- **FDI, FII**

இந்திய நிறுவனங்களில் அந்நிய நேரடி முதலீடு என்று செய்திகளில் சொல்லப்படுவதைக் கேட்டிருக்கலாம். அது, FDI. தவிர, சில வெளிநாட்டு நிறுவனங்கள் (FII) இந்திய பங்குச் சந்தைகளிலும் முதலீடு செய்யும். இந்த முதலீடுகள் எல்லாம் நாட்டுக்குள் டாலரைக் கொண்டுவரும். அதே போல அவர்கள் இந்தியாவில் விற்று அவர்கள் நாட்டுக்குப் பணமாக எடுத்துப் போனால் அது டாலர் டிமாண்டை அதிகரிக்கும்.

- **வெளிநாடு வாழ் வாழ் இந்தியர்கள்**

அமெரிக்காவில் சம்பாதித்து இந்தியாவில் இருக்கும் உறவினர்களுக்கு டாலராக பணத்தை அனுப்பினால் அது டாலர் சப்ளை. வேறு நாடுகளில் இருந்து அந்தந்த நாட்டுப் பணங்களாக அனுப்பவுவதும் உதவிதான். காரணம், எல்லா வெளிநாட்டு பணத்தையும் டாலராக மாற்றலாம். உலக நாடுகளில் மிக அதிகமாக ரிப்பார்டிரியேஷன் (தாயகத்துக்கு அனுப்புதல்) பணம் பெறும் நாடு இந்தியா என்பார்கள். ஆண்டுக்கு சுமார் 80 பில்லியன் டாலர்கள்.

2017ம் ஆண்டு தகவல்படி மிக அதிகமாக வருகிற ரெமிட்டென்ஸ் ஐக்கிய அரபு நாடுகளில் இருந்து வருகிறது. அடுத்தபடியாக அமெரிக்காவில் இருந்து வருகிறது.

1. ஐக்கிய அரபு நாடுகள்:	13.823 பில்லியன் டாலர்
2. அமெரிக்கா:	11.715 பில்லியன் டாலர்
3. சவூதி அரேபியா:	11.239 பில்லியன் டாலர்
4. குவைத்:	4.587 பில்லியன் டாலர்
5. கத்தார்:	4.143 பில்லியன் டாலர்
6. பிரிட்டென்:	3.941 பில்லியன் டாலர்
7. ஓமான்:	3.250 பில்லியன் டாலர்
8. நேபால்:	3.016 பில்லியன் டாலர்
9. கனடா:	2.877 பில்லியன் டாலர்
10. ஆஸ்திரேலியா:	1.944 பில்லியன் டாலர்
11. பஹ்ரைன்:	1.336 பில்லியன் டாலர்
12. இலங்கை:	1.265 பில்லியன் டாலர்
13. சிங்கப்பூர்:	886 மில்லியன் டாலர்

இந்தியாவில் சம்பாதித்து அவரவர்கள் நாட்டுக்கு அனுப்பப்படும் பணத்தின் மொத்த அளவு 2017ல் 6 பில்லியன் டாலருக்கும் குறைவு.

- **அயல்நாட்டுச் சுற்றுலாப் பயணிகள்**

வெளிநாடுகளில் இருந்து இந்தியாவுக்குள் வரும் அயல் நாட்டவர்கள் அனைவருமே வெளிநாட்டுப் பணத்தை இந்தியாவுக்குள் கொண்டு வருகிறவர்கள்தான். தொழில் வியாபாரம், மருத்துவம், சுற்றுலா என அவர்கள் வரும் காரணம் எதுவாகவும் இருக்கலாம்.

- **இந்தியர்களின் வெளிநாட்டு செலவு மற்றும் முதலீடுகள்**

இந்தியர்கள் சுற்றுலாப் பயணிகளாக வெளிநாடுகளில் செய்யும் செலவுகள் எல்லாம் இந்தியாவின் டாலர் தேவையை அதிகரிக்கும். வெளிநாடுகளில் செய்யும் முதலீடுகளும் அப்படியே. அதனால்தான் அவற்றுக்கு மத்திய ரிசர்வ் வங்கியின் அனுமதி தேவை என்று வைத்திருக்கிறார்கள். அதிகபட்ச அளவுகளும் வைத்திருக்கிறார்கள்.

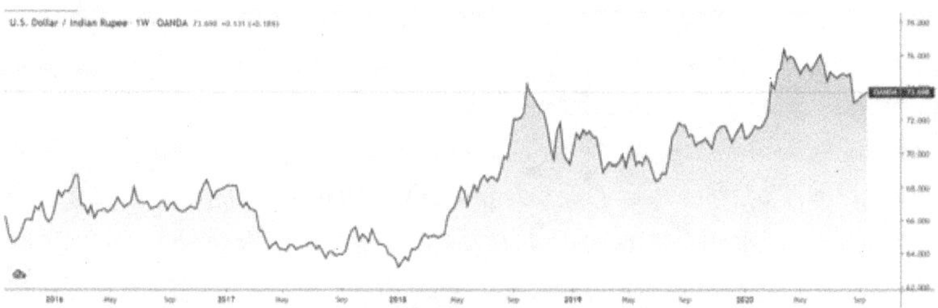

2016 முதல் செப்டெம்பர் 2020 வரையிலான 5 ஆண்டுகாலத்தில் அமெரிக்க டாலர் மதிப்பு - இந்திய ரூபாய்க்கு எதிராக.

ஜனவரி 2018ல் 63 ரூபாயாக இருந்த டாலர் மதிப்பு செப்டெம்பர் 2020ல் 73 ரூபாயாக அதிகரித்தது. கிட்டத்தட்ட 16% உயர்வு.

இந்த 16% உயர்வு தங்கத்தில் சேர்கிறது. டாலர் மட்டும் செப்டெம்பர் 2020ல், 63 ரூபாயாகவே இருந்தால், தங்கம் கிராம் 4,900க்கு பதில் 4,123 தான் விலை இருக்கும். ரூபாய் 777 என்பது டாலர் மதிப்பால் வந்தது.

2007ல் ஒரு டாலர் மதிப்பு 36 ரூபாய்தான். 2020ல் 73 ரூபாய். கிட்டத்தட்ட இரண்டு மடங்கு அதிகரித்திருக்கிறது!

அமெரிக்க டாலரால் தங்கத்தின் விலை கூடுகிறது என்பது தவிர டாலருடன் தங்கத்துக்கு வேறு ஒரு தொடர்பும் இருக்கிறது.

தங்கம் - அமெரிக்க டாலர்

இவை இரண்டின் விலைகளும் தராசின் இரண்டு தட்டுகள் போல ஒன்று உயர்ந்தால் மற்றொன்று இறங்கும்விதமாக பல ஆண்டுகளாக நடந்துவருகின்றன. அதற்குக் காரணம் அவை இரண்டுமே நேர் எதிர்காரணங்களுக்காக விலை மாறக்கூடிய ‘பொருட்கள்’ ஆக முதலீட்டாளர்களால் பார்க்கப்படுகின்றன.

நம் நாட்டில் ‘மங்குனா மாங்காய் பொங்குனாப் புளி’ என்று ஒரு பழமொழி உண்டு. மழை அதிகம் பெய்யாவிட்டால் அந்த ஆண்டு மாங்காய் அதிகம் காய்க்குமாம். மாறாக மழை அதிகம் பெய்தால் அந்த ஆண்டு புளி அதிகம் காய்க்குமாம். அவை இரண்டும் ஒன்றுக்கு ஒன்று நேர் எதிரான தட்பவெட்பநிலையை எதிர்நோக்கி விளைபவை என்பது பழமொழியின் பொருள்.

அதே போன்றதுதான் தங்கமும் அமெரிக்க டாலரும் முதலீடாளர்களைப் பொறுத்தவரை என்று சொல்லலாம். உலக அளவில் குழப்பங்கள், சண்டைசச்சரவுகள் இல்லாமல், பொருளாதார வளர்ச்சிக்கான வேலைகள் சிறப்பாக நடந்தால் டாலர் மதிப்பு உயரும். தங்கம் உயராது. அல்லது மெள்ள மெள்ள விலை இறங்கும். மாறாக எப்போதெல்லாம் அமைதிக்கும் பொருளாதார வளர்ச்சிக்கும் சிரமம் வருகிறதோ அப்போதெல்லாம் தங்கம் விலை உயரும். டாலர் மதிப்பு குறையும். ஒன்றுக்கொன்று போட்டி பொருள் போன்ற வர்த்தகம்.

கடந்த காலத்தை கவனித்துப் பார்த்தால் இந்த எதிர்மறை உறவு (Inverse relationship - Inverse Correlation) இருந்து வந்திருப்பது தெரிய வரும்.

2000 - 2011 : அமெரிக்க டாலர் விலையும் தங்கத்தின் விலையும் எதிர் திசைகளில் பயணம்.

1995 - 2018 வரையிலான காலகட்டத்தில் அமெரிக்க டாலரும் தங்கமும் எப்படி விலை மாறின எனக் காட்டும் படம்.

சமீபத்தில் அதாவது 2018 முதல் 2020 முதல் காலாண்டு வரையிலான காலகட்டத்தில் இந்த எதிர்மறை தொடர்பு இல்லாமல் போய் விட்டது என்று சொல்லுமளவு தங்கம் மற்றும் அமெரிக்க டாலர் இரண்டின் விலைகளும் எதிர் திசைகளில் பயணிக்கவில்லை. தங்கம் விலை மே 2019 முதல் உயர்கிறது. அதே சமயம் டாலர் மதிப்பும் அதிகம் விழவில்லை.

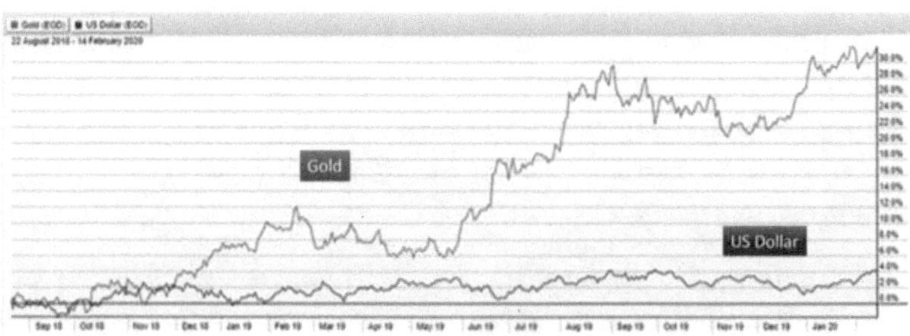

இந்த வரைபடம் அமெரிக்க டாலரின் விலை மதிப்பு கணிசமாக முன்னேறும் போதும் தங்கத்தின் மதிப்பும் உயர்வதை எடுத்துக்காட்டுகிறது. ஒன்று அதிகரித்தால் இன்னொன்று குறையும் என்ற எதிர் நிலை நகர்வானது மாறத் தொடங்கியிருப்பதை இது காட்டுகிறது.

2020 ஆகஸ்ட் மாதத்தில் இப்படி இருக்கும் போக்கு இப்படியே நீடிக்குமா அல்லது சில மாதங்களுக்குப் பின் முந்தைய வழக்கப்படி இரண்டும் எதிர் திசைகளில் பயணிக்குமா என்பதைக் கணிக்க இயலாது.

ஆ) வட்டி விகிதங்கள்

பணத்தை வைத்திருப்பவர்கள் எதிலாவது முதலீடு செய்தாக வேண்டும். முன்பே பார்த்ததுபோல, பாதுகாப்பு, வருமானம் மற்றும் உடனடியாக திரும்ப எடுக்கும் வாய்ப்பு ஆகிய மூன்றையும் பார்த்து முதலீடு செய்வார்கள்.

அந்த விதத்தில் தங்கத்தில் முதலீடு செய்திருப்பவர்கள் அமெரிக்க பெடரல் ரிசர்வ் மற்றும் ஐரோப்பிய யூனியனின் மத்திய வங்கி, ஜப்பான், சீனா ஆகிய நாடுகளின் மத்திய வங்கிகள் வழங்கும் வட்டி விகிதத்தைக் கவனிப்பார்கள். வட்டி விகிதங்கள் உயர்ந்தால் தங்கத்தை விற்று வங்கிகளுக்குப் பணத்தை மாற்றுவார்கள். வட்டி விகிதங்கள் அதிகம் குறைந்தால் வங்கிகளில் இருந்து பணத்தை எடுத்துத் தங்கம் வாங்குவார்கள்.

இதனால் அமெரிக்க டாலருக்கும் தங்கத்துக்கும் இருக்கும் எதிர்மறை உறவைப் போன்றதே வட்டி விகிதங்களுடான உறவும். ஆனால் முந்தைய காலகட்டங்களின் விலை விவரங்கள் அப்படியாக இல்லை என்று சொல்லப்படுவதும் உண்டு.

இ) பங்குசந்தைகள்

பங்குசந்தைகள் உயரும் காலகட்டங்களில் தங்கம் விலை உயராது என்றும் மாறாக பங்குச் சந்தைகள் வேகமாக சரியும் நேரங்களில் தங்கம் விலை உயரும் என்ற நம்பிக்கைகளும் முதலீட்டாளர்களிடம் உண்டு. அதேநேரம் வேறு மாதிரியான நம்பிக்கைகளும் கணக்குகளும் உண்டு.

முக்கியமாக அமெரிக்காவின் முக்கிய பங்குச் சந்தை குறியீட்டு எண்ணான டவ் ஜோன்ஸ் இண்டஸ்டிரியல் ஆவரேஜ், சுருக்கமாக டவ்-க்கும் (DOW) தங்கத்தின் விலைக்கும் நேர்மறை உறவு இருப்பதாக எண்ணுபவர்கள் உண்டு.

ஒரு அவுன்ஸ் தங்கத்தின் விலையைப் போல டவ் குறியீட்டு எண் எத்தனை மடங்கு இருக்கும் என்று கணக்கிடுகிறார்கள். முந்தைய காலகட்டங்களில் ஒரு அவுன்ஸ் தங்கத்தின் விலையைப் போல டவ்

குறியீட்டு எண் எத்தனை மடங்கு போயிருக்கிறது என்று சார்ட் போட்டுப் பார்க்கிறார்கள். அதே அளவுகள் வரும் என்று எதிர்பார்த்து தங்கம் அல்லது டவ் வை வாங்குகிறார்கள் அல்லது பியூச்சர்ஸ் மார்க்கெட்டில் விற்கிறார்கள்.

அக்டோபர் 1990-ல் அப்போதிருந்த ஒரு அவுன்ஸ் தங்கத்தின் விலையைப்போல 6.42 மடங்கு மட்டுமே டவ் குறியீட்டு எண் இருந்திருக்கிறது. அங்கிருந்து ஆகஸ்ட் 1999-ல் 42 மடங்காக உயர்ந்திருக்கிறது. அப்படியென்றால் தங்கம் விலை கீழே, பங்குகள் விலை மேலே.

பிறகு மே 2001-ல் 40 மடங்கில் இருந்து தொடர்ந்து குறைந்து, குறைந்து செப்டெம்பர் 2011-ல் வெறும் 6.7 மடங்குக்கு வந்திருக்கிறது. அங்கிருந்து உயர்ந்து 2018ம் ஆண்டு செப்டெம்பர் மாதம் 22.36 மடங்காக உயர்ந்திருக்கிறது. மார்ச் 2020-ல் 13.66 மடங்கு.

தங்க விலை எதுவரை போகலாம், எது வரை உயரலாம் என்று இவற்றை வைத்துக் கணிக்கிறார்கள்.

ஈ) தங்கத்துக்கும் கச்சா எண்ணெய்க்கும் உள்ள விலை தொடர்புகள்

கச்சா எண்ணெயானது பெட்ரோல், டீசல் போல் எரிபொருட்களாகப் பயன்படுத்தபடவே உற்பத்தி செய்யப்படுகிறது. அதன் பயனும் அதுதான். அதனால் உலக நாடுகளில் பொருளாதார வளர்ச்சி நன்றாக

இருக்கும்போது முதலீடு தொழில், வியாபாரங்கள் மற்றும் பங்குச் சந்தைகளுக்குப் போகும். அதேபோல கச்சா எண்ணெயின் தேவை அதிகம் இருக்கும்; அதனால் விலை உயரும் என்று எதிர்பார்த்து, கச்சா எண்ணெயையும் பியூச்சர்ஸ் மார்கெட்டில் வாங்குவார்கள்.

அதற்கெல்லாம் பணம் தேவைப்படும் என்பதால் தங்கத்தில் போடப்பட்ட முதலீடுகளை வெளியே எடுப்பார்கள். அதனால் தங்கம் விலை குறையும்.

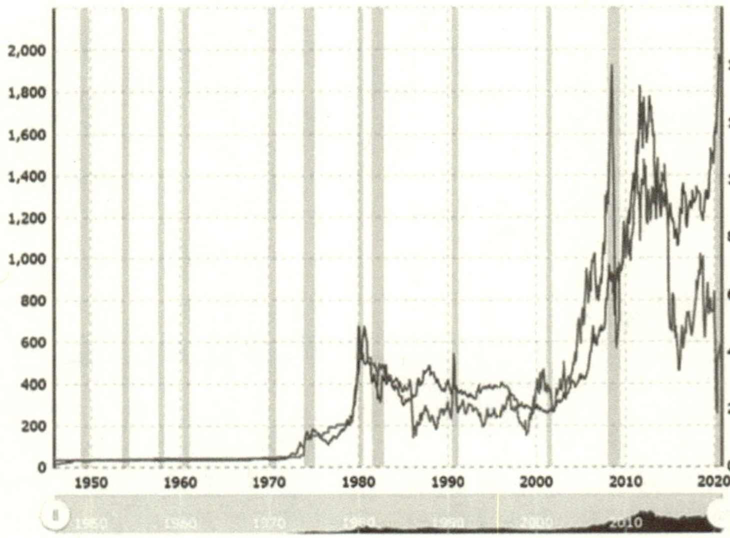

தங்கத்தின் விலையும் கச்சா எண்ணெய் விலையும்
1940கள் முதல் 2020 செப்டெம்பர் வரை

உ) தங்கத்துக்கும் வெள்ளிக்கும் உள்ள விலை தொடர்புகள்

தங்கம் மற்றும் வெள்ளியின் விலைகளுக்கு இடையே நேர்மறையான உறவு (பாசிடிவ் கோரலேஷன்) இருக்கிறது. இரண்டும் ஒரே காலகட்டத்தில் உயரும். அதேபோல ஒரே காலகட்டத்தில் இறங்கும். சில நாட்கள் அல்லது வாரங்கள் தாமதமாகலாம்.

வர்த்தகர்கள், முதலீட்டாளர்கள் கவனிக்கும் மற்றொரு விஷயம், வெள்ளிக்கும் தங்கத்தின் விலைகளுக்கும் இடையே இருக்கும் ரேஷியோ (மடங்கு). ஆம். டவ் (DOW) வோடு பார்ப்பது போலவே பார்கிறார்கள்.

‘இந்த இரண்டு புல்லியன் உலோகங்களுக்கும் இடையே இத்தனை மடங்குதான் விலை வித்தியாசம் இருக்கலாம், முன்பெல்லாம் இருந்திருக்கிறது’ என்கிற ரீதியில் யோசித்து, விலை உயரும் என்று எதிர்பார்த்து ஒன்றை வாங்குகிறார்கள். அல்லது விலை அதிகம் என்று மற்றதை விற்கிறார்கள்.

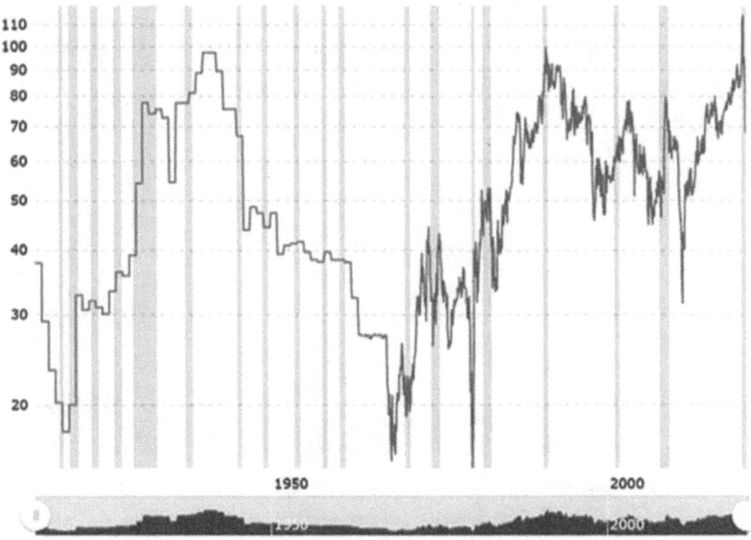

வெள்ளியின் விலையைப் போல தங்கம் எத்தனை மடங்கு விலை போகிறது. இரண்டு விலைக்கும் இடையில் இருக்கும் விகிதத்தைக் காட்டும் படம்.

வெள்ளியின் விலைக்கும் தங்கத்தின் விலைக்கும் இடையில் இருக்கும் விகிதம்.

ஜூன் 1919ல் 17.73

டிட்சம்பர் 1967ல் மிக குறைவு 15.67 மடங்கு மட்டுமே.

அக்டோபர் 1941ல் 97.31 மடங்கு

ஜூலை 1973ல் 41.

பிப்ரவரி 1980ல் 18 மடங்கு

பிப்ரவரி 1991ல், 96 மடங்கு

ஏப்ரல் 2011ல் 31 மடங்கு

ஏப்ரல் 2020ல் 114 மடங்கு

2020, ஜூன் மாதம் ஒருவர் என்னிடம் தொலைபேசியில் கேட்டார், 'தங்கம் அதிகம் ஏறுகிறது. வெள்ளி ஏறவில்லையே! ஏறுமா?' என்று சரியாகத்தான் கேட்டிருக்கிறார். அப்போது தங்கத்தின் விலை வெள்ளி விலையைப் போல 93 மடங்கு இருந்தது. அதன் பின் வெள்ளி விலை ஏறத்தொடங்கி தங்கத்தின் விலையைப் போல ஆகஸ்ட் மாதம் 68.4 மடங்காகக் குறைந்தது. (சார்ட் கீழே)

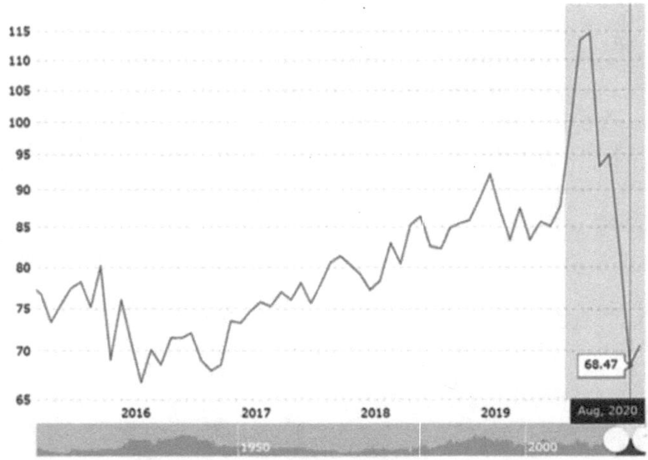

2015 முதல் 2020 செப்டெம்பர் வரையிலான 5 ஆண்டுகால வெள்ளிவிலை தங்கம் விலையின் மடங்குகளாக.

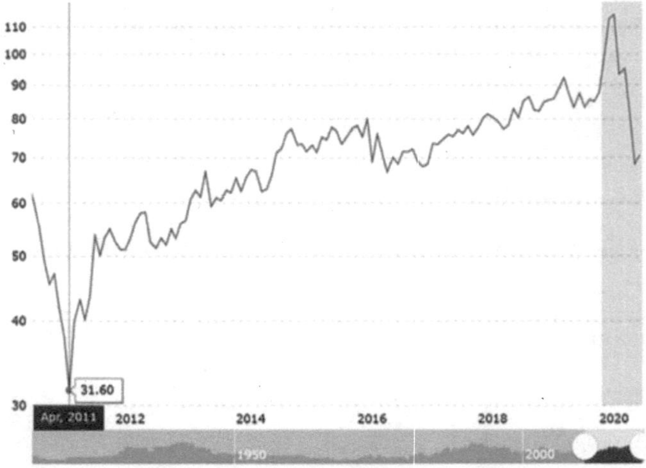

2011 முதல் 2020 ஜூன் வரை வெள்ளியை விட்டுவிட்டு தங்கம் கூடுதலாக விலை உயர்ந்துகொண்டே இருந்திருக்கிறது என்பதைக் காட்டும் படம்.

தங்கத்துக்கும் வெள்ளிக்கும் எப்போதும் ஒரே அளவு இடைவெளி இருக்காது. இதை அமெரிக்க சந்தையில் காணலாம்.

25.9.2020, வெள்ளிக்கிழமை மாலை நியூயார்க் நேரம் 5.15 மணிக்கு தங்கம் மற்றும் வெள்ளி விலை நிலவரம் - அமெரிக்க டாலர்களில்.

	தங்கம் நிலவரம்		வெள்ளி நிலவரம்	
	விலை	%	விலை	%
இன்று	+0.17	+0.01%	+0.00	-0.02%
30 நாட்கள்	-67.82	-3.52%	-4.12	-15.25%
6 மாதங்கள்	+211.06	+12.79%	+8.26	+56.42%
1 வருடம்	+353.66	+23.46%	+5.10	+28.64%
5 வருடங்கள்	+729.16	+64.41%	+8.36	+57.51%
20 வருடங்கள்	+1586.31	+566.15%	+18.00	+367.58%

- *கடந்த 30 நாட்களில் தங்கம் 3.52 % விலை குறைந்திருக்கிறது. ஆனால் வெள்ளியோ 15.25% குறைந்திருக்கிறது.*
- *கடந்த ஆறு மாதங்கள் என்று பார்த்தால் தங்கம் 12.79 % அதிகரிக்கிறது. வெள்ளியோ 56.6% விலை உயர்ந்திருக்கிறது.*
- *கடந்த ஓராண்டில் 23.% ம் 28 % ம் உயர்வு*
- *கடந்த 5 ஆண்டுகளில் 64% மற்றும் 57 % தான்.*
- *கடந்த 20 ஆண்டுகளில் தங்கம் உயர்ந்த அளவு வெள்ளி விலை உயரவில்லை.*

இந்த விவரங்களை வைத்துப் பார்த்தால் அப்படியொன்றும் ஒரு நிச்சயமான உறவு இருப்பதாகவோ அதை வைத்து சரியாக வாங்கி சரியான நேரத்தில் விற்கமுடியுமா என்றெல்லாம் எதையும் உறுதியாகச் சொல்லமுடியவில்லை. ஆனாலும் பார்க்கும் பழக்கமும் கணிப்பதற்கான முயற்சிகளும் தொடர்கின்றன.

16

கிரிப்டோகரன்சிகள்

உலகில் வேகமாக விலை உயர்ந்து கொண்டிருக்கும் பொருள் என்னவாக இருக்கும் என்று கேட்டால் தங்கம், வைரம், பிளாட்டினம் என்று நீங்கள் பதில் சொல்லலாம். உண்மை என்னவென்றால், கண்ணால் நாம் பார்க்கும் எந்த ஒரு பொருளையும்விட, பார்க்க முடியாத, இதுவரை எவருமே பார்த்திராத ஒரு 'மெய்நிகர் பொருள்' (பொருளற்ற பொருள்) விலைதான் மிக அதிகமான வேகத்தில் விலை உயர்ந்துகொண்டே இருக்கிறது என்றால் நம்ப முடிகிறதா?

ஜனவரி 2017ல், வெறும் 888 டாலராக இருந்த ஒரு Coin விலை ஒரே ஆண்டில், அதாவது டிசம்பர் 2017ல், 18,750 டாலராக உயர்ந்தது. வேறு எதன் விலையாவது இப்படி 12 மாதங்களில் 21 மடங்கு உயர்ந்திருக்கிறதா?

இத்தனைக்கும் மாயக்குகைக்குள் இருக்கும் பொருளைப்போல உள்ளே குவித்து வைக்கப்பட்டிருக்கும். அதைச் சரியான பாஸ்வேர்டு பயன்படுத்தி உள்ளே சென்றால் மட்டுமே அந்தப் பொருளை விற்க, வாங்க, சேமிக்க முடியும். பாஸ்வேர்டு மறந்தால் போயிற்று. நீங்கள் எத்தனை கோடி முதலீடு செய்திருந்தாலும் அந்தப் பணம் திரும்பக் கிடைக்காது. கண்ணதாசன் பாடியது போல, எந்தக் கோர்ட்டுக்குப் போனாலும் ஜெயிக்காது. அதற்கு கோர்டெல்லாம் கிடையாது.

அப்படிப் பட்ட ஒரு அற்புதமான மெய்நிகர் பொருளின் பெயர், பிட்காயின்.(வெர்சுவல் என்பதைத்தான் தமிழில் மெய்நிகர் என்கிறோம். உண்மை போலவே என்பது அதன் பொருள்).

உலகில் வேகமாக பணம் பண்ண நினைப்பவர்களை, சுலபமாகப் பணம் பண்ண நினைப்பவர்களை எல்லாம் தூண்டில் போட்டு இழுத்து அதன் பக்கம் வைத்திருக்கும் ஒரு மாயப்பணம் இது.

என்னது, பணமா என்று கேட்கிறீர்களா?

ஆம். பிட்காயின் என்பது ஒரு பணம்.

பிட்காயின் போலவே பல மெய்நிகர் பணங்கள் (ஆங்கிலத்தில், கிரிப்ட்டோ கரன்சிகள்) சந்தையில் உலா வருகின்றன. அந்தக் கூட்டத்தின் தலைவனாக இருப்பதும் அதிக வர்த்தகம் ஆவதும் பிட்காயின்தான். அதனால்தான் அதை பற்றிய விவரங்கள் இங்கே.

பிட்காயினா! பெயரே சரியில்லையே என்று சிலர் நினைக்கலாம். உண்மைதான்.

பிட் அடிப்பது, பிட்டுப் படம், பிட்டுத்துணி என்று தமிழர்கள் நாம் பிட் என்ற சொல்லை நல்லவிதத்தில் அதிகம் பயன்படுத்தியதில்லை. பெயர் என்னவாகவும் இருக்கட்டும். பிட்காயின் என்பது ஒரு வகை கிரிப்டோகரன்சி என்ற புரிதலுடன் ஆரம்பிப்போம்.

டாலர், ரூபாய், தினார், திராம் போன்றவற்றைக் கொடுத்து பொருட்கள் வாங்கலாம். விற்கிற பொருளுக்கு அவற்றை வாங்கிக்கொள்ளலாம் என்று இருப்பதுபோல இந்த பிட்காயினையும் கொடுக்கல் வாங்கல்களுக்குப் பயன்படுத்தலாம் என்றுதான் ஆரம்பித்தார்கள். அதற்காகத்தான் உருவாக்கியதாகவும் சொனார்கள். கிரெடிட் கார்டு அல்லது இன்டர்னெட் மூலமெல்லாம் பெரும் தொகைகளை (நெட் டிரான்ஸ்பர், ஆர்.டி.ஜி.எஸ், நெப்ட் போல) அனுப்பினால் ஒன்றிரெண்டு சதவீதம் கமிஷன் செலவாகும். ஆனால், கிரிப்டோகரன்சிகள் மூலம் பணம் அனுப்பினால் ஒரு செலவும் இல்லை என்று தொடர்ந்து சொல்கிறார்கள்.

சாதாரண, பழக்கப்பட்ட வழிகள் இருக்க யார் இந்த வழிகளில் பணம் அனுப்புவார்கள், பெறுவார்கள் என்று சந்தேகம் வருகிறதா? சரியான சந்தேகம்தான். ஆரம்பத்தில் 'அண்டர்வேர்ல்ட்' என்று சொல்லப் படும் நிழல் உலகத்தில் நடக்கும் பரிவர்த்தனைகளுக்குத்தான் இந்தப் பணம் பயன்படுத்தப்பட்டதாகச் சொல்லப்படுகிறது. காரணம், இதில் நடக்கும் பரிவர்த்தனைகள் அரசுக்குத் தெரியாது.

ஆனால், ஆண்டுகள் போகப் போக, கிரிப்டோகரன்சிகளைச் சில நாடுகளில் சில பெரிய கடைகளில் பொருளுக்குக் கொடுக்க வேண்டிய பணத்துக்குப் பதிலாகப் பெற்றுக்கொள்ள ஆரம்பித்தார்கள். ஆனால் அப்படி கொடுக்கல் வாங்கல்களுக்குப் பயன்படும் அளவெல்லாம் மிக மிக சொற்பம்.

'ஒன்றும் புரியவில்லையே! இது என்ன சமாச்சாரம்? இன்னும் கொஞ்சம் விளக்கமாகச் சொன்னால் தேவலை' என்று கேட்பவர் களுக்காக கிரிப்டோகரன்சிகள் குறித்த அனைத்து தகவல்களையும் 17 தலைப்புகளாகப் பார்க்கப்போகிறோம்.

- *கிரிப்டோகரன்சி என்றால் என்ன?*
- *கிரிப்டோகரன்சி ஏன்? அதற்கான தேவை என்ன?*
- *கிரிப்டோகரன்சிகளை உருவாக்குபவர்கள் யார்?*
- *கிரிப்ட்டோகரன்சிகளால் வேறு என்ன நன்மைகள்?*
- *கிரிப்டோகரன்சி வேறு பிட்காயின் வேறா?*
- *பிட்காயினை உருவாக்கியவர்கள் யார்?*
- *அவர்கள் சொல்லும் இதன் பயன்பாடு என்ன?*
- *எவ்வளவு வியாபாரம் நடக்கிறது?*
- *எதனால் இது இவ்வளவு பிரபலமாகியிருக்கிறது?*
- *இந்தியாவில் வியாபாரம் நடக்கிறதா?*
- *பிட்காயின் போன்ற கிரிப்டோகரன்சிகளை எப்படி வாங்குகிறார்கள்?*
- *முதலீடு வர்த்தகம் செய்து லாபம் பார்க்க நினைப்பவர்களுக்கு இது ஏற்றதா?*
- *இதில் இருக்கும் ஆபத்துகள்/ ரிஸ்குகள் என்ன?*
- *இதை பற்றி விபரம் தெரிந்தவர்கள் என்ன சொல்கிறார்கள்?*
- *அரசாங்கங்கள் இதை எப்படிப் பார்க்கின்றன? அணுகுகின்றன?*
- *இது குறித்து இந்திய அரசின் நிலைப்பாடு என்ன?*
- *இந்தியாவில் இதைச் செய்வது சட்டப்படி தவறா இல்லையா?*

கிரிப்டோகரன்சி என்றால் என்ன?

கரன்சி என்றால் பணம். இந்திய ரூபாய்போல அமெரிக்க டாலர், சிங்கப்பூர் டாலர், துபாய் திராம் போல பணம். மதிப்புள்ள தாள். கிரிப்டோகரன்சி என்பதும் ஒரு வகை பணம். ஆனால், உலகில் எந்த ஒரு நாட்டு அரசுக்கு மட்டும் சொந்தம் என்றில்லாமல் பல்வேறு நாடுகளில் இருக்கும் பலர் ஏற்றுக்கொள்ளும் ஒரு புதிய பொதுப் பணம்.

முன்பு புழக்கத்தில் இருந்த தங்கம் மற்றும் வெள்ளி, செப்புக் காசுகள் பூமியில் இருந்து எடுக்கப்பட்ட உலோகங்களால் உருவாக்கப் பட்டவை, டாலர், ரூபாய் போன்றவை அரசாங்கங்களால் அச்சடிக்கப்படும் பணத்தாள்கள். ஆனால் கிரிப்டோகரன்சிகள் என்பவை அப்படி எந்தப் பொருள் கொண்டும் தயாரிக்கப்படுவ தில்லை. அவை உருவமற்றவை.

கிரிப்டோகரன்சி என்பவை மிகவும் கடினமான கம்ப்யூட்டர் மொழி தெரிந்த நபர்களால் கம்ப்யூட்டரில் உருவாக்கப்படும் சங்கேதக் குறிப்பின் அடிப்படையில் உருவாக்கப்படும் ஒரு மின்னணு புரோகிராம். அதைத்தான் பணம் என்கிறார்கள். மின்சாரம், மின்னணு போலத் தொட, பார்க்க, முடியாததால், இது மின்னணு பணம். ஆம். 'டி-மேட்' போன்ற மின்னணு பணம். அதனால் அதை தமிழில் மெய்நிகர் பணம் என்கிறோம்.

எப்படி பங்குச்சந்தையில் பணம் போடும் நபர் குறிப்பிட்ட நிறுவனத்தின் பெயரில் பணத்தைச் செலுத்திப் பங்குகளை வாங்கினால் அந்த நிறுவனத்தின் பங்குகள் டி-மேட் முறையில் அவர் டி-மேட் கணக்குக்கு வந்துவிடுகிறதோ, விற்றால் ஒருவருடைய டி-மேட் கணக்கில் இருந்து மற்றொருவருடைய டி-மேட் கணக்குக்குப் போய்விடுகிறதோ அப்படி, கிரிப்டோகரன்சிகளும் 'இ-வேலட்' வழியாகவே வரும், போகும். இ- வேலட் என்பது டி-மேட் கணக்கு போல கிரிப்டோகரன்சி வர்த்தகம் செய்யும் நபர்களின் தனிப்பட்ட கணக்கு.

கிரிப்டோகரன்சிகளை வெளியிடுபவர்கள்

இதுதான் கவனிக்கவேண்டிய முக்கிய விஷயம். இதை ஒரு குறிப்பிட்ட கம்ப்யூட்டர் தொழில்நுட்பம் தெரிந்தவர்கள் எவர் வேண்டுமானாலும் செய்யலாம். இதை 'மைனிங்' என்கிறார்கள். அனால், அதை செய்வது அவ்வளவு எளிதல்ல. செய்வதற்கு

கணிசமான அளவு செலவாகும். குறிப்பாக மின்சாரம். மேலும் மிக வித்தியாசமான தொழில்நுட்பமும் தெரிந்திருக்கவேண்டும்.

எல்லோராலும் செய்துவிடமுடியாதது. அதே சமயம் திறனுள்ள எவர் வேண்டுமானலும் செய்யலாம் என்று இருக்கிற ஒன்று என்பது கவனிக்கப்படவேண்டியது. அதனால் இதில் ஏற்படும் கோளாறுகள் பாதிப்புகள் மோசடிகள் ஆகிய எதற்கும் எந்த நாட்டின் அரசோ அமைப்போ பொறுப்பேற்காது.

உருவாக்கியவர்கள் சொல்லும் பலன்கள்/ தேவைகள்

- இதை ஒரு உலகம் முழுவதற்குமான 'மீடியம் ஆப் எக்ஸ்சேஞ்ச்' ஆகப் பயன்படுத்தலாம். பரந்துபட்ட பணப் பறிமாற்றத்துக்கு கிரிப்டோகரன்சிகள் உதவும்.
- வழக்கமாக மக்கள் ஆன்லைன் மூலம், டாலர், ரூபாய் போன்றவற்றைக் கொண்டு கட்டணம் செலுத்தும் வழிமுறைகளை விட, இந்த பணப்பறிமாற்றம் குறைந்த பரிவர்த்தனைக் கட்டணங்கள் கொண்டது.
- அரசாங்கத்தால் வெளியிடப்பட்டிருக்கும் பல்வேறு பணங்களைப் போலின்றி கிரிப்டோகரன்சிகள் பரவலாக்கப்பட்ட அதிகாரத்தால் இயக்கப்படுகின்றன'. அதனால், அவை அரசாங்களால் வெளியிடப்படும் 'பியட் கரன்சி'களைக் காட்டிலும் நம்பகமானது.
- அனைத்து கிரிப்டோகரன்சி பரிவர்த்தனைகளுடனும் - ஒரு பெரிய அளவிலான கம்ப்யூட்டரால் சரிபார்க்கப்படுகிறது.
- தொடர்புடையவர்கள் அனைவரும் அவற்றின் இருப்பு மற்றும் பரிவர்த்தனையை பொது லெட்ஜரில் பார்க்க முடியும்; அதற்கு 'பிளாக் செயின் டெக்னாலஜி' (Block Chain Technology) என்று பெயர். இந்தப் பரவலாக்கபட்ட அதிகாரம் எந்த ஒருவரோ, நாடோ மற்றவர்கள் கவந்த்தில் இருந்து மறைத்து ஏதும் செய்ய முடியாது.

கிரிப்டோகரன்சி அவசியம்தானா?

கிரிப்டோகரன்சி உருவாக்குபவர்கள் சொல்லும் காரணங்கள் சரிதானா? தற்போதைய கரன்சி முறையில் இருந்து பெரிதும் வேறுபடும் இந்த முறைக்கு உண்மையில் ஏதாவது தேவைகள் இருக்கின்றனவா?

உலகத்தில் ஒவ்வொரு நாட்டுக்கும் தனித்தனி கரன்சிகள் இருக்கின்றன. அமெரிக்காவுக்கு டாலர், இந்தியாவுக்கு ரூபாய், ஜப்பானுக்கு யென் என்று அந்தந்த நாடுகள் அச்சடிக்கும் பணங்கள் உள்ளன.

அந்தந்த நாடுகளின் பொருளாதார வளங்களின் அடிப்படையில் அவற்றின் கரன்சிகளுக்கு வாங்கு சக்தி மாறுபடுகிறது. இப்படிப் பட்ட வெவ்வேறான மதிப்புடைய கரன்சிகளை வைத்திருக்கும் நாடுகளுக்கு அவற்றுக்குள் செய்யும் பரிவர்த்தனைகளுக்கு பொதுவான ஒரு பணம் தேவைப்படுகிறது.

அப்படிப்பட்ட ஒப்பீட்டு மதிப்பு கணக்கிடுவதற்கான பணமாக 1970 முதல் பெரும்பணக்கார நாடான அமெரிக்காவின் டாலர் இருந்து வருகிறது. அப்படி டாலர் மாறும்வரை அந்த இடத்தில் தங்கம் இருந்தது. அதன் பெயர் 'கோல்ட் ஸ்டாண்டர்டு'.

உதாரணத்துக்கு, ஒரு ஜப்பானிய யென்னுக்கு எவ்வளவு இந்திய ரூபாய் சமம் என்பதை முடிவு செய்ய, ஒரு டாலருக்கு எவ்வளவு ரூபாய் என்றும், ஒரு டாலருக்கு எவ்வளவு யென் என்றும் இரண்டின் மதிப்புகளையும் கணக்கிட்டு, அதை வைத்து ஒரு யென்னுக்கு எவ்வளவு ரூபாய் என்று கணக்கிடுவார்கள். எல்லா நாட்டு பணங்களுக்கும் இப்படித்தான் இப்போதும் கணக்கு செய்யப் படுகின்றன.

ஒரு நாட்டின் கரன்சியை வைத்து மற்ற நாடுகளின் கரன்சி மதிப்புகளை முடிவு செய்வது சரிதானா என்ற கேள்வி அவ்வப்போது எழுப்படுகிறது (டாலரை வைக்கிற இடத்தில் தங்கம் என்ற கட்டுரையும் அதைத்தான் பேசுகிறது). காரணம், டாலரோ, ரூபாயோ, ரூபிளோ, தினாரோ அல்லது வேறு எந்த நாட்டுப் பணமோ அவை அனைத்துமே அந்தந்த நாட்டு அரசாங்கங்களால் அச்சடிக்கப்படுபவை. அதனால் அந்த நாடுகளின் தேவைகள் மற்றும் பொருளாதார வளர்ச்சி ஆகியவற்றைப் பொறுத்தே அவை அச்சடிக்கப்படும். அச்சாகும் எண்ணிக்கையை வைத்து கரன்சியின் மதிப்பு முடிவாகும். அதிக கரன்சி புழக்கத்துக்கு வந்தால் மதிப்பு குறைந்துவிடும்.

மற்ற நாடுகளைப் போன்றதொரு நாடுதான் அமெரிக்கா. அதன் கரன்சி மதிப்பும் அப்படித்தான் முடிவாகவேண்டும். ஆனால் அது பொது கரன்சிபோல பயன்படுத்தப்படுவதால் அதன் மதிப்பு வித்தியாசமாக முடிவாகிறது. அமெரிக்காவின் பொருளாதார நிலையை மட்டும் வைத்து முடிவாவதில்லை. அங்கே பொருளாதார

வளர்ச்சி குறைந்தாலும், அமெரிக்க அரசு மிக அதிக அளவில் கடன் வாங்கினாலும் அந்நாடின் கரன்சியான யு.எஸ். டாலர் மதிப்பு குறைவதில்லை. காரணம், அதன் இந்த 'பொது கரன்சி' தன்மைதான். அமெரிக்க டாலருக்கு இருக்கும் இந்த அதிகப்படியான வாய்ப்பு அமெரிக்காவுடன் வியாபாரம் செய்யும் நாடுகளுக்கு நட்டத்தை உண்டாக்குகிறது.

இப்படி வேறுஒரு நாட்டின் கரன்சி இடையில் வராமல் நாடுகளுக்கு இடையே சுதந்திரமான கரன்சி வர்த்தகம் நடைபெற்றால் நன்றாக இருக்கும். வாங்கும், விற்கும் தேசங்களின் கரன்சிகள் மட்டுமே பரிமாறிக்கொள்ளப்படவேண்டும். அந்தத் தேவையை நிறைவு செய்யக்கூடிய புதிய, அமெரிக்க டாலருக்கு மாறான ஒன்றை உருவாக்க வேண்டும் என்று முயற்சிகள் நடக்கின்றன. அந்தத் தேவையை கிரிப்டோகரன்சி நிறைவு செய்யும் என்கிறார்கள் அவற்றை உருவாக்குகிறவர்கள்.

கிரிப்டோகரன்சிகள் புழக்கத்துக்கு வந்து 10 ஆண்டுகள் ஆகிவிட்டன. அவற்றின் மதிப்பை கணக்கிடவும் அமெரிக்க டாலர் என்ற ஒரு 'நடு அளவு' தேவைப்படுகிறது. எனவே, கிரிப்டோகரன்சிகள் இன்னும் டாலருக்கு மாற்றாக மாறிவிடவில்லை. அப்படிச் சொல்லப் படுகிறது. அவ்வளவுதான்.

கிரிப்டோகரன்சியால் கிடைக்ககூடிய நன்மைகள், பலன்கள்

தங்கம் வெள்ளி போன்றவற்றுக்கு நகைகள் பாத்திரங்கள், தொழில்நுட்பத் தேவைகள் என்று தனியே பயன் இருக்கிறது. அதனால் அவற்றுக்கு இயல்பிலேயே மதிப்பு உண்டு. டாலர், ரூபாய், யென் போன்றவற்றுக்கு அந்தந்த நாட்டு அரசாங்கங்கள் சார்பாக, I promise to pay the bearer என்று மத்திய வங்கி கவர்னர்கள் தரும் உறுதிமொழி இருக்கிறது. எனவே அவற்றை வாங்குவதிலோ, வைத்துக்கொள்வதிலோ மிகப் பெரிய ரிஸ்க் இல்லை.

ஆனால் கிரிப்டோகரன்சிகள் அப்படிப்பட்டவையல்ல. முற்றிலும் வேறுபாடனவை. அவற்றை வைத்து எதுவும் செய்ய முடியாது. தவிர, அவற்றுக்கு கியாரண்டி தரக்கூடிய அதாவது அவற்றுக்கு பொறுப்பேற்றுக்கொள்ளும் அமைப்புகளோ அரசுகளோ இல்லை.

கொடுக்கல் வாங்கல்களுக்குப் பயன்படும் என்று சொல்லப் பட்டாலும், அப்படிப்பட்ட பயன்பாட்டுக்காக வாங்குவோர் இல்லை. அப்படிப் பயன்படவும் இல்லை. வாங்கி வைத்தால் விலை உயரும் விற்று, லாபம் பார்க்கலாம் என்கிற நோக்கத்துடன்

செயல்படுகிறவர்கள்தான் 99.99% பேர். அதனால்தான் இது மிகப் பெரிய அளவில் விலை உயர்ந்து கொண்டிருக்கிறது. இல்லாவிட்டால் இவ்வளவு விலை உயரவேண்டிய அவசியம் என்ன? டாலர், ரூபிள், யென், பிராங்க், ரூபாய் எல்லாம் கூட பரிமாற்றத்துக்கு உதவும் கரன்சிகள்தான். அவற்றின் விலைகளெல்லாம் இவ்வளவா உயர்ந்திருக்கிறது?

லாப நோக்கத்துடன், தங்களுக்குத் தொடர்பேயில்லாத அமெரிக்க டாலர் போன்றவற்றை பலர் வாங்கி விற்று, வர்த்தகம் செய்கிறார்கள். அதில் கொஞ்சம் கொஞ்சம் விலை உயர்கிறது, இறங்குகிறது. ஆனால் கிரிப்டோகரன்சிகளின் விலை மாற்றங்கள் நம்பவேமுடியாத அளவு உயர்ந்திருக்கின்றன.

பெரும்பாலோனோர் விலை உயரமட்டுமே கூடிய ஒரு பொருளாகப் பார்த்து இதை வாங்கி வைத்துக்கொள்கிறார்கள். உண்மையில் அவர்களுக்கு வேறு எதற்காகவும் கிரிப்டோகரன்சி தேவையில்லை. அவர்களைப் பொறுத்தவரை அது லாபம் கொடுக்கக்கூடிய ஒரு வியாபாரப் பொருள். மிக அதிசயமான பொருள்!

17

பிட்காயின் வேறு கிரிப்டோகரன்சி வேறா?

உலக நாடுகள் என்பதும் இந்தியா என்பதும் ஒன்றா? இல்லை. இந்தியா உலக நாடுகளில் ஒன்று. அவ்வளவுதான். அதேபோன்றது தான் கிரிப்டோகரன்சிகள் என்பதும் பிட்காயின் என்பதும்.

பிட்காயின் என்பது ஒரு கிரிப்டோகரன்சி. அவ்வளவுதான்.

பிட்காயின் போல ஏகப்பட்ட கிரிப்டோகரன்சிகள் இருக்கின்றன. வர்த்தகம் ஆகின்றன. ஆனால் பிட் காயினின் பிரபல்யமும் வர்த்தகமும் நம்பர் 1. மற்றவை எல்லாம் பின்னால், வெகு தொலைவில்.

ஜூலை 2020 நிலவரப்படி, உலக கிரிப்டோகரன்சி சந்தையின் 79% வர்த்தகத்தை பிட்காயின் அதன் வசம் வைத்துள்ளது. மற்ற எல்லாம் சேர்ந்து 29%தான்.

எப்படி போட்டோ காப்பி எடுக்கும் யந்திரங்களைப் பல்வேறு நிறுவனங்கள் உற்பத்தி செய்தாலும், ஜெராக்ஸ் என்ற கம்பெனி செய்யும் யந்திரங்கள் அதிகம் விற்றதால், போட்டோ காப்பி எனும் செயல்பாட்டை (Verb) அந்த நிறுவனத்தின் பெயரான (Noun) ஜெராக்ஸ் என்றே அழைக்கிறார்களோ அப்படித்தான் எல்லா கிரிப்டோகரன்சிகளும் விவரமறியாத மக்களால் பிட்காயின் என்றே அழைக்கப்படுகின்றன.

பிட்காயினை உருவாக்கியவர்கள்

இந்த பிட்காயின் வர்த்தகம் குறித்து 2009ம் ஆண்டுதான் நன்கு வெளியே தெரிய ஆரம்பித்தது. இது உருவாக்கப்பட்டவிதம், உருவாக்கியவர்கள் என பலவும் இன்னமும், அதாவது 12 ஆண்டுகளுக்குப் பின்பும் மர்மமாகவே இருக்கிறது. இந்த கிரிப்டோகரன்சி தொழில்நுட்பத்தை உருவாக்கிய நபர் அல்லது நபர்களின் அடையாளம் இன்னும் தெரியவில்லை.

இன்வெஸ்டோபீடியாவில் காணப்படும் தகவல்படி, 'பிட்காயின் என்பது அமெரிக்காவில் வீட்டுச்சந்தை வீழ்ச்சியை (சப் பிரைம்) தொடர்ந்து ஜனவரி 2009-ல் உருவாக்கப்பட்ட டிஜிட்டல் நாணயம். இது மர்மமான மற்றும் புனைப்பெயர் கொண்ட சடோஷி நகமோட்டோ 1 என்பவர் வெளியிட்ட வெள்ளை அறிக்கையில் (வைட் பேப்பர்) காணப்படும் வழிமுறைகளின் படி நடக்கிறது. இவ்வளவு விவரங்கள்தான் பொதுவெளியில் கிடைக்கின்றன.

எவ்வளவு வியாபாரம் நடக்கிறது?

ஜூலை 2020-ல் மொத்தம் 2.1 கோடி பிட்காயின்கள் இருக்கின்றனவாம். அமெரிக்காவில் ஆண்டுக்கு ஒரு கோடியே 30 லட்சம் பிட்காயின்கள் விற்பனை செய்யும் வகையில் பல எக்சேஞ்ச் மையங்களைத் திறந்துள்ளனர். இவற்றின் வழியாக தினமும் 50 ஆயிரம் கோடி ரூபாய்க்கும் அதிகமாக பிட்காயின் வர்த்தகம் நடைபெறுகிறது.

பிப்ரவரி 5, 2021 அன்று சந்தையில் வர்த்தகமாகும்
பிற கிரிப்டோகரன்சிகளின் பட்டியல் மற்றும் அவற்றின் விலைகள்,
ஒருநாளைய விலை மாற்றம், அவற்றின் மார்க்கெட் கேபிடலைசேஷன்
(மில்லியன் அமெரிக்க டாலர்களில்)

NAME	PRICE	24H CHANGE	MARKET CAP
1. Bitcoin - BTC	$40,628.09	+7.04%	$756,673,662,554
2. Ethereum - ETH	$1,685.56	-3.63%	$192,271,765,071
3. Tether - USDT	$1.00	+0.10%	$28,710,665,019
4. Polkadot - DOT	$20.32	-4.06%	$18,431,749,318
5. XRP - XRP	$0.449968	-0.92%	$18,332,298,737
6. Cardano - ADA	$0.544263	+5.64%	$17,143,655,795
7. Binance Coin - BNB	$73.31	+19.65%	$11,329,436,548

8. Litecoin - LTC	$160.09	+4.64%	$10,676,011,990
9. Chainlink - LINK	$25.33	-3.56%	$10,254,536,481
10. Bitcoin Cash - BCH	$476.93	+9.73%	$9,041,959,731
11. Stellar - XLM	$0.346057	-2.21%	$6,947,706,477
12. Dogecoin - DOGE	$0.050085	+8.63%	$6,420,894,472
13. USD Coin - USDC	$0.998460	-0.01%	$6,309,533,424
14. Aave - AAVE	$479.50	-7.45%	$5,918,484,081
15. Uniswap - UNI	$19.45	-10.77%	$5,851,693,862

பிட்காயின் வர்த்தகம்தான் மிக மிக அதிகம். ஒரு நாளில் அமெரிக்காவின் ஒரு சந்தையில் மட்டும் 756 மில்லியன் அமெரிக்க டாலர்கள் அளவு நடந்திருக்கிறது. அடுத்த இடத்தில் இருக்கும் எத்திரியம் என்ற கிரிப்டோகரன்சியின் வர்த்தகம் (வால்யூம்) கிட்டத்தட்ட நாலில் ஒரு பங்குதான். 192 மில்லியன் டாலர்கள். மற்றவை எல்லாம் இன்னும் குறைவு.

மார்க்கெட் கேபிடலைசேஷன்

கிரிப்டோகரன்சி வர்த்தகம் எவ்வளவு தூரம் பிரபலமாகியிருக்கிறது என்று புரிந்துகொள்ள அதன் மார்க்கெட் கேபிடலைசேஷனைப் பார்க்கலாம். மார்க்கெட் காபிடைலைசேஷன் என்பது, இருக்கும் மொத்த கிரிப்டோகரன்சிகளையும் அப்போதைய விலைகளால் பெருக்கினால் வருவது. உதாரணத்துக்கு மொத்தம் இரண்டு வகை கிரிப்டோகரன்சிகள் இருப்பதாக வைத்துக்கொள்வோம். ஒவ்வொன்றும் ஒரு கோடி எண்ணிக்கையில் இருக்கின்றன. முதல் கரன்சி விலை 10 ரூபாய். இரண்டாவது கரன்சி விலை 20 ரூபாய்.

எனில், முதல் கரன்சி மார்க்கெட் கேபிடலைசேஷன்:

ஒரு கோடி X 10 ரூபாய்= 10 கோடி ரூபாய்.

இரண்டாவது கரன்சி மார்க்கெட் கேபிடலைசேஷன்:

ஒரு கோடி X 20 ரூபாய் = 20 கோடி ரூபாய்.

மொத்த மார்க்கெட் கேப்பிடலைசேஷன் = 30 கோடி ரூபாய்.

இப்படிக் கணக்கிடும் போது, 2017ம் ஆண்டு சுமார் 230 பில்லியன் (மில்லியன் அல்ல, பில்லியன்) அமெரிக்க டாலர் அளவு கிரிப்டோகரன்சிகளின் மொத்த மார்க்கெட் கேப்பிடலைசேஷன் போனது. பின்பு பிட்காயின் விலை மிகவும் குறைந்த காரணத்தால், 2020 செப்டெம்பர் மாதம் 120 பில்லியன் டாலர் அளவு இருக்கிறது.

ஒரு பில்லியன் என்றால் டாலர் 74 ரூபாய் வீதம் 7400 கோடி ரூபாய். கிட்டத்தட்ட 8 லட்சம் கோடி ரூபாய்கள்!!

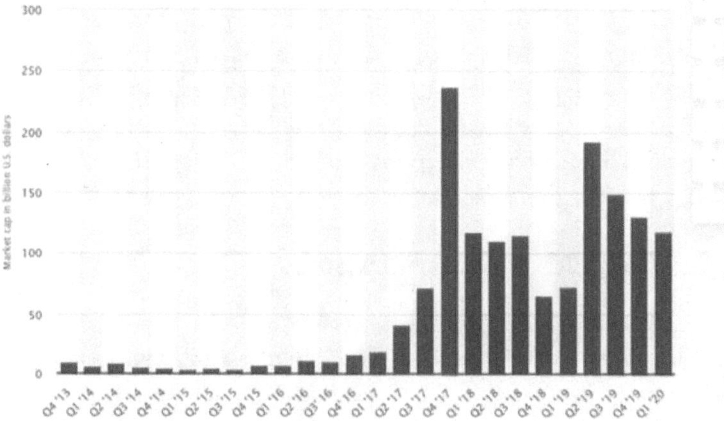

பிட்காயின் மார்க்கெட் கேபிடலைசேஷன் Q4 - 2013 முதல் Q1 - 2020 வரை

இந்த சந்தையும் இதில் ஈடுபடுகிறவர்களின் எண்ணிக்கையும் அதிகரிக்கிறதா? அதிகரித்தால் எவ்வளவு அதிகரிக்கிறது போன்ற வற்றையும் பார்க்கலாம். ஒவ்வொரு மாதமும் எவ்வளவு கிரிப்டோ கரன்சி பரிவர்த்தனைகள் (வாங்குவது தனி விற்பது தனி) நடக்கிறது என்பதைக் காட்டும் கீழே உள்ள சார்ட்டில் தொடக்கத்தில் நாள் ஒன்றுக்கு 1200, 1500 ஆக இருந்த பரிவர்த்தனைகள் 2017க்குப் பின் நாள் ஒன்றுக்கு கிட்டத்தட்ட ஒரு கோடி பரிவர்த்தனைகள் என்ற அளவுக்கு உயர்ந்துவிட்டதைக் காணலாம். Source: By Ladislav Mecir

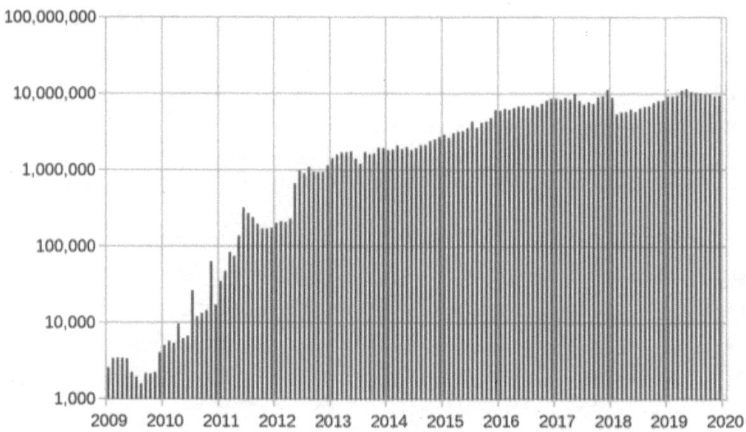

ஜனவரி 2009 முதல் செம்டெம்பர் 2020 வரையிலான தகவல்.

சரி, பிட்காயின் மார்க்கெட் ஏன் இவ்வளவு பிரபலமாக இருகிறது?

எல்லாம் பணம் செய்யும் நோக்கம்தான். வேறு ஏதும் இல்லை. முன்பே பார்த்தது இவற்றுக்கு பெரியதாக வேறு தேவைகள் பயன்கள் இல்லை. வாங்கி வைத்திருந்து விலை உயர்ந்தபின் விற்று லாபம் பார்க்கலாம் என்று நினைப்பவர்கள் உலகின் எல்லா நாடுகளிலும் இருக்கிறார்கள். வர்த்தகம் ஜேராய் நடக்கிறது. எல்லோரும் பணம் பண்ணுவதில்லை. ஆனாலும் பணம் பண்ணும் ஆர்வத்தில் வர்த்தகத்தில் ஊடுபடுகிறார்கள்.

இந்தியாவில் பிட்காயின் வியாபாரம்

பிட்காயின் சந்தையை இந்தியா அங்கீகாரம் செய்யவில்லை. ஆனால், நடப்பதாக செய்திகள் வெளிவர, 2020, ஏப்ரல் 6ம் தேதி மத்திய ரிசர்வ் வங்கி தடை செய்தது. கடும் அபராதம் விதிக்கப்படும் என்றும் சொல்லியது. தவிர, வங்கிகள் இதற்கு கடன் கொடுப்பது போன்ற நடவடிக்கைகளில் ஈடுபடக்கூடாது என்றும் அறிவுறுத்தியது.

பின்னர் சில பிட்காயின் ஏஜென்சிகள் தடையை எதிர்த்து நீதிமன்றத்துக்குப் போகவே நீதிமன்றம் தடையை நீக்கிவிட்டது. 2020 அக்டோபர் நிலவரப்படி பிட்காயின் வாங்குவதோ விற்பதோ வைத்திருப்பதோ குற்றமல்ல. எனவே வர்த்தகம் தொடர்கிறது.

இது, 2021 பிப்ரவரி நிலவரம்தான். பின்னர் மாற்றப்படலாம்.

இந்தியாவில் இயங்கும் பிட்காயின் சந்தைகள்:

இந்தியாவில் யூனிகார்ன், பிசோசோ, ஜெப்பே, காயின்பேஸ் (Unicorn, Bitxoxo, Zebpay, Coinbase) போன்ற 10க்கும் மேற்பட்ட எக்ஸ்சேஞ்ச் மையங்கள் உள்ளன. உலகளவில் பே பால், ஓவர்ஸ்டாக், டாட்காம், இன்டியூட், டிஜ் நெட்வொர்க் போன்று எண்ணற்ற நிறுவனங்கள் உள்ளன.

பிட்காயின் போன்ற கிரிப்டோகரன்சிகளை வாங்குவது எப்படி?

பிட்காயின் வாங்கவும், விற்கவும் இ-வேலட் (மின்னணு பணப்பை) நடைமுறை பின்பற்றப்படுகிறது. இதற்காக சில நிறுவனங்கள் செயலி (ஆப்ஸ்) வழங்கியுள்ளனர். ஆண்ட்ராய்ட் போன், லேப்டாப்களில் இந்த செயலிகளைப் பதிவிறக்கம் செய்துகொண்டு, வர்த்தகக் கணக்கு தொடங்குகிறார்கள். பிட் காயின் வாங்க / விற்க கணக்கு தொடங்கும்போது, ஒரு ‘யூசர் ஐ டி’ மற்றும் ‘பாஸ்வேர்ட்’ கொடுக்கிறார்கள். (பப்ளிக் கீ, பிரைவசி கீ) குறிப்பிட்ட கணக்கின்

கடவுச்சொல்லை (பாஸ்வேர்ட்) பயன்படுத்தி பிட் காயின்களை ஆன்லைன் வழியாகப் பணம் செலுத்தி, வாங்கலாம். வாங்கியதை அதே நிறுவனத்திடம் விற்கலாம்.

முதலீடு வர்த்தகம் செய்து லாபம் பார்க்க நினைப்பவர்களுக்கு இது ஏற்றதா?

இதில் முதலீடு செய்தவர்களில் சிலர் பெரும் லாபம் பார்த்திருக்கிறார்கள் என்பது உண்மை. அதேபோல சிலர் பெரும் நட்டம் அடைந்திருக்கிறார்கள் என்பதும் உண்மை. இரண்டும் பெரிய அளவுகளில்தான். இப்படித்தான், இந்தப் போக்கில்தான் விலைகள் இனி போகும் என்று மற்ற சந்தைகளை ஓரளவேனும் கணிக்க முடிகிறவர்களால்கூட கணிக்க இயலவில்லை. முன்பு பார்த்த 'அமெரிக்க வீட்டுக்கடன் பபுள்' போல, ஹாலந்தின் 'டூலிப் பல்ப் பபுள்' போல இதுவும் ஒரு 'பபுள்' என்பார் உண்டு. குமிழி எப்போது உடையும் என்று தெரியவில்லை. ஓடிக்கொண்டிருக்கிறது.

இதில் இருக்கும் ஆபத்துகள்/ ரிஸ்குகள்

சுலபமாக அதிக பணத்தை விரைவாகச் சம்பாதிக்கலாம் என்கிற மனிதர்களின் அடிப்படை ஆசையை முதலீடாக்கி சிலர் நடத்தும் வியாபாரம் இது. இது போன்றவற்றில் ஆரம்பம் நன்றாகத்தான் இருக்கும். அப்படி இருந்தால்தான் அதிக நபர்களை உள்ளே இழுக்க முடியும். அப்படித்தான் சிறப்பாகப் போய்க்கொண்டிருக்கிறது.

யாரும் கட்டுப்படுத்தாத ஒரு பொருளை ஒருவர் உற்பத்தி செய்யும்போது அது சரியான பொருளா? மதிப்புடைய பொருளா? என்பதை எப்படி தெரிந்து கொள்வது? உறுதி செய்து கொள்வது? இது எதுவும் தெரியாமல், ஏதோ ஒரு பொருளின் விலை உயர்ந்து கொண்டிருக்கிறதே என்று பலரும் விட்டில் பூச்சிகள் போல் கிரிப்டோகரன்சி வர்த்தகத்தில் விழலாமா? விழுகின்றனர்.

பிட்காயின்கள் எந்தவொரு வங்கியாலும் அரசாங்கங்கத்தாலும் வெளியிடப்படுபவை அல்ல. அதில் ஏதாவது சிக்கல் என்றால் பதில் சொல்ல ஆளில்லை.

பங்குச் சந்தையை செபியும், வங்கிகளை ரிசர்வ் வங்கியும் காப்பீட்டுத்துறையை ஐ.ஆர்.டிஐயும் கண்காணிப்பதைப்போல் பிட் காயின் வர்த்தகத்தைக் கண்காணிக்க இந்தியாவில் எந்த ஒரு அமைப்பும் இல்லை. முறையான அமைப்பு இல்லாமல் விற்று வாங்கித் தள்ளப்பட்டுக்கொண்டிருக்கும் ஒரு வர்த்தகம் இது.

இ-வேலட் விவகாரத்தில் பாஸ்வேர்ட் மிகவும் முக்கியம். மறந்தால், அவ்வளவும் பறிபோய்விடும். யாரிடமும் இதைப்பற்றி முறையிடவும் முடியாது. இந்த வகையில் இதுவரை ஒரு லட்சம் கோடி ரூபாய்க்கும் அதிகமான பணத்தை பலர் இழந்துள்ளனர் என்கிறது ஒரு கணக்கு. அந்தக் கணக்கு சரியாக வேலை செய்யாவிட்டாலும் சிக்கல்தான். மேலும் வர்த்தம் ஆவது போலியா உண்மையானதா என்று கண்டுபிடிப்பதும் எளிதல்ல.

தவிர, ஹேக்கர்கள் பல்வேறு இ-மெயில்கள் வங்கி கணக்குகள், இணையதளங்களுக்குள் ஊடுருவிக் கேடு செய்கிறார்கள், தகவல்களையும் பணத்தையும் திருடுகிறார்கள். அவர்களால் இ வேலட்க்குள்ளும் நுழைய முடிந்தால், திருடினால் அதை கண்டுபிடிப்பதோ அதற்காக புகார் கொடுப்பதோ அதைத் திரும்பப்பெறுவதோ சுலபமில்லை. அல்லது முடியாது.

18

கிரிப்டோகரன்சி விலை உயர்வதற்கான காரணங்கள்

சில ஆண்டுகளுக்கு முன் அமெரிக்க டாலர் மதிப்பு 62 ரூபாயாக இருந்தது. அப்போது பலர் வாங்கினர். பின்னர் 75 ரூபாய் வரை உயர்ந்தது. அப்போது பலர் விற்றனர். செப்டெம்பர் 2020-ல் 73 ரூபாயாக உள்ளது.

டாலரைப்போலவே தொடர்ந்து விலை உயரும் என்ற நம்பிக்கையில் கிரிப்டோகரன்சியான பிட்காயின் வர்த்தகத்தில் பலர் பணம் கொட்டுகின்றனர். ஒரு முதலீடாக நினைத்து வாங்கி வைக்கிறார்கள். டாலரையாவது அவ்வப்போது விற்கிறார்கள். ஆனால், கிரிப்டோ கரன்சிகளை விற்கும்போதே, 'வாங்கி விற்காமல் வைத்துக் கொள்ளுங்கள் பின்னால் நல்ல லாபம் கிடைக்கும்' என்று சொல்கிறார்கள். அதனால் விற்போர் குறைவு. மேலும் டாலர் போன்ற கரன்சிகளைப் பணப் பரிமாற்றத்துக்குப் பயன்படுத்துவது தான் முக்கிய நோக்கம். அதற்காகத்தான் அவை அச்சடிக்கப் படுகின்றன. ஆனால், கிரிப்டோகரன்சிகள் அப்படிப்பட்டவை அல்ல. அவை ஊக பேரத்துக்காகவே வர்த்தகம் ஆகின்றன. அதனால் விற்போர் குறைவு.

இதெல்லாம் தவிர, உருவாக்கப்பட்டிருக்கும் கிரிப்டோகரன்சிகளும் அவற்றின் எண்ணிக்கையும் குறைவு. உதாரணத்துக்கு மிகவும் பிரபலாமாக இருக்கும் கிரிப்டோகரன்சி, பிட்காயின் மொத்தம் 21

மில்லியன் அளவுதான் இருக்கிறது. காரணம், இதற்கான 'கம்ப்பியூட்டர் கோடு' உருவாக்கலில் உள்ள நடைமுறைச் சிக்கல்கள். அதனாலும் இதன் மீதான மோகம் அதிகரிக்கிறது.

இப்படி சப்ளை குறைவாக இருந்து, டிமாண்ட் அதிகம் இருக்கும் 'பொருள்' விலை உயரவே செய்யும். ஒரு காயின் விலை மிகவும் அதிகமாகிவிட்டால் எல்லோராலும் அவற்றை வாங்க முடியாது என்பதால், ஒரு பிட் காயினை 10 லட்சம் பகுதிகளாகப் பிரித்து, அந்த 10 லட்சத்தில் ஒரு பகுதியை நீங்கள் வாங்கலாம் என்கிறார்கள். (இது மிகவும் விலை உயர்ந்துவிட்ட பங்குகளில் அவ்வப்போது செய்யப்படும் 'ஸ்டாக் ஸ்பிளிட்' போலதான். ஆனால் எந்தப் பங்கையும் இவ்வளவு சிறியதாக பிரித்ததில்லை).

எவ்வளவு விலை உயர்வு

தொடக்கத்தில் வெளியிடப்பட்டபோது இதைப்பற்றி பலருக்கும் தெரியாது. அதனால் விலை குறைவாக இருந்தது. ஒரு பிட்காயின் 30 சென்ட் அளவு (ஒரு டாலரில் 10-ல் மூன்று பங்கு) இருந்திருக்கிறது. தொடர்ந்து இவற்றை பலரும் வாங்க ஆசைப்பட, இதன் விலை ஏகத்துக்கும் உயர்ந்துகொண்டே போனது. எவ்வளவு என்றால், 19,000 டாலர் வரை! மார்ச் 2017ல் ஒரு பிட் காயின் கிட்டத்தட்ட 19,000 டாலர் விலை போயிருக்கிறது. அப்படியென்றால் ஆரம்ப விலையை போல 57,000 மடங்கு!! 10 ஆண்டுகளில் 57 ஆயிரம் மடங்கு.

விலை ஏற்றத்தாழ்வுகள்

ஒரே வழியாக எப்போதும் விலை உயர்ந்துகொண்டே போனால் பரவாயில்லையே. இதில் என்ன ரிஸ்க் என்று சிலர் நினைக்கலாம். மார்ச் 2017 விலைதான் 19,000 டாலர். அதன் பின் என்ன ஆனது தெரியுமா? 2018ல் வெறும் 5200 டாலர் அளவுக்குக் கீழ் இறங்கியது. எவராவது 10,000, 12,000, 15000, 17000, 19000 டாலர் விலைகளில் வாங்கியிருப்பார்கள் அல்லவா? அவர்கள் மனது அதே விலை 5200 போனபோது எப்படி இருந்திருக்கும். வைத்திருப்பார்களா? விற்றிருப்பார்களா?

விலை இதற்கும் கீழ் போய்விடுமோ என்ற பயம் இல்லாமலா இருந்திருக்கும். விற்றிருந்தால் எவ்வளவு நட்டம்!

இது வரை நடந்திருப்பதைப் பார்த்தால் பிட்காயின் விலை மாற்றங்கள் பங்குகளைக் காட்டிலும் பல மடங்கு அதிக 'வாலட்டைல்' (ஏற்ற இறக்கங்கள்) கொண்டதாகத் தெரிகிறது.

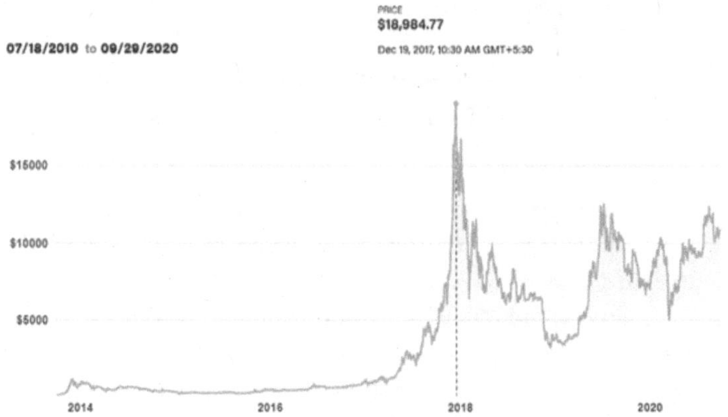

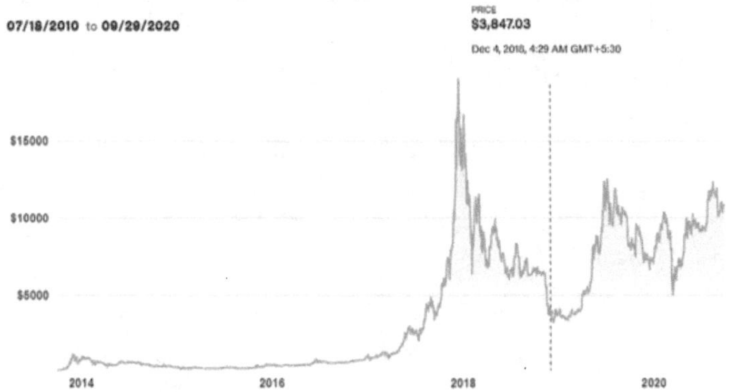

பங்குகள், தங்கம், கச்சா எண்ணை, அமெரிக்க டாலர் போன்றவற்றின் விலை ஏற்ற இறக்கங்கள், சந்தை நடவடிக்கை, ஊக பேரங்கள் ஆகியவற்றுடன் தொடர்புடையவை. ஆனாலும் எந்த விலை ஏற்ற இறக்கத்துக்குப் பின்னாலும் கண்டுகொள்ளக்கூடிய சில காரணங்கள் இருக்கும் அல்லது ஏற்றுக்கொள்ளும் விதம் காரணங்கள் சொல்லப்படும். ஆனால், கிரிப்டோகரன்சிக்கு அப்படி எதுவுமே இல்லை. காரணம், முன்பே சொன்னதுபோல கிரிப்டோ கரன்சிகளுக்கு என்று தனிப்பட அப்படி ஒன்றும் முக்கியத் தேவை இல்லை. அது இல்லாமல் தாராளமாக உலகம் இயங்கும்.

ஆனாலும் அல்லது அதனால்தான் அதன் விலை மாற்றங்கள் தடாலடியாக இருக்கின்றன. இதில் நடப்பது முழுக்க முழுக்க ஊகபேரம்தான். அதனால்தான் அதன் வாலடாலிட்டி (Volatality-நிலையற்று மேலும் கீழும் ஏறி இறங்கும் தன்மை) மிக அதிகமாக இருக்கிறது.

வருடாந்திர ஏற்ற இறக்கம்

2011 ஆம் ஆண்டில், ஒரு பிட்காயினின் மதிப்பு சுமார் 0.30 அமெரிக்க டாலரிலிருந்து 32 அமெரிக்க டாலராக உயர்ந்தது. அதாவது 96 மடங்கு உயர்வு.

2012 ஆம் ஆண்டின் பிற்பகுதி மற்றும் 2012-13 சப்-பிரைம் நிதி நெருக்கடியின் போது, பிட்காயின் விலை உயரத் தொடங்கியது. ஏப்ரல் 10, 2013 அன்று அதிகபட்சமாக 266 அமெரிக்க டாலர்களை எட்டியது. பின்பு சுமார் 50 அமெரிக்க டாலர்கள் அளவுக்கு வீழ்ந்தது. அதிகபட்ச விலையில் ஐந்தில் ஒரு பகுதி அல்லது 20 சதவீதம். 100 ரூபாய்க்கு வாங்கியது 20 ரூபாய் விலை போவது போல.

29 நவம்பர் 2013 அன்று, ஒரு பிட்காயினின் விலை 1,242 அமெரிக்க டாலர்களாக உயர்ந்தது. 50 டாலரில் இருந்து பார்த்தால், ஆறு மாதத்தில் கிட்டத்தட்ட 25 மடங்கு.

அதன்பின், 2014 ஆம் ஆண்டில், மீண்டும் விலை கடுமையாக வீழ்ச்சியடைந்தது, ஏப்ரல் மாத நிலவரப்படி 2013 விலையில் பாதிக்கும் கீழ் போய்விட்டது. ஆகஸ்ட் 2014 நிலவரப்படி விலை 600 அமெரிக்க டாலரின் கீழ் இருந்தது.

மார்க் டி. வில்லியம்ஸ் என்பவர் பிட்காயினின் ஏற்ற இறக்கங்களின் தன்மை என்பது தங்கத்தைவிட ஏழு மடங்கு அதிகமாகவும் அமெரிக்கப் பங்குச் சந்தை குறியீட்டு எண் S-P 500 ஐ விட எட்டு மடங்கு அதிகமாகவும், அமெரிக்க டாலரை விட 18 மடங்கு அதிகமாகவும் உள்ளது என்கிறார்.

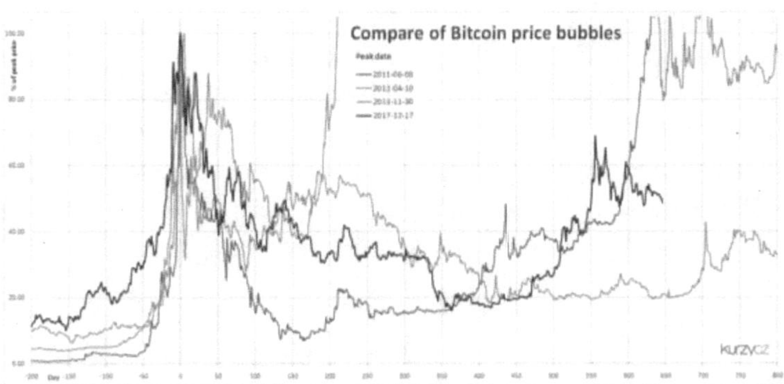

Price Volatality - விலை ஏற்ற இறக்கத்தைக் காட்டும் சார்ட்

ஒரு வருடம் ஆறு மாதம் என்பது கூட சாதாரணம் என்பதுபோல ஒரே நாளில் கடுமையான விலை வீழ்ச்சிகளைப் பார்த்திருக்கிறது, பிட்காயின் வர்த்தகம்.

2013 ம் ஆண்டு, ஒரே நாளில் 61% குறைந்துள்ளது. 2014ம் ஆண்டில் ஒரு நாள் விலை வீழ்ச்சி 80% வரை இருந்தது. ஆம், ஒரே நாளில் விலை 80 சதவீதம் வீழ்ந்திருக்கிறது.

ஏதோ ஒரு விலைக்கு வாங்கிவிட்டு திடீரென்று விலை 100 க்கு 60 ரூபாய் அல்லது 100க்கு 80 ரூபாயெல்லாம் குறைந்திருப்பதைப் பார்த்தால் வாங்கிவர் என்ன ஆவார்? அதுவும் அவர் சிறு முதலீட்டாளராக இருந்தால்!

19

கிரிப்டோகரன்சிகள் குறித்து விபரம் தெரிந்தவர்கள் சொல்வது

நியூயார்க் பல்கலைக்கழகத்தின் பேராசிரியர் நூரியல் ரூபினி பிட்காயினை 'அனைத்து குமிழ்களின் தாய்' (மதர் ஆப் ஆல் பபுள்ஸ்) என்றார்.

சிகாகோ பல்கலைக்கழக பொருளாதார நிபுணர் ஜேம்ஸ் ஹெக்மேன் இதை 17ம் நூற்றாண்டின் 'டூலிப் பல்ப்' போன்றது என்றார். மக்களுக்குத் தேவையேபடாத 'டூலிப் பல்ப்' என்ற பூ மொட்டு, பல ஆண்டுகளுக்கு தொடர்ந்து விலை சில நூறு மடங்குகள் உயர்ந்தது. அதன்பின், ஒருநாள் திடீரென விலை பயங்கரமாக வீழ்ந்தது. அதன்பின் விலை ஒன்றுமே இல்லாமல் போனது. அதைப் போன்றதுதான் கிரிப்டோகரன்சிகளும் என்பது ஜேம்ஸ் ஹெக்மேன் கருத்து.

ஆலன் கிரீன்ஸ்பான் மற்றும் ஜார்ஜ் சொரெஸ் இருவரும் இதை 'குமிழி' என்று குறிப்பிட்டனர்.

இவர்கள் தவிர, ராபர்ட் ஷில்லர், ஜோசப் ஸ்டிக்லிட்ஸ், மற்றும் ரிச்சர்ட் தாலர் உள்ளிட்ட பொருளாதாரத்துறையில் நோபல் பரிசு பெற்ற எட்டு அறிவியலாளர்கள் பிட்காயின் உட்பட எல்லா கிரிப்டோகரன்ஸிகளுமே நீர்குமிழி போல கொஞ்ச காலம் இருந்துவிட்டு உடந்து காணாமல் போய்விடும் எனும் பொருள்பட, 'பொருளாதாரக் குமிழி' என்று சொல்கிறார்கள்.

பங்குசந்தையின் மிகப் பெரும் மற்றும் வெற்றிகரமான முதலீட்டாளர் வாரன் பஃபெட், பிட்காயினை ஒரு 'மிராஜ்' என்று வர்ணித்தார். கானல் நீர் என்பது போல.

கிரிப்டோகரன்சி விவகாரத்தில் எச்சரிக்கையாக இருக்கும்படி Securities and Exchange Commission (SEC), the Financial Industry Regulatory Authority (FINRA), the Consumer Financial Protection Bureau (CFPB) போன்ற பல கண்காணிப்பு ஆணையங்கள் எச்சரித்துவிட்டன.

அரசாங்கங்கள் இதை எப்படிப் பார்க்கின்றன?

தொடக்கத்தில் இவற்றைப்பற்றிக் கண்டுகொள்ளாமல் விட்டுவிட்டு பின்னர் அமெரிக்கா, சீனா உள்பட பலதேசங்கள் அனுமதித்து விட்டனர். சரியா தவறா? உண்மையா, பொய்யா? என்றெல்லாம் ஆரயவில்லை. குதிரைப்பந்தயம், சூதாட்டங்கள் போன்றவற்றையே அனுமதித்திருக்கும் தேசங்கள் இவற்றையும் கட்டுப்படுத்தவில்லை. தடை செய்யவும் இல்லை. ஆனால் இந்த வர்த்தகங்களின் மீது வரி விதித்தன. அதோடு சரி. ஆமாம். அவர்களுக்கு வருமானம். மற்றபடி ஈடுபடுபவர்கள் அவர்கள் பொறுப்பில் ஈடுபடுகிறார்கள்.

இப்போது உலகின் பல நாடுகளில் கிரிப்டோகரன்சி வியாபாரம் கனஜோராக நடந்துகொண்டிருக்கிறது.

இந்திய அரசின் நிலைப்பாடு என்ன?

பிட்காயின் வர்த்தகத்தில் இப்படியெல்லாம் சிக்கல் இருப்பதால்தான் இந்தியா, ஸ்வீடன், ரஷ்யா, ஐஸ்லாந்து மற்றும் சீனா உட்பட பல நாடுகள் இந்த நாணய வர்த்தக முறையை அங்கீகாரம் செய்ய வில்லை. பிட் காயின் சந்தையில் நடைமுறைச் சிக்கல்கள் அதிகம் உள்ளது. அதில் முதலீடு செய்து ஏமாந்தால் நாங்கள் பொறுப்பல்ல; அதில் ஆர்வம் வேண்டாம் என்று முன்னால் ரிசர்வ் வங்கி கவர்னர், மற்றும் முன்னாள் நிதி அமைச்சர் அருண்ஜெட்லி உட்பட பலர் எச்சரித்தனர்.

இந்தியாவில் பிட்காயின் நடைமுறைகள் குறித்து ஆய்வு செய்வதற்காக தினேஷ் சர்மா என்ற பொருளாதார நிபுணர் தலைமையில் மத்திய அரசு ஒரு குழு அமைத்தது. அந்த கமிட்டியும் பிட்காயினை அங்கீகரிக்கவேண்டாம் என்றே கூறியுள்ளதாகத் தெரிய வந்துள்ளது.

சர்வதேச நாடுகளில் உள்ள பெரிய வர்த்தக நிறுவனங்களுக்கு இடையே பிட்காயின் பரிவர்த்தனை குறித்து ஆய்வுகள்

மேற்கொள்ளப்பட்டன. இதில் 65 சதவீத நிறுவனங்கள் பிட்காயின் பரிவர்த்தனை ஒரு நீர்க்குமிழி போன்றது; நம்பி களம் இறங்கமாட்டோம் என்று தெரிவித்துள்ளன. இதனால் இவற்றை இந்தியா இன்னமும் அங்கீகரிக்கவில்லை.

அமெரிக்காவின் மிகப் பெரிய கோடீஸ்வரர்களில் ஒருவரான வாரன்பஃபெட் பிட்காயினை வேண்டாம் என்கிறார். ஆனாலும் சர்வதேச நாணய நிதியத்தின் தலைமை அதிகாரி, பில்கேட்ஸ் ஆகியோர் இதை வரவேற்கின்றனர்.

இந்தியாவில் கிரிப்டோகரன்சிகள் சட்டவிரோதமானதா?

இந்தியாவில் பிட்காயின்கள் சட்டவிரோதமானது என்று ஒருவர் முடிவு செய்ய முடியாது. காரணம், இதுவரை இந்தியாவில் பிட்காயின்களுக்குத் தடை இல்லை.

அதே சமயம் பிட்காயினையோ வேறு எந்த கிரிப்டோகரன்சியையோ ஒரு பணம் செலுத்தும் வழிமுறையாக மத்திய அரசு அறிவிக்கவிலை. மேலும், பிட்காயின்களைக் கையாளும்போது ஏற்படக்கூடிய கருத்துவேறுபாடுகள், வழக்குகளைத் தீர்ப்பதற்கு எந்த விதிகள், ஒழுங்குமுறைகள் அல்லது வழிகாட்டுதல்களையும் உருவாக்க வில்லை.

எனவே, பிட்காயின் இன்னும் தடை செய்யப்படாவிட்டாலும் அதில் வர்த்தகம் செய்வதில் சில ஆபத்துகள் இருக்கின்றன.

இந்தியாவில் கிரிப்டோகரன்சிகள் உருவாக்குவது வைத்திருப்பது, வாங்குவது விற்பது போன்றவை குறித்து இன்னும் சட்டம் ஏதும் இயற்றப்படவில்லை.

ஏப்ரல் 2018ல் ரிசர்வ் வங்கி இந்திய வங்கிகள் அனைத்துக்கும் ஒரு சுற்றறிக்கை அனுப்பி, அதில் கிரிப்டோகரன்சி வர்த்தகம் தொடர்பாக கடன் கொடுப்பதோ அல்லது வேறுவிதங்களில் உதவியாக இருக்கவேண்டாம் என்று அறிவித்திருக்கிறது. இது ஒரு தடை போலதான்.

இந்தச் சுற்றறிக்கை குறித்து சிலர் நீதிமன்றத்தை அணுக, உச்சநீதிமன்றம் 25 பிப்ரவரி 2019 அன்று அளித்த தீர்ப்பில், கிரிப்டோகரன்சி ஒழுங்குமுறைக் கொள்கைகளை அரசாங்கம் கொண்டுவரவேண்டும் என்று சொல்லி, ரிசர்வ் வங்கியின் சுற்றறிக்கைக்குத் தடை விதித்தது.

அதனால் சட்டம் இயற்றப்படும் வரை இந்தியாவில் கிரிப்டோகரன்சி அனுமதிக்கபட்டதுதான் என்று சந்தைகள், தரகர்கள் வர்த்தகர்கள் என்று பலரும் வேலையை ஆரம்பித்து நடத்திக் கொண்டிருக்கிறார்கள். கூட்டங்கள் போட்டு ஆள் சேர்த்துக் கொண்டிருக்கிறார்கள்.

அரசு, ஜுலை 2019-ல் முன்னாள் நிதித்துறை செயலாளர் சுபாஷ் கர்ஃகு தலைமையில் ஒரு உயர்மட்டக் குழுவை உருவாக்கி, இது குறித்து ஆராய்ந்து பரிந்துரை செய்யச் சொன்னது. அந்தக் குழு, இந்தியாவில் கிரிப்டோகரன்சி வர்த்தகத்துக்கு தடை விதிக்கவும், மீறி செய்பவர்களுக்கு தண்டனை வழங்கவும் வழிவகுக்கும் ஒரு சட்ட வரைவைச் சமர்ப்பித்திருக்கிறது.

மேலும், ஒருவர் இரண்டாவது முறை அதே தவறைச் செய்தால் சிறை தண்டனையை 10 ஆண்டுகள் வரை நீட்டிக்கவும், அவர் ஏற்படுத்திய நட்டத்தை போல மூன்று மடங்கு அபராதத் தொகை அல்லது அவர் லாபமீட்டியிருந்தால் ஈட்டிய லாபத்தைபோல மூன்று மடங்கு அபராதத் தொகை அல்லது 25 கோடி ரூபாய் அபராதம் விதிக்கவும் விதிகள் அந்த வரைவு சட்டத்தில் இருக்கின்றன.

உயர்மட்டக் குழுவின் தலைவராக முன்னாள் நிதித்துறை செயலாளர் சுபாஷ் கர்ஃக் இந்தியாவில் மற்ற அனைத்து வர்ச்சுவல் கரன்சியையும் தடை செய்துவிட்டு இந்திய அரசாங்கம் அதுவே அதன் மெய்நிகர் பணம் ஒன்றை அறிமுகப்படுத்தலாம் என்றும் பரிந்துரை செய்திருக்கிறார்.

பிட்காயின் மீது இவ்வளவு ஆர்வம் ஏன்?

வேறு என்ன! சுலபமாகப் பணம் செய்யும் ஆசைதான்.

20

கிரிப்டோகரன்சி - ஓர் அனுபவம்

சென்னைக்கு அருகில் இருக்கும் பெரிய கார் தயாரிப்பு நிறுவனம் ஒன்றில் பணியாற்றிவரும் ரமேஷ் (கற்பனைப் பெயர்) என்பவருக்கு 2017ல் இருந்தே கிரிப்டோகரன்சிகள் மீது ஆர்வம்.

அவர் பெல்டெக்ஸ் (Beltex)என்று ஒரு கிரிப்டோகரன்சி வாங்கி வைத்திருக்கிறார். இதை வாங்கச் சொன்னவர்கள் அவரிடம், இது பிட்காயின் நிறுவனத்தில் இருந்து வெளியிடப்படும் மற்றொரு கிரிப்டோகரன்சி என்று சொல்லியிருக்கிறார்கள். சும்மா அல்ல. இது, அதைவிட உயர்வானது எனும்பொருள் பட, இது பிட்காயினின் 'நெக்ஸ்ட் அப்கிரேட்' (Next upgrade)என்று சொல்லியிருக்கிறார்கள்.

அவர் வாங்கியபோது ஒரு பெல்டெக்ஸ் காயின் விலை ரூபாய் 7. பின்னர் விலை இறங்கி, செப்டெம்பர் 2020-ல் நாலு ரூபாயாக இருக்கிறது. அவர் வாங்கிய அளவை நான் இங்கே சொல்லவில்லை. ஒரு பேச்சுக்காக 10,000 காயின்கள் வாங்கியிருக்கிறார் என்று வைத்துக்கொள்வோம். அவர் போட்டிருக்கும் பணம், 70,000. இப்போது அதன் மதிப்பு 40,000.

அவர் அதை வாங்கியபோது அவரிடம் 'இப்போது விற்காமல் ஓராண்டு டெபாசிட் போல வைத்திருந்தால் அதற்கு மற்றொரு 10,000 காயின்கள் இலவசமாக (போனஸ் போல) கொடுப்போம்' என்று சொல்லியிருக்கிறார்கள். ஏமாற்றவில்லை. கொடுக்கவும்

செய்திருக்கிறார்கள். அவரது இ-வேலட்டில் இப்போது 20,000 காயின்கள் இருக்கின்றன.

இலவசமாக வழங்கப்பட்டவற்றையும் சேர்த்துப் பார்த்தால் அவரிடம் இருக்கும் 20,000 காயின்களுக்கு அவர் கொடுத்த பணம் 70,000 ரூபாய், அப்படியென்றால அவருக்கு ஒரு காயினின் அடக்கவிலை 3.50 ரூபாய். சந்தை விலை ரூபாய் நாலு. அவருக்கு காயினுக்கு 50 காசு அப்போதைக்கு லாபம்தான். அவர் அவற்றை தொடர்ந்து வைத்திருக்கப்போகிறாராம்.

அவர் இந்த காயினை எங்கேயும் பணப் பரிமாற்றத்துக்குப் பயன்படுத்தப்போவதில்லை. அது பற்றியெல்லாம் அவருக்குத் தெரியாது, தேவையுமில்லை என்கிறார். அவரைப் பொறுத்தவரை இது விலை ஏறப்போகும் ஒரு பொருள். அவ்வளவுதான். லாபம் மட்டுமே அவருடைய நோக்கம். அவர்கள் சொல்லியிருக்கும் அதன் டார்கெட் விலை ரூபாய் 100 ஐ எதிர்பார்த்துக் காத்திருக்கிறார்.

அவருக்கு போனஸ்போல ஏதாவது பணம் கிடைத்தால் அதை வங்கியில் போட்டு வைப்பதற்கு பதில் மேலும் இந்த காயின் வாங்கிவதில் போடலாம் என்று நினைப்பார். காரணம், அது 100 ரூபாய் போகும் என்று அவர்கள் சொல்லியிருப்பது அவர் மனதில் ஆழமாக விதைக்கப்பட்டுவிட்டது.

அதோடு நின்றால் பரவாயில்லை. பெல்டெக்ஸ் காயின் விலை பின்னால் 10, 20 ரூபாயெல்லாம் போய்விட்டால், 'அடடா! கூடுதலாக வாங்கியிருந்திருக்கலாமே!வாய்ப்பைத் தவறவிட்டுவிட்டோமே!!' என்று வருத்தப்பட்டு, உடனடியாக நகையை விற்றோ அல்லது வேறு கடன்கள் வாங்கியோ மேலும் சில ஆயிரம் காயின்களை அந்த அதிக விலைகளில் வாங்கும் சந்தர்ப்பம் நிறையவே இருக்கிறது. காரணம் இதுதான் டிரேடர்களின் மன இயல்பு.

'அவர்கள் யார்? அவர்கள் ஏன் இந்த காயின் விலையை 100 என்ற அளவுக்கு எதிர்பார்க்கவேண்டும்? ஏன் விற்காமல் வைத்திருப்பவர் களுக்கு போனஸ் காயின்கள் கொடுக்கவேண்டும்?' என்றெல்லாம் ரமேஷ் யோசிக்கவில்லை. பணத்தை இப்படிப்பட்ட ஒன்றில் போடுகிறோமே. ஏதாவது ரிஸ்க் இருக்குமோ' என்றும் அச்சப்பட வில்லை.

'விற்காமல் வைத்திருந்தால் போனஸ்' என்பதற்கான காரணம் புரிந்துகொள்ளக்கூடியதுதான். ஒன்றின் விலை ஏறவேண்டும் என்றால் அதற்கான 'டிமாண்ட்' அதிகரிக்க வேண்டும். மேலும் அதன் சப்ளை குறைவாக இருக்கவேண்டும். சந்தையில் விலை ஏற்ற,

விற்பனைக்கு வரக்கூடிய காயின்களின் சப்ளையைக் குறைக்கும் நோக்கில்தான் ஒரு ஆண்டு விற்காமல் இருக்கச் சொல்கிறார்கள். சொன்னால் மக்கள் கேட்கமாட்டார்கள் என்பதால் அதை ஊக்குவிக்க ஒன்றுக்கு ஒன்று என்ற அளவில் போனஸ் காயின்கள் என்ற திட்டம் உருவாக்கியிருக்கவேண்டும்.

நிறுவனங்களின் பங்குதாரர்களுக்கு (ஷேர் ஹோல்டர்ஸ்) போனஸ் பங்குகள் வழங்குவது என்பது சரிதான். நிறுவனங்கள் சிறப்பாகச் செயல்பட்டு லாபம் ஈட்டினால், பங்குதாரகளுக்கு போனஸ் பங்குகள், சாத்தியம், நியாயம், இயலும். ஆனால், சும்மா இருக்கும் கிரிப்டோகரன்சிகளுக்கு எப்படி போனஸ் கொடுக்க முடியும்? இதை பலரும் யோசிப்பதில்லை.

ரமேஷ் போன்றவர்களைக் கவர்வதற்காகவே பல ஊர்களில் கூட்டங்கள் நடத்துகிறார்கள். ‘சதுரங்க வேட்டை’ திரைப்படத்தில் காட்டப்பட்டது போல ‘மல்டி லெவல் மார்கெட்டிங்’ கூட்டங்கள். அங்கே மேடை ஏறி தாங்கள் வெற்றி பெற்றதாகச் சிலர் பேசுவார்கள். வெளியில் நிற்கும் விலை உயர்ந்த கார் அவர்களது என்று சொல்வார்கள். இன்னும் பலவற்றைச் சொல்லி ஆர்வத்தை அல்ல பேராசையைத் தூண்டுவார்கள். உடனே சேரச் சொல்வார்கள். வாங்கச் சொல்வார்கள்.

முன்பு பார்த்த அமெரிக்க வீட்டுவிலை பபுள் போல, ஹாலந்து நாட்டின் டூலிப் பல்பு போல காலந்தோறும் ஏதாவது இப்படிப்பட்ட ஒன்று உருவாகும் அல்லது உருவாக்கப்படும். இப்போது நடந்து கொண்டிருப்பது அப்படிப்பட்ட ஒன்றாக முடியலாம்.

அப்படி உடனடியாக முடியவேண்டும் என்பதில்லை. இன்னும் சில ஆண்டுகள் கழித்தும் நடக்கலாம். எனவே இதில் வர்த்தகம் செய்து பணம் செய்ய நினைப்பவர்கள் இந்த எச்சரிக்கையுடன் செயல் படுவது நல்லது.

இது போன்ற வர்த்தகங்களில் லாபம் கிடைக்கும். குறிப்பாக குமிழ் உடையும் வரை எல்லாம் சிறப்பாகவே நடக்கும். ஓரளவு பணம் ஒன்றிரெண்டு முறை மட்டும் செய்பவர்கள் தப்பிவிடுவார்கள். ஆனால் ஆரம்பத்தில் லாபம் பார்த்தவர்களின் கதைகளைக் கேட்வர்களால் கட்டுப்பாடாக இருக்க முடியாது. மேலும் மேலும் வாங்குவார்கள்.

ரமேஷ் பணியாற்றும் அந்த கார் தயாரிப்பு நிறுவனத்தில் வேலை செய்யும் அதிகாரி ஒருவர் அதே கிரிப்டோகரன்சி வாங்கி விற்று, லாபம் பார்த்து, அதனால் பெரிதும் ஈர்க்கபட்டு, இப்போது அவர்

வேலையை ராஜினாமா செய்துவிட்டார். முழுநேரமும் கிரிப்டோ கரன்சி வர்த்தகம்தான் செய்கிறார் என்பதையும் ரமேஷ் பகிர்ந்து கொள்கிறார்.

அவர் தொடர்ந்து லாபம் செய்வாரா? குடும்பத்துக்கு செலவுக்கு பணம் கொடுப்பாரா? குடும்பத்தின் தேவைகளை முறையாக கவனிப்பாரா? சொல்ல முடியவில்லை. தவிர, அவர் சொத்து முழுவதையும் இதில் கொண்டுவந்து போடலாம். பின்பு, பேராசையில் அதிக காயின்கள் வாங்குவதற்காக கடன் வாங்கலாம். அப்படிப்பட்ட நேரத்தில் கிரிப்டோகரன்சி பபுள் உடைந்தால்?

கிரிப்டோகரன்சிகளுக்கு சிக்கல்கள் எந்த ரூபத்திலும் வரலாம்.

- விலைகள் தொடர்ந்து உயர்ந்துகொண்டே போனால், ஒரு நேரம் விலை கடுமையாக விழும். எவராவது பெரிய அளவில் லாபத்தை எடுக்க முடிவு செய்வார்கள். Booking Profits.
- அரசு திடீரென்று இதன் வர்த்தகத்தை தடை செய்யலாம்
- பெரிய அளவுகளில் வாங்கியவர் எவரேனும் பணம் கொடுக்காமல் போகலாம். இதை ‘கவுண்டர் பார்ட்டி ரிஸ்க்’ என்பார்கள்.
- அல்லது அந்த நிறுவனத்துக்கு ஏதும் ஆகி, வாங்கிய காயின்கள் கிடைக்காமல் போகலாம்
- அல்லது எதையோ காரணம் சொல்லி திடீரென்று காயின் விலைகளைக் கடுமையாக வீழ்த்தலாம்.
- நம்மால் இப்போது யூகிக்க முடியாத புதிய விதத்தில் சிக்கல் வரலாம்.

இதில் ஏதோ பெரிய வாய்ப்பிருக்கிறது. அதைத் தவறவிடுவானேன் என்று உள்ளே நுழைவதற்கு முன் கீழ் கண்ட கேள்விகளை தங்களுத் தாங்களே கேட்டுக்கொள்ளலாம்.

- ஒன்றுமில்லாத, தேவைப்படாத ஒன்றை, யார் வெளியிடுகிறார்கள்?
- அதை ஏன் இவ்வளவு பேர் என்ன விலை கொடுத்தும் வாங்குகிறார்கள்?
- வாங்கி என்ன செய்யப்போகிறார்கள்?

இப்படியெல்லாம் ஏன் அச்சப்படவேண்டும் என்று கேட்கலாம். இது போலெல்லாம் முன்பு பலமுறை நடந்திருக்கிறது.

21

சில உலகளாவிய 'பபுள்'கள்

அ) அமெரிக்காவின் 'ஹவுசிங் பபுள்'

2002 முதல் 2004 வரையிலான காலகட்டத்தில், நம் நாட்டின் ரிப்போரேட் போன்ற அமெரிக்காவின் 'பெட்ரேட்' (Fed Rate) மிகவும் குறைவாக இருந்த காரணத்தால், வீட்டுக்கடன்கள் உட்பட எல்லாக் கடங்களுக்கும் வங்கிகளில் வட்டி விகிதம் குறைவாக இருந்தது.

அதனால், 2005ம் ஆண்டுமுதல் அமெரிக்காவில் வீட்டுக்கடன் வாங்குவோர் எண்ணிக்கை அதிகரித்தது. காரணம் கடன் வாங்கியவர்கள் தொடக்கத்தில் கடன் தொகைக்கு மிகக் குறைந்த அளவு வட்டி கட்டினால்போதும் என்ற நிலை. இதன் காரணமாக பலரும் வீட்டுக்கடன் வாங்கத் தூண்டப்பட்டார்கள்.

கடன்வாங்கி வீடு வாங்கியவர்கள் அதே வீட்டை அடமானம் வைத்து புதிய கடன் பெறலாம் என்றும் விளம்பரங்கள் வந்தன. இப்படியெல்லாம் செய்யப்போக, வீடுகளுக்கான 'டிமாண்ட்' அதிகரிக்க வீட்டு விலைகள் உயர ஆரம்பித்தன. 2006ம் ஆண்டிலும் இந்த நிலை தொடர்ந்தது மட்டுமல்ல அதிகரித்தது.

குடியிருக்க வீடு வாங்கியது தவிர, வாங்கி விற்று லாபம் பார்க்க வீடுகள் வாங்கினார்கள். இப்படிப் பலரும் வாங்க வீடு விலைகள் மேலும் அதிகரித்தன. இதனால் முன்பு வீடு வாங்கியவர்களுக்கு நல்ல லாபம். இன்னும் விலை ஏறும் என்று லாபத்துக்கு விற்காமல்,

அடமானம் வைத்து கடன் பெற்று மேலும் சில வீடுகள் வாங்கினார்கள்.

குடியிருக்க, தேவைக்கு வீடு வாங்குவது என்பவர்களைக் காட்டிலும் வாங்கி விற்றால் லாபம் என்று உள்ளே வந்தவர்கள் அதிகமாகி, அவர்களுக்கு எதிர்பார்த்தது போலவே லாபம் கிடைக்க, மேலும் வீடுகளுக்கான டிமாண்ட் அதிகமானது. அதனால் வீட்டு விலைகள் ஏகத்துக்கும் உயர்ந்தன.

இப்படியெல்லாம் தொடர்ந்தும் பெரிய அளவுகளிலும் லாபம் கிடைப்பதைப் பார்த்த பல நாடுகளில் இருக்கும் முதலீட்டு நிறுவனங்கள், லாப நோக்குடன், இவற்றால் லபம் அடையும் அமெரிக்க நிதி அமைப்புகளில் முதலீடு செய்தன.

எல்லாம் பெரிய அளவில் நடந்தபின், முன்பிருந்த அளவு குறைந்த வட்டி என்கிற நிலை மாறியது. வட்டி விகிதங்கள் மெல்ல உயர்ந்தன. குறைந்த வட்டியிருந்தபோது கடன் வாங்கியவர்களுக்கும் 'ஃபுளோட்டிங் ரேட்' காரணமாக வட்டி விகிதங்கள் உயர்ந்தன. அதனால் கட்டவேண்டிய தொகை அதிகமானது.

இதனால் ஒன்றுக்கும் மேற்பட்ட விடுகளை வைத்திருந்தவர்கள் சிரமப்பட ஆரம்பித்தார்கள். சிலர் வருமானம் போதாமல் கடன் தவணைகள் கட்டத் தவறினார்கள். அவர்களின் வீடுகள் ஏலத்துக்குப் போயின. வட்டி விகிதங்கள் அதிகரித்துவிட்டதனால் தேவை இல்லாதவர்கள் வீடு வாங்குவது குறைந்தது. புதிதாக வாங்குபவர்கள் குறைந்துபோய், வாங்கியவர்களும் கடன் கொடுத்திருந்தவர்களும் விற்க, சந்தையில் வீடுகளை விற்போர் அதிகம், வாங்குவோர் இல்லை.

Subprime Mortgage Originations

In 2006, $600 billion of subprime loans were originated, most of which were securitized. That year, subprime lending accounted for 23.5% of all mortgage originations.

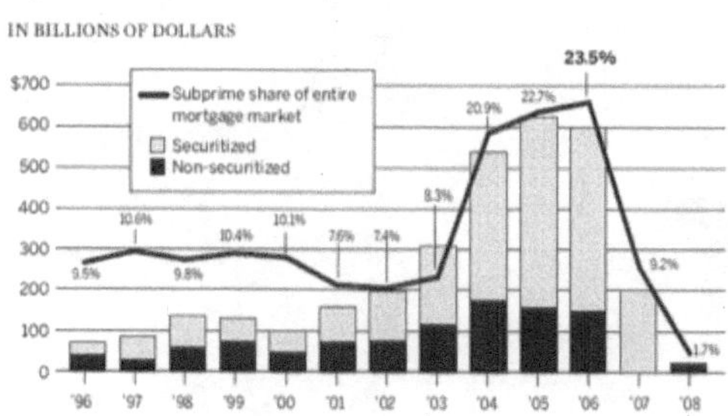

NOTE: Percent securitized is defined as subprime securities issued divided by originations in a given year. In 2007, securities issued exceeded originations.

SOURCE: Inside Mortgage Finance

நிலைமை மேலும் மோசமாக, 2007-ம் ஆண்டு விலைகள் கடுமையாக விழ்ச்சியடைந்தன. அதன் காரணமாக ஏராளமானவர்கள் தவணை கட்டாமல் வீடுகள் ஏலங்களுப் போயின. மேலும் பல சிக்கல்கள் உருவாகின. வாங்கியவர்கள் விற்க முடியாமல், மிகக் குறைந்து போன விலைகளில் பெரும் நட்டமடைந்தார்கள். கடன் கொடுத்திருந்த நிறுவனங்கள், அவற்றிடம் இருந்து கடன் 'பேப்பர்கள்'களை (செக்யூரிட்டீஸ்) விலைக்கு வாங்கியிருந்த நிறுவனங்கள் எனப் பல பெரிய நிறுவனங்கள் பெரும் நட்டமடைந்து, திடீரென காணாமலே போயின. அப்படி நட்டமடைந்து உருத்தெரியாமல் சிதைந்து போன நிறுவனங்களில் ஒன்று லேமேன் பிரதர்ஸ் (Lehman Brothers) எனும், 25000 ஊழியர்கள் பணிபுரிந்துகொண்டிருந்த, 161 ஆண்டு காலத் தொன்மையான நிறுவனம்.

ஆ) ஹாலந்தின் 'பல்பு வாங்கலையோ 'பல்பு'

ஹாலந்து நாட்டில் ஒரு பூ. அதன் பெயர் டூலிப். 1637-லேயே 'டூலிப் பல்ப்' என்பார்கள். பல்ப் என்றால் முட்டைபோல என்று பொருள். நாம் மொட்டு என்போமே அப்படி. அதன் விலை எவரும் நம்ப முடியாத அளவு உயர்ந்தது. பலரும் அதைப் பைத்தியம் போல, என்ன விலையானாலும் வாங்கினார்கள். அதைப் பயன்படுத்துவதற்காக இல்லை; விலை ஏறியதும் விற்பதற்கு. வாங்கியவர்களுக்கு எல்லாம் லாபம். லாபம் தவிர வேறு ஏதுமில்லை. இப்படி ஒரு பொருள் இருந்தால் அதை, தானும் வாங்கி லாபம் பார்ப்போம் என்று தோன்றுமா தோன்றதா? வாங்கிக்கொண்டே இருந்தார்கள். எவரும் எதிர்பாராத நேரம் அதன் விலை பின்பு, அதள பாதாளத்தில் விழுந்தது. இதுதான் கதைச் சுருக்கம்.

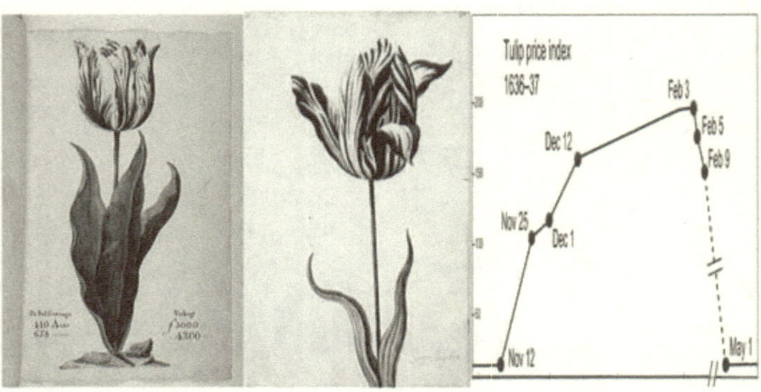

டூலிப் பூவின் தோற்றம் விலை உயர்வும் வீழ்ச்சியும் - Source: JayHenry

இந்த டூலிப் வாங்கி விற்றதால் ஹாலந்து நாட்டில் பலர் திடீர் பணக்காரர்கள் ஆனார்கள். இவர்களைப் பார்த்த மற்றவர்களால் அதைத் தவிர்க்க இயலவில்லை. தேனை மொய்க்கும் வண்டுகள் போல மக்கள் டூலிப் சந்தையைச் சூழ்ந்தனர். டூலிப் மீதான ஆர்வம் என்றென்றும் நிலைத்திருக்கும் என்றும், உலகின் ஒவ்வொரு பகுதியிலிருந்தும் செல்வந்தர்கள் ஹாலந்துக்கு வருவார்கள், சொல்லும் விலைகள் கொடுத்து வாங்கிச்செல்வார்கள் என்றும் நம்பினார்கள்.

டூலிப்பால் பிற ஐரோப்பிய தேசங்களின் செல்வங்கள் ஜுய்டெர் ஜீயின் கரையில் குவியும், ஹாலந்தின் வறுமை மறையும் என்று நம்பினார்கள். அதனால் பிரபுக்கள், குடிமக்கள், விவசாயிகள், கைவினைஞர்கள், கடற்படை வீரர்கள், கால்பந்து வீரர்கள், பணிப்பெண்கள், புகைபோக்கி துடைப்பவர்கள் மற்றும் பழைய துணிமணிகள் அணிந்திருந்தவர்கள் கூட என்று பல்வேறு தரப்பினரும் டூலிப் வாங்கப் போட்டி போட்டனர்.

1630-களிலேயே டச்சு தேசத்தில் இந்தப் பூவுக்காக பியூச்சர்ஸ் மார்க்கெட் இருந்திருக்கிறது. பூவின் விலையில் 2.5% மட்டும் கொடுத்தால் போதும் அதன் பெயர் 'மார்ஜின் பணம்' அல்ல. அதற்கு 'ஒயின் பணம்' என்று பெயர். சிறிய அளவில் மட்டும் பணம் கட்டினால் போதும் அதை வாங்கலாம். அடுத்தவரிடம் விற்கவும் செய்யலாம் என்றானதும் பூ இல்லாமலே பூ வியாபாரம் பியூச்சர்ஸ் மார்கெட்டில் கொடி கட்டிப் பறந்திருக்கிறது.

'எவனா இருந்தாலும் அடிப்பேன்' என்று ஒரு திரைப்பட வசனம் வருமே அப்படி எவர் வாங்கினாலும் அடுத்து அதிக விலைக்கு விற்கமுடியும் என்றிருந்தது நிலை. வாங்கி வாங்கி விற்றுக் கொண்டேயிருந்தார்கள். சில ஆண்டுகளுக்கு. விலை கூடிக் கொண்டே போனது. எவ்வளவு என்றால், ஒரு நேரம் ஒரு மிகச் சிறந்த கைவினைக் கலைஞனின் ஆண்டு சம்பாதியத்தைப் போல 10 மடங்கு மற்றும் மற்றொரு நேரம் பிப்ரவரி 1637-ல் உச்ச கட்ட விலையாக 12 ஏக்கர் நிலத்தின் விலை அளவுக்கு டூலிப் பல்புகள் விலை போனதாம்.

அதன் பின்பு அதே 1637-ம் ஆண்டில் விலைகள் படுபாதாளத்தில் விழுந்தன. இது குறித்த விவரங்களை சார்லஸ் மேக்கே Charles Mackay என்பவர் எழுதி 1842-ல் வெளியிட்ட *Extraordinary Popular Delusions and the Madness of Crowds* புத்தகத்தில் விவரங்கள் இருக்கின்றன.

இ) வெள்ளியில் ஒரு விளையாட்டு

‘சில்வர் தர்ஸ்டே’ (Silver Thursday) பற்றிக் கேள்விப் பட்டிருக்கிறீர்களா? மார்ச் மாதம் 27ஆம் தேதி 1980 ஆம் வருடம் அமெரிக்காவின் ‘பொருள் சந்தை’களில் (Commoditity Markets) வெள்ளியின் விலை தலைகுப்புற விழுந்த தினம். அது ஒரு வியாழக்கிழமை. அதைத்தான் ‘வெள்ளி வியாழக்கிழமை’ எனும் பொருளில் ‘சில்வர் தர்ஸ்டே’ என்று அழைக்கிறார்கள்.

ஜனவரி முதல் தேதி, 1979ஆம் ஆண்டு வெள்ளி ஒரு டிராய் அவுன்ஸ் விலை 6.08 டாலராக இருந்தது. கிட்டத்தட்ட ஒரு கிராமுக்கு 195 சென்ட்.

அப்போதிலிருந்து வெள்ளியின் விலை உயர ஆரம்பித்தது. எவ்வளவு உச்சம் போனது என்றால், ஒரு டிராய் அவுன்ஸ் 49 டாலர் 45 சென்ட்! கிராம் கணக்கில் சொல்வதென்றால், ஒரு கிராம் விலை 1.59 டாலர்.

இந்த உச்ச விலை நடந்த நாள் ஜனவரி 18, 1980. ஒரே ஆண்டில் 713% உயர்வு.

இது எப்படி சாத்தியம் ஆனது என்றால், அமெரிக்காவின் டெக்சாஸ் மாகாணத்தில் ‘கச்சா எண்ணெய் முதலாளி, ‘ஆயில் பில்லியனர்’ ஹரோல்ட் சன் லபாயட் ஹேன்ட் என்பவரின் புதல்வர்களான நெல்சன் பங்கர் மற்றும் வில்லியம் ஹேர்பர்ட் ஆகிய இருவரும் தொடர்ந்து வெள்ளியை வாங்கியிருக்கிறார்கள். என்ன விலை போனாலும் வாங்குவது; வாங்கிக்கொண்டேயிருப்பது. இவர்கள் இப்படிச் செய்ய மற்றவர்களும் இந்த வெள்ளி விலை உயர்வில் (Rally-ல்) பணம் பண்ணும் நோக்கத்துடன் கலந்துகொண்டார்கள்.

சகோதரர்கள் இருவரும் சேர்ந்து எவ்வளவு வாங்கினார்கள் என்றால், கிட்டத்தட்ட உலகத்தில் இருக்கிற மொத்த வெள்ளியில், அரசு வைத்திருந்தது போக மீதமிருக்கும் அளவில், கிட்டத்தட்ட மூன்றில் ஒரு பகுதியை!

இதன் காரணமாக, சந்தையில் விற்பனைக்கு வருகிற வெள்ளியின் அளவு குறைந்துபோய், விலை தாறுமாறாக உயர்ந்துவிட்டது. இதுகுறித்து வருத்தப்பட்டு டிஃபேனி என்கிற நகை வியாபாரி ஒருவர் நியூயார்க் டைம்ஸ் பத்திரிகையில் முழுப்பக்க விளம்பரம் கொடுத்தார். அதில் அவர்கள் இருவரும் இப்படி வாங்குவதால் மற்றவர்களுக்கு வெள்ளி விலை கடுமையாக உயர்ந்துபோனதைக் கண்டித்திருந்தார்.

அவர் கொடுத்த விளம்பரம் மட்டுமல்ல. இன்னும் பலரும் பலவிதங்களிலும் அது குறித்து பேச, புகார் செய்ய, 1980 ஜனவரி மாதம் ஏழாம் தேதி வெள்ளியை வாங்கி விற்கக்கூடிய 'பொருட்சந்தை' நிர்வாகம் ஃப்யூச்சர்ஸ் மார்க்கெட்டில் மார்ஜின் அளவைப் பெரிதாக உயர்த்தியது.

மார்ஜின் பணம் அதிகரிக்கப்பட்டதும், அதிக அளவில் வெளியில் பணம் கடன் வாங்கி வெள்ளியை வாங்கிச் சேர்த்துக் கொண்டு இருந்த அந்த சகோதரர்கள் தடுமாறிப்போனார்கள். அவர்களால் தொடர்ந்து வாங்க முடியவில்லை.

உடன் சிலர் விற்க ஆரம்பிக்க, விலைகள் விழுந்தன. மற்றவர்களும் சேர்ந்துகொள்ள, வெள்ளியின் விலை மடமடவென விழ ஆரம்பித்தது. பயத்தில் மேலும் பலரும் விற்க, விலை தடாலடியாக நான்கே நாட்களில் 50 சதவிகிதம் விழுந்தது.

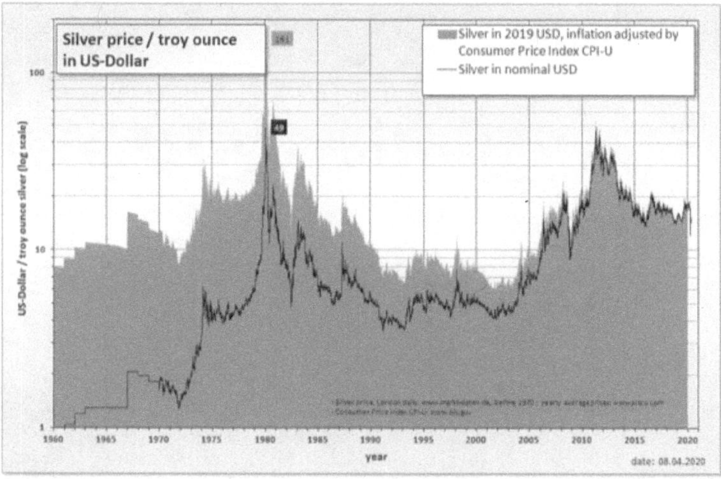

2019 - வெள்ளி விலை / ட்ராய் அவுன்ஸ் அமெரிக்க டாலரில்... கன்ஸ்யூமர் ப்ரைஸ் இண்டெக்ஸுக்கு ஏற்ப பண வீக்கம் சமன்படுத்தப்பட்டுள்ளது.

வெள்ளி விலை இவ்வளவு விழுந்ததும் வெள்ளியை அடமானம் பெற்றுக்கொண்டு கடன் கொடுத்திருந்தவர்கள் அவர்கள் பணத்தைக் காப்பாற்றிக்கொள்ள, வெள்ளியை விற்றார்கள். வெள்ளி விலை மேலும் விழுந்தது. ஒரு நேரம் அந்த சகோதரர்கள் உடனடியாக சந்தைக்கு கட்டவேண்டிய மார்ஜின் பணம், 100 மில்லியன் டாலர் அளவு இருந்தது. அவர்களால் முடியவில்லை.

இந்த வெள்ளி விளையாட்டில் அவர்களுக்கு ஏற்பட்ட மொத்த நட்டம் 1.7 பில்லியன் டாலர்கள். நட்டம் இவர்களுக்கு மட்டுமில்லை. மிகக் குறுகிய காலத்தில் வெள்ளி விலை இப்படி உயர்ந்து தாழ்ந்ததால் நடுவில் வர்த்தகம் செய்தவர்கள் பலருக்கும், பல்வேறு நிறுவனங்களுக்கும்கூட பலத்த நட்டம்.

பங்குச் சந்தைகளிலும் அன்றைக்குப் பெரும் வீழ்ச்சி.

இப்படி வெள்ளியை வாங்கிச் சேர்த்து பலருக்கும் நட்டம் உண்டாக்கியதற்காக வழக்குகள் போடப்பட்டு, நீதிமன்றம் அவர்களை 134 மில்லியன் டாலர் அபராதம் கட்டச் சொன்னது. குறிப்பாக பெருவியான் என்ற தாது நிறுவனத்துக்கு நஷ்ட்ட ஈடு கொடுக்க வேண்டும் என்று தீர்ப்பளித்தது.

அவ்வளவு பெரிய தொகையைக் கட்டியபின் அவர்கள் பெரும் கடனாளி ஆகி, மஞ்சள் கடுதாசி கொடுத்தார்கள்.

22

வெள்ளியில் டிரேட் செய்தால் தப்பா?

எல்லாம் சொன்ன பின்பும் சிலர் இவற்றைத் தவிர்க்கமாட்டார்கள். காரணம், அவர்கள் மனவோட்டங்கள் இப்படி இருக்கும்.

- *எல்லாவற்றிலும் கொஞ்சம் ரிஸ்க் இருக்கவே செய்யும்.*
- *உடனேவா விலைகள் விழப் போகின்றன?*
- *இடையில் கொஞ்சம் காசு பார்க்கலாமே!*
- *எல்லாப் பணத்தையுமா இதில் போடப் போகிறேன்? ஒரு சிறிய அளவுதானே! இப்படிச் செய்வதில் ஒரு திரில் இருக்கிறது. அதை விடுவானேன்!*
- *தெரியாமலா இவ்வளவு பேர் செய்கிறார்கள்?*

என்பது போன்ற எண்ண ஓட்டங்கள் இருப்பவர்கள் இந்த வர்த்தகத்தில் இறங்கவே செய்வார்கள். அவர்களைக் குறிவைத்துதான் இவ்வளவு கூட்டங்களும் தகவல்களும்.

வெள்ளியில் ஒரு டிரேட்

2020 ம் ஆண்டு, செப்டெம்பர் மாதம் இருபது தேதிக்கு மேல் ஒருநாள் சிங்கப்பூரில் இருந்து ஒருவர் கைபேசியில் என்னைத் தொடர்பு கொண்டார். அவர் எனக்கு ஏற்கெனவே வேறுவிதத்தில் அறிமுகமானவர்தான்.

அவர் கேட்ட கேள்வி, 'சார், வெள்ளியைக் கொஞ்சம் அதிக விலைக்கு வாங்கிவிட்டேன். வைத்துக்கொள்ளவா விற்றுவிடவா?'

நான் வெள்ளி விலையை எல்லாம் தினசரி பார்த்துக் கொண்டிருப்பவன் அல்ல. எனக்கு மேல் விவரங்கள் தேவைப்பட்டன.

'என்ன விலைக்கு வாங்கினீர்கள்?'

'அவுன்ஸ் 37.8 என்ற விலையில்'.

'சிங்கப்பூர் டாலரிலா?'

'ஆமாம்.'

'இப்போது என்ன விலை விற்கிறது?'

'29.7 டாலர்'

மனது விரைந்து கணக்குப் போட்டது. அவுன்ஸ் ஒன்றுக்கு 8.1 டாலர் விலை குறைந்துவிட்டது.

'என்ன குவாண்டிட்டி வாங்கினீர்கள்?'

'........'

'எவ்வளவு அவுன்ஸ் வாங்கினீர்கள்?'

'4000 அவுன்ஸ்.'

'மொத்த விலை?'

'சிங்கப்பூர் பணத்தில் ஒன்றரை லட்சம் வெள்ளி (டாலர்).'

'இந்திய ரூபாயில்?'

'80 லட்சம்.'

எனக்கு ஆயாசமாக இருந்தது. அன்றைய விலையில் விற்றால் 17 லட்ச ரூபாய் நட்டமாகும். 'என்ன செய்யட்டும்?'' என்று கேட்டார். மேலும் 'இந்த இறங்கிய விலையில் வாங்கி 'ஆவரேஜ்' செய்யட்டுமா?' என்றார்.

'இருப்பதை விற்க வேண்டாம். கூடுதலாக வாங்கவும் வேண்டாம். கொஞ்சம் பொறுங்கள். வெள்ளி விலை சார்ட்டுகளைப் பார்த்து விட்டு, கமாட்டி மார்க்கெட்டில் டெக்னிக்கல் சைடு இருக்கும் எனக்குத் தெரிந்தவர்களிடம் கேட்கிறேன். பிறகு முடிவு செய்யலாம்' என்றேன்.

உடனடியாக ‘சிங்கப்பூர், சில்வர் அவுன்ஸ் விலை, சிங்கப்பூர் டாலரில்’ என்று தேடினேன். கீழே இருக்கும் இரண்டு சார்ட்டுகளைப் பார்த்தேன்.

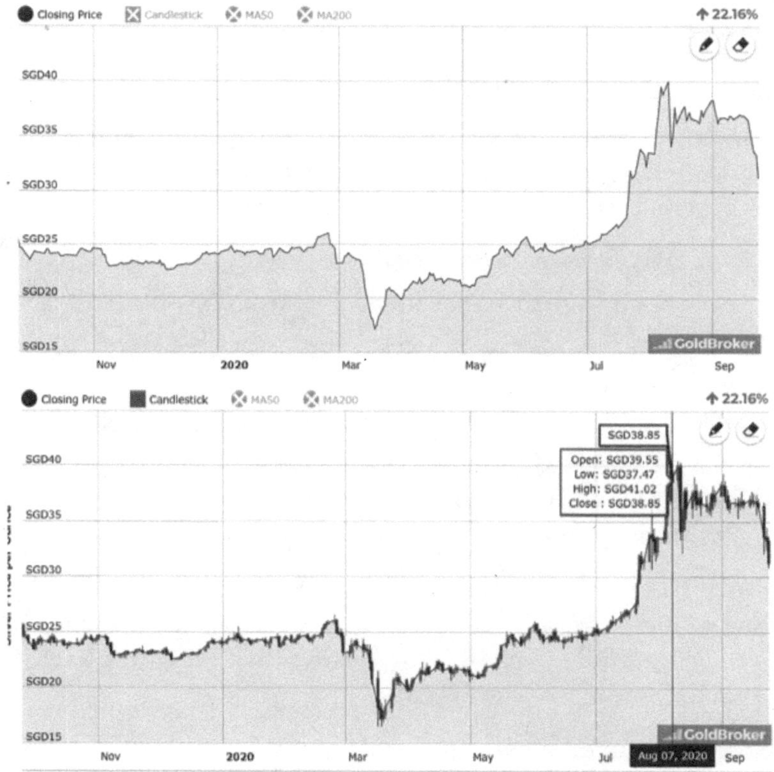

சிங்கப்பூர் வெள்ளி விலை

கிடைத்த மற்றும் அவர் சொன்ன விவரங்கள் இதுதான். அவர் வாங்கிய பிறகு, சில்வர் அவுன்ஸ் விலை அதிகபட்சமாக 39 டாலர் வரை போயிருக்கிறது. அதாவது, கிட்டத்தட்ட அவர் சமீபத்திய உச்ச விலையில் வாங்கியிருக்கிறார். அதன்பின் விலை தொடர்ந்து இறக்கம்தான். அவர் பேசியது ஒரு வியாழக்கிழமை. அதற்கு முந்தைய திங்கட்கிழமை 36 .35 டாலர் விலை இருந்திருக்கிறது. அதன்பின் 15 நாட்களில் விலை 20 சதவீதம் குறைந்திருக்கிறது. ஏதும் செய்யாமல் இருந்திருக்கிறார்.

வழக்கமாக உங்கள் நாட்டில் சில்வர் விலை என்ன 'ரேஞ்சில்' இருக்கும் என்று கேட்டேன். பெரும்பாலும் 30 டாலர் இருக்கும். ஜனவரி மாதம் மட்டும் குறைந்தால், 24 டாலர் வரை இறங்கும் என்றார்.

'விற்காமல் வைத்துக்கொள்ளும் 'கெப்பாசிட்டி' உங்களுக்கு இருக்கிறதா? மொத்தமும் சொந்தப்பணம்தானே?'

'ஆம். தாக்குப் பிடிக்க முடியும்'.

உடனடியாக அதன் விலையில் அடுத்து என்ன நடக்கும் என்பதையும் பார்க்க முயற்சி செய்தேன். அதற்காக சில விஷயங்களைத் தேடிப் பார்த்தேன்.

- சார்ட்டில், வெள்ளி விலை எங்கே எப்படி இருக்கிறது?
- 'டெக்னிகல் சப்போர்ட்' என்ன விலையில் இருக்கிறது?
- தங்கம் விலை என்ன ஆகிறது? அது ஏறுமுகத்திலா, இறங்கு முகத்திலா?
- அமெரிக்க டாலர் விலைப் போக்கு எப்படியிருக்கிறது?
- தங்கம் வெள்ளி போன்ற பொருட்களுக்கான விலைமீது தாக்கம் கொடுக்கக்கூடிய மற்ற கொரானா செய்திகள் ஏதும் இருக்கின்றனவா?

இவற்றையெல்லாம் பார்த்தேன். தவிர, எனக்கு அறிமுகம் இருக்கும் பங்குசந்தை மற்றும் பொருட்சந்தை தரகு நிறுவனங்களில் பணியாற்றும் 'டெக்னிக்கல் அனலிஸ்டு'களை அலைபேசியில் தொடர்புகொண்டு விசாரித்தேன்.

ஒருவர் போனில் கிடைக்கவில்லை. மற்றொருவர் சொன்னது, 'சில்வர் விலையில் கரெக்ஷன் நடக்கிறது. இப்போது விற்கவேண்டாம். இது மிகவும் குறைந்தவிலை. பாட்டம். அவரைக் காத்திருக்கச் சொல்லுங்கள்'.

அவரிடம் பேசினேன். டெக்னிக்கல் அனலிஸ்ட் சொன்ன விவரங்கள் சொன்னேன். பிறகு அவர் என்னவெல்லாம் செய்யலாம் என்று ஐந்துவிதமான அணுகுமுறைகளைச் சொன்னேன்.

- வாங்கியதை மொத்தமாக விற்றுவிட்டு, நட்டத்தை 'புக்' செய்துவிட்டு பின்னர் அந்தப் பக்கமே போகாமல் இருக்கலாம். அல்லது,
- வாங்கியதில் பாதி அளவை விற்று விட்டு மீதியை பேசாமல் வைத்திருக்கலாம். அல்லது,

- வாங்கிய 4000 அவுன்ஸைப் பகுதிகளாகப் பிரித்துக்கொண்டு தினம் கொஞ்சம் விற்கலாம். விலை உயர ஆரம்பித்தால், விற்பதை நிறுத்திவிட்டு போக்கைக் கவனித்து மீதியை விற்கலாம். மொத்தத்தையும் குறைந்த விலைக்கு விற்றுவிடாமலும், மேலும் குறைந்தபின்னும் எதையுமே விற்காமல் மொத்ததையும் வைத்திருக்காமலும் இருக்கக்கூடிய அணுகுமுறை இது. அல்லது,
- ஆனது ஆகட்டும் என்று விற்காமல் மொத்ததையும் வைத்துக் கொண்டு வாங்கிய விலை வரக் காத்திருக்கலாம்.

மேலே இருக்கும் நான்கு வழிகள் நான் யோசித்தது. இன்னும் சில வழிகளும் இருக்கின்றன. இவற்றில் எதை வேண்டுமானாலும் அவர் செய்யலாம். தேர்வு செய்வது அவரவர் குணாதிசயம் சார்ந்தது.

என்னிடம் கேட்டதுபோல அவர் வேறு சிலரிடமும் 'இந்த நிலையில், வாங்கியிருக்கும் வெள்ளியை என்ன செய்யலாம்?' என்று கேட்டிருக்கலாம். அப்படிக் கேட்பதும் சிலர் குணாதிசயம். எல்லாரிடமும் கேட்டுவிட்டு, அவர்களாக ஒரு முடிவெடுப்பார்கள்.

ஒரு டிரேடராக அவர் எப்போதும் கடைப்பிடிக்க வேண்டிய ஐந்து ஆலோசனைகளாகக் கீழ்கண்டவற்றைச் சொன்னேன். அந்த யோசனைகள் எல்லோருக்குமே பொருந்தும்.

1.தெரியாத ஒன்றை வாங்க வேண்டாம்.

அவர் சிங்கப்பூரில் ஒரு நிறுவனத்தில் வேலை செய்கிறார். முழுநேர வேலை. பங்குகளில் நாட்டம் உண்டு. அவ்வப்போது வாங்கி இருக்கிறார். ஆனால் கமாட்டி மார்க்கெட்டில் அவ்வளவாக வர்த்தகம் செய்ததில்லை. கொரானா, ஊரடங்கு, தங்கம் விலை உயர்ந்துவிட்டது. அதனால் நிச்சயம் வெள்ளியும் விலை உயரும் என்று அவருடைய வட்டத்தில் சிலர் பேசுவதைக் கேட்டிருக்கிறார். குறிப்பாக இந்திய விலையில் கிராம் 100 ரூபாய் போய்விடும் என்று சொல்லியிருக்கிறார்கள். அவருக்கு அவர்கள் சொன்ன காரணங்கள் சரி என்று பட்டிருக்கிறது. ஆனால் அவர் வாங்கவில்லை.

பின்னர் வெள்ளி விலையைக் கவனிக்க ஆரம்பித்திருக்கிறார். அநேகமாக அவர் பார்த்த போது இந்தியாவில் கிராம் 68, 69 ரூபாய் இருந்திருக்கலாம். ரூபாய் 100 போகும் என்று கேள்விப்பட்டது அவர் மனதில் நன்கு பதிந்துவிட்டது. அதன்பின் விலை ரூபாய் 75 போன சமயத்தில் சிங்கப்பூர் சந்தையில் அவுன்ஸ் 37.80 சிங்கப்பூர் டாலர் விலையில் வாங்கிவிட்டார்.

2. விலை உயர்ந்துவிட்ட ஒன்றை வாங்க வேண்டாம்.

ஆகஸ்ட் 5-ம் தேதி கிராம் 65 ரூபாய் இருந்திருக்கிறது. ஆகஸ்ட் 7-ம் தேதி 76 ரூபாய் வந்துவிட்டது. 'அடடா! 65 ரூபாயில் விட்டு விட்டோமே! கண் முன்னாடி 11 ரூபாய் தவறவிட்டுவிட்டோமே!!' என்று பதற்றப்பட்டிருக்கிறார். வாங்கிவிட்டார். அதுவும் பெரிய அளவில்.

திடீரென்று மிக அதிகமாக விலை உயரும் காலகட்டம்தான் மிகவும் ஆபத்தான காலகட்டம். ஏலத்தில் விலை கூடிக்கொண்டே போவது போல், விலை உயர்ந்துகொண்டே போகும். அப்போது முன்பு வாங்க நினைத்திருந்து வாங்காமல் இருப்பவருக்கு பதற்றம் வரும். என்ன விலையானாலும் (மார்க்கெட் ரேட்) வாங்கிவிடுங்கள் என்பார்கள். வாங்கிவிடுவார்கள். உணர்வு உந்தித்தள்ளும்.

அவர் வாங்கிவிட்டார்.

3.வாங்க நினைக்கும் மொத்தத்தையும் ஒரே நேரத்தில் வாங்க வேண்டாம்.

வாங்கியதுதான் வாங்கினார் 4000 அவுன்ஸுக்குப் பதில் 500 அவுன்ஸ் வாங்கியிருக்கலாம். அடுத்தடுத்த நாட்களில் விலையைப் பார்த்துக் கொண்டு வாங்கியிருக்கலாம். அடுத்தடுத்த வாரங்களில், மாதங்களில் வாங்கியிருக்கலாம். விலை உயர்ந்து போயிருந்தால், போதும் என்று விட்டிருக்கலாம். அந்த 100 ரூபாய் போகும் என்ற வார்த்தைகள் செய்த வேலை. தவிர, அவரிடம் இப்படி வாங்கும் அளவு 'லிக்விட்' ஆக பணம் இருந்திருக்கிறது. அதுவும் ஒரு பிரச்னை.

அவருக்கு நான் சொன்னது இனி எந்த ஒரு நாளும் குறிபிட்ட அளவுமேல் காண்ட்ராக்ட் போடக்கூடாது (வாங்கக் கூடாது) என்று முடிவு எடுத்துக்கொள்ளுங்கள்.

4.ஒரே பொருளை பெரிய அளவுகளில் (குவாண்டிட்டி) வாங்க வேண்டாம்.

ஒரே நேரத்தில் பெரிய அளவு (குவாண்டிட்டி) வாங்கக்கூடாது. கொஞ்சம் கொஞ்சமாகவே அதிகரித்துக்கொள்ளவேண்டும். அது பங்குகளோ தங்கமோ வெள்ளியோ அல்லது வேறு எதுவுமோ. மிகவும் அதிகமாக விலை விழுந்திருந்தால்கூட முழுப்பணத்தையும் ஒரே நேரத்தில் இறக்கக்கூடாது. இதனால் சில வாய்ப்புகளை இழக்கலாம். ஆனால் மாற்றி நடந்துவிட்டால் ஏற்படக்கூடிய நட்டததைத் தவிர்க்கவேண்டும்.

என்னைப் பொறுத்தவரை, விலை இறங்க ஆரம்பித்த பின்பும் தொடர்ந்து விலையை சராசரி செய்கிறேன் என்று மேலும் மேலும் அதையே வாங்கக் கூடாது. ஆவரேஜ் செய்கிறேன் என்று மேலும் விலை இறங்கிக்கொண்டிருக்கும் பொருளை வாங்குவதற்கு என்ன அர்த்தம் தெரியுமா?

'இந்த விலைதான் 'பாட்டம்' இதற்குக் கீழ் போகாது. இதிலிருந்து விலை உயர்வுதான்' என்று முடிவெடுப்பதுதான் அதற்கு அர்த்தம். காரணம், ஏன் இறங்குகிறது என்பது நிச்சயமாகத் தெரியாது. ஏற்கனவே வாங்கியது தப்பாகிவிட்டது. இன்னும் ஏன் அதில் போய் பணத்தைப் போடவேண்டும்? இது சரியா?

5. இல்லாத பணத்துக்கு (கடன் அல்லது மார்ஜின்) வாங்க வேண்டாம்.

ஐந்தாவது ஆலோசனை, வெளியார் பணத்தில் வாங்கக்கூடாது. சில தரகு நிறுவனங்கள் வாடிக்கையாளர்களுக்கு கூடுதல் 'எக்ஸ்போஷர்' தருகிறேன் என்று இருக்கும் பணத்தைக் காட்டிலும் கூடுதல் பணத்துக்கு வாங்க அனுமதிப்பார்கள். பியூச்சர்ஸ் மார்க்கெட்டில் குறைந்த அளவு (மார்ஜின்) பணத்துக்கே அதிக அளவு வாங்க (லாட்) அனுமதிப்பார்கள். ஆனால் விலை குறைந்தால் அதற்கு ஏற்ற அளவில் மார்ஜின் கட்டச் சொல்வார்கள் (மார்ஜின் கால்- மார்க்கெட்டு மார்க்கெட்) பணம் கேட்பார்கள். அந்த அளவுக்கு கெப்பாசிட்டி இல்லாவிட்டால் வாங்கியதை விற்க நேரிடும். அது என்ன குறைந்த விலையானாலும் காத்திருக்க முடியாது. காத்திருக்க விட மாட்டார்கள்.

நல்ல வேளையாக அவர் ஐந்தாவது தவறைச் செய்யவில்லை. அதனால் விலை மேலெழும்பும் வரை காத்திருக்க்க அவருக்கு வாய்ப்பிருக்கிறது. அப்படியே வைத்துவிட்டு அவர் அவர் வேலையைப் பார்க்கலாம். கொஞ்ச நாட்களில் இல்லாவிட்டாலும் சில மாதங்கள் அல்லது ஓரிரண்டு ஆண்டுகளிலாவது நட்டம் குறையும் வாய்ப்பிருக்கிறது.

இன்னொன்றையும் கவனித்தேன். அவர் வாங்கியது ஒரு மேல் நோக்கி விலைகள் வேகமாகப் போன 'ஜம்ப்'ல் (Jump). விற்றது, விலைகள் கீழ் நோக்கி வேகமாகப் போன 'ஃபால்'லில் (Fall).

இப்படிப்பட்ட நேரங்களில் உணர்வு தூண்டப்படும். வேகமாக விலை உயர்ந்தபோது லாபம் பறிபோகிறதே என்கிற பேராசையில் வாங்கினார். விலை வேகமாக இறங்கியபோது, நட்டம் அதிகமாகிறதே என்கிற பயத்தில் விற்றார்.

இரண்டு நேரங்களிலும் அவர் பெரிய அளவுகளில் செய்திருக்கிறார். அந்த நேரங்களில் அவர் ஏதும் செய்யாமல் விட்டிருக்கலாம். அல்லது இரண்டு நேரங்களிலுமே ஓரளவு மட்டுமே செய்துவிட்டு நிலை மாறக் காத்திருந்திருக்கலாம். உணர்வுகள் விடவில்லை.

இப்படிப்பட்டவர்கள் 'டிரேடிங்' செய்யாமல் இருப்பதே அவர்களுக்கும் அவர்கள் பணத்துக்கும் நல்லது.

இதற்கு முன்பு இப்படி ஏதாவது பெரிதாகச் செய்திருக்கிறீர்களா? என்று கேட்டபோது, ஒரே ஒருமுறை ஆஸ்திரேலியன் டாலர் வாங்கி விற்றேன் என்றார்.

'லாபமா நட்டமா?' என்றேன்.

'நட்டம் தான்' என்றார்.

'எவ்வளவு?'

'20 லட்சம் இருக்கும்' என்றார்.

எனவே இப்போது அவர் சந்திக்கும் நட்டம் அதைவிடக் குறைவுதான் என்று அவருக்குத் தோன்றும். அதனால் குறைந்த விலையில் விற்கத் தயங்க மாட்டார்.

இரண்டாவது, முன்பு பெரிய நட்டம் ஏற்பட்டுவிட்டதே! அதே போல இன்னொருமுறையும் ஆகிறதே! லாபமே வேண்டாம். நட்டத்தை இந்த அளவோடு நிறுத்திக்கொள்வோம் என்று முடிவெடுத்திருக்கலாம்.

வெள்ளி அவ்வளவு பெரிய அளவில் வாங்கியதற்கு காரணம், முந்தைய ஆஸ்திரேலிய டாலர் 'டிரேட்'டில் விட்ட பணத்தைப் பிடிக்க நினைத்ததாகவும் இருக்கலாம்.

23

எதில் எவ்வளவு முதலீடு செய்வது?

• தங்கம் •

சிலர் சொல்லுவது போல தங்கம் முற்றிலும் தவிர்க்க வேண்டிய பொருள் அல்ல. சிறிய அளவுகளில் அல்லது அவரவர் சமூக, பொருளாதாரத் தேவைகளுக்கு ஏற்ற அளவுகளில், தங்கத்தில் நகைகள் என்பது சரிதான். அணிந்தால் அழகு தரும், மதிப்பாக இருக்கும், தொடர்ந்து அதன் விலை உயரும் என்றெல்லாம் பல நூறாண்டுகளாக மனித மனங்களில் ஏற்றி வைக்கப்பட்டிருக்கும் எண்ணங்கள்.

பலருக்கும் தங்கம் என்பது வாழ்நாள் கனவு. அதன் மீது அலாதி பிரியம். குறிப்பாகப் பெண்களுக்கு. வீடு, கார், என்று எத்தனையோ விஷயங்களில் செலவழிக்கும்போது கொஞ்சம் நகைகளில் செலவானால்தான் என்ன? எனவே அது சந்தோஷத்துக்கும் திருப்திக்கும் தரும் விலை. கொடுத்துவிட்டுப் போகலாம்.

அவசரத்துக்கு உதவும். அடமானம் வைத்து பணம் பெறலாம். அல்லது விற்கலாம். ஏதோ ஒருவிதத்தில் அவசர காலத்தில் நிச்சயம் கைகொடுக்கக்கூடிய ஒன்று என்பதிலும் மாற்றுக்கருத்து கிடையாது. அதனாலும் தங்க நகைகள் என்பது வாங்கவேண்டியதுதான்.

ஏழைகளுக்கு மட்டுமல்ல. நடுத்தர வர்க்கத்தினருக்கு மட்டுமல்ல. பணக்காரர்களுக்கும் கூட சமயத்தில் கை கொடுக்கக் கூடியது தங்கம்.

பிறகு, வெளியூர் அல்லது வெளிநாட்டு பயணங்களில் உடமைகள் எல்லாம் தொலைந்தாலும் உடம்பில் நகைகளாக இருக்கும் தங்கம் உதவும்தானே! எனவே ஓரளவு தங்கநகை வாங்குவதும் அணிந்திருப்பதும் நிச்சயமாக செய்யவேண்டியதுதான்.

‘ஸ்டோர் வேல்யு’

அடுத்து, தங்கம் ஒரு ஸ்டோர் வேல்யு என்கிற பயன் குறித்துப் பார்ப்போம். கிடைக்கும் பணத்தை வைத்து வைக்க ஓரிடம் வேண்டும். அது பாதுகாப்பான இடமாக இருக்கவேண்டும். பாதுகாப்பு என்றால் அதன் மதிப்பு. விலை மதிப்பு காணாமல் போய்விட விடாத இடம் என்பது தவிர, தேவைப்படும் போது மீண்டும் பணமாக்கக் கூடிய வாய்ப்பு தரும் இடமாகவும் இருப்பதும் தங்க நகைகள்தான். குறிப்பாக ஏழை மற்றும் நடுத்தர மக்களுக்கு, வங்கிகள் தொடர்பான புரிதலும் பழக்கம் இல்லாதவர்களுக்கு தங்கம் ஒரு ஸ்டோர் வேல்யு இடம்தான். எனவே இந்த விதத்திலும், குறிப்பிட்ட அளவு தங்க நகைகள் சரிதான்.

முதலீடு

மூன்றாவது பயன்தான் முக்கியமாகப் புரிந்துகொள்ளவேண்டியது. சிலர் பார்வையில் தங்கம் ஒரு நல்ல முதலீட்டு வாய்ப்பு. இது குறித்து முந்தைய அத்தியாயங்களில் விரிவாகவே பார்த்தாயிற்று. அது குறித்து இப்போது சுருக்கமாகச் சொல்வதென்றால், இப்படிச் சொல்லலாம்.

தனியாகப் பார்த்தால், காலப்போக்கில் தங்கம் விலை உயர்ந்து கொண்டேதான் போகும். காலப்போக்கில் என்றால், பத்து பத்து ஆண்டுகளாக. இதில் இரண்டு விஷயங்கள் உள்ளன.

முதலாவது, ‘தனியாக’ பார்த்தால் என்பது. அப்படியென்றால் வேறு முதலீடுகள் அவற்றுடன் அவற்றுக்கு இருக்கும் வாய்ப்புகள் முதலியவற்றுடன் ஒப்பிடாமல், தங்கத்தை மட்டும் தனிப்படப் பார்த்தால் என்று எடுத்துக்கொள்ள வேண்டும். ஆங்கிலத்தில் In absolute sense என்பார்கள்.

இரண்டாவது, ‘காலப்போக்கில்’ என்பது. காலப்போக்கில் என்பது நீண்ட காலத்தைத்தான் குறிக்கும். உதாரணத்துக்கு 2013-ல் ஒருவர் தங்கம் வாங்கி அதை 2018-ல் அவருக்குப் பணம் தேவை இருக்கிறது என்று விற்றிருந்தால் அவர் நட்டம் அடைந்திருப்பார். காரணம், 2013-ல் மிக அதிகம் இருந்த தங்கத்தின் விலை, 2016-ல் குறைந்துவிட்டது.

இடைப்பட்ட காலத்தில் அவர் அவரது தேவைக்காக விற்க வேண்டிய நிலை, நல்ல விலை எதிர்பார்த்துக் காத்திருக்க முடியாத சூழ்நிலை வந்திருந்தால் அவர் விற்காமல் வேறு என்ன செய்ய முடியும்? நட்டத்தில் விற்றுவிட்டு வெளியேற வேண்டியதுதான்.

2020 ஏப்ரல், மே, ஜூன், ஜூலை, ஆகஸ்ட், எல்லாம் விஷம் போல் ஏறிய தங்கத்தின் விலை, செப்டெம்பர் இரண்டாவது வாரத்திலிருந்து மடமடவென்று இறங்கியது. செப்டம்பரில் கிராம் 5100 ரூபாய்க்கு வாங்கிவிட்டுப் பின்னர் அக்டோபரில் 4900-ல் விற்க நேர்ந்தால் அது முதலீடு அல்ல. அதிலும் லாபம் தரும் முதலீடு இல்லை.

எப்போது எவ்வளவு மாதங்களுக்கு அல்லது எவ்வளவு வரை விலை உயரும் என்று எவராலும் சரியாகக் கணிக்க இயலாது. சில காலகட்டங்களில் வேகமாக உயரும். வேறு சில காலகட்டங்களில் வேகமாக இறங்கும். தவிர, பல ஆண்டுகளுக்கு அதிக விலை மாற்றம் இல்லாமலும் இருக்கும். இதையெல்லாம் புள்ளிவிவரங்களுடன் முன்பே பார்த்துவிட்டோம். எனவே தங்கம் குறுகிய கால முதலீட்டுக்கு ஏற்றது அல்ல. அது நீண்டகால முதலீட்டுக்கு மட்டுமே சரிவரும்.

அடுத்து ஒப்பீட்டு அடிப்படையில் பார்த்தால் 30, 40, 50 ஆண்டு காலத்தில் வங்கி அல்லது அஞ்சலகத்தில் போடப்பட்டிருந்த டெபாசிட்டுகளுக்குக் கிடைத்த வருமானத்தைக் கணக்கிட்டால், தங்கத்தின் விலை உயர்வு கொடுத்திருக்கும் ஆதாயம் குறைவுதான். இதையும் விவரமாகப் பார்த்தாயிற்று. எனவே, ஒருவர் அவரது முழு முதலீட்டு தேவைகளுக்கும் தங்கத்தை நம்பக்கூடாது.

முழுவதையும் போடக்கூடாது என்றால், கொஞ்சம் போடலாமா என்பது சரியான கேள்விதான். நிச்சயமாக கொஞ்சம் போடலாம். போடத்தான் வேண்டும். சரிவிகித உணவு போல, முதலீடுகளையும் பலவற்றில் கலந்துபோட வேண்டும். பேலன்ஸ்டு போர்ட்லியோ.

பிக்செட் டெபாசிட்டுகள், பங்குகள், பரஸ்பர நிதிகள், நிலம், வீடு, இடங்கள் மற்றும் தங்கம் என்று பிரித்துப் போடவேண்டும். அவரவர் தேவை, பாதுகாப்பு உணர்வு இவற்றைப் பொறுத்து மொத்த முதலீட்டுத் தொகையில் அதிகபட்சம் 5 சதவீம்வரை தங்கத்துக்கு கொடுக்கலாம்.

நகைகள் வாங்க மட்டுமல்ல. முதலீடு செய்வதற்கும் நேரம் காலம் பார்க்க வேண்டும். ராகுகாலம், எமகண்டம் போன்றதல்ல. சந்தையின் போக்கு, விலை மாற்றங்கள் குறித்த காலம்.

தங்கம் விலை தொடர்ந்து உயர்ந்து கொண்டிருக்கிறது அல்லது தொடர்ந்து குறைந்து கொண்டிருக்கிறது என்பன இரு வேறு காலகட்டங்கள். குறைந்துகொண்டேயிருக்கும் அல்லது மிகவும் குறைந்து போய்விட்ட காலத்தில் 5% என்பதை மேலும் ஒன்றிரண்டு சதவீதங்கள் வரை அதிகப்படுத்தலாம். அதாவது அப்போது கொஞ்சம் கூடுதலாக வாங்கலாம்.

அதிகம் விலை உயரும் அல்லது உயர்ந்துவிட்ட காலகட்டங்களில் இருக்கும் தங்கத்தில் ஒரு பகுதியை விற்று மொத்த சதவிகிதத்தில் தங்கத்தின் முதலீட்டு அளவை ஒன்று இரண்டு சதவீதங்கள் குறைத்துக் கொள்ளலாம்.

உதாரணத்துக்கு ஒருவருக்கு இருக்கும் வீட்டு மதிப்பு 60 லட்சம் ரூபாய். பிக்செட் டெபாசிட்டுகளில் 25 லட்ச ரூபாய். பங்குகள் பரஸ்பர நிதிகளில் 10 லட்சம். மற்றவை 5 லட்சம் என்று அவர் மொத்தம் ஒரு கோடி வைத்திருந்தால், அவர் அதிகபட்சமாக 5 லட்ச ரூபாய்க்கு தங்கத்தில் முதலீடு செய்யலாம். அந்த ஐந்து லட்ச ரூபாய் முதலீட்டில், அவர், அவருடைய குடும்பத்தினர் அணிந்திருக்கும் அவசிய நகைகள், மோதிரங்கள் ஒன்றிரண்டு ஒற்றைச் சங்கிலிகள் ஆகியவை கணக்கில் வராது. அவையெல்லாம் நகைகள். முதலீடல்ல.

சரி முதலீடு என்றால் எப்படி எந்தவிதத்தில் என்பதையும் விரிவாகவே முன்பே விரிவாகப் பார்த்திருந்தாலும் இப்போது சுருக்கமாக ஒரே இடத்தில் பார்ப்பது என்றால், முதலீட்டுக்காக என்று சொல்லி வாங்கும் தங்கம், நகை வடிவில் வேண்டாம். காரணம், வாங்கும் போது செய்கூலி சேதாரம் என்கிற வகைகளில் கொடுக்கும் பணத்தின் மதிப்பு உடனே குறைந்துவிடுகிறது.

தவிர, நகைகளைச் சோதிக்க வேண்டிய தேவைகள் அதிகம். ஏதோ ஒருவிதத்தில் நாம் மீண்டும் நகையை விற்கும் போதும் அதே பிரச்னைகள் வரும். தவிர, வாங்குகையில் 3 சதவிகித சரக்கு மற்றும் சேவை வரி என்ற செலவு.

தங்க காசுகள், கோல்ட் பிஸ்கட்டுகள் ஆக வாங்குவது, நகைகளைக் காட்டிலும் பரவாயில்லை ரகம். காரணம், இவற்றில் சேதாரம் மற்றும் குறைவு கூலி போன்றவை கிடையாது. ஆனால், அவற்றிலும் சுத்தமானவையா எத்தனை கேரட் போன்றவற்றை எல்லாம் சாதாரண மக்களால் சோதித்துப் பார்த்து வாங்க இயலாதவை.

சீனக் கம்பெனி ஒன்று டன் கணக்கில் அடகு வைத்த தங்கத்தை வைத்துக்கொண்டு பணம் கொடுத்தவர் அதை விற்க சென்றபோது, அது முழுக்க முழுக்க தங்க முலாம் பூசிய செம்பு என்று தெரிந்து

அதிர்ச்சி அடைந்த கதையை முன்பே பார்த்தோம். அப்படிப்பட்ட பெரிய நிறுவனங்களுக்கே சொதித்துப் பார்த்து வாங்குவதில் சிக்கல்கள் இருக்கின்றன. மேலும், தங்கமாக வாங்குவதைப் பாதுகாக்க வேண்டிய தேவைகளும் இருக்கின்றன.

அதற்கு பதில் அப்படியே எலக்ட்ரானிக் கோல்ட் (இ-கோல்ட்) ஆக வாங்கலாம். சிறிய அளவுகளில் வாங்கும் வசதிகளும் இந்த முறையில் இருக்கின்றன. சிறுசேமிப்பு போல தொடர்ந்து வாங்கும் வாய்ப்புகளும் உண்டு. டி-மேட் கணக்கு மூலம் வாங்குதல் விற்றல் என்பதால், பாதுகாப்பு அதிகம். சிரமம் குறைவு. நம்பகத்தன்மையும் அதிகம்.

அதைவிட சுலபமான வழி ரிசர்வ் வங்கி மூலம் மத்திய அரசு வெளியிடும் தங்க பாண்டுகள். அவை மற்ற வகைகளைக் காட்டிலும் லாபமான முறையும் கூட. காரணம், தங்கத்தின் விலை மாற்றங்கள் தவிர, செய்கிற முதலீட்டுக்கு ஆண்டுக்கு இரண்டரை சதவீத வட்டியும் கிடைக்கும். அதுவும் வரியில்லா வருமானம்.

ஒரே ஒரு கவனிக்கத்தக்க விஷயம், பாண்டின் முதிர்வுகாலம் எட்டு ஆண்டுகள். முன்கூட்டியே சரண்டர் செய்வதென்றால் குறைந்த பட்சம் ஐந்து ஆண்டுகள் வைத்திருக்க வேண்டும்.

இடைப்பட்ட காலத்தில் அவசரம் என்றால் செகண்டரி சந்தைக்குத்தான் போக வேண்டும். அங்கு நல்ல விலை கிடைப்பதும் கிடைக்காததும் உறுதி அல்ல. அதனால், ‘தங்கத்திற்கான தேவை உடனடியாக அல்ல. நீண்ட காலத்துக்குப்பிறகுத்தான் வேண்டும். இப்போது வாங்குவது சேமிக்கத்தான்’ என்றிருப்பவர்களுக்கு தங்கமாக வாங்குவதைக் காட்டிலும் இப்படிப்பட்ட பாண்டுகள் வாங்குவது லாபகரமானது.

தங்கம் வாங்குவது, வாங்கிச் சேர்த்துப் பார்ப்பது என்று முடிவு செய்துவிட்டால் மேற்சொன்ன முறைகளை செய்யலாம். அதற்கு எக்ஸ்சேஞ்ச் டிரேடட் ஃபண்ட் என்கிற ETF முறை தேவையில்லை. காரணம், அவற்றின் விலை (NAV)மாற்றங்களும் தங்கத்தின் விலை மாற்றங்களோடு இணைந்ததுதான். வேறுவிதமாக அதிகம் கொடுக்க இயலாது. வருமானம் குறைய சில நியாயங்கள் உண்டு. அந்த ETF நடத்தும் நிறுவனத்துக்கான செலவுகள் மற்றும் லாபம் முழுவதையும் அந்தந்த ETF ஃபண்டுகளில் பணம் போடுகிறவர்கள் தான் ஏற்றுக்கொள்ளவேண்டும். எனவே, நேரடி தங்கம் அல்லது பாண்டுகளைக் காட்டிலும் அதிக லாபம் கொடுக்கும் வாய்ப்புகள் ETF -ல் குறைவுதான். எனவே இது சிறு முதலீட்டாளர்களுக்கானதல்ல.

இருக்கும் தங்கத்தை அரசிடம் வங்கிகள் மூலம் டெபாசிட் செய்யும் கோல்ட் மானிடைசேஷன் ஸ்கீம் (GMS) போன்ற திட்டங்களும் இருக்கின்றன. தங்களிடம் சும்மா இருப்பதை அதிகம் பயன்படாத, அதிலும் டிசைன் மாற்றாமல் அணிய முடியாது என்பதுபோல இருக்கிற நகைகள் மற்றும் ஏற்கனவே வாங்கி வைத்திருக்கும் காசுகள் பிஸ்கட் போன்றவற்றை வங்கிகளில் டெபாசிட் செய்து அதற்கு வட்டி பெறுவதும் புத்திசாலித்தனம்.

தங்கம் மற்றும் தங்க நகைகளை வீட்டில் வைத்திருப்பதால் பாதுகாப்பு குறைவு. மற்றும் அதற்கு வருமானமில்லை. அதையே டெபாசிட் செய்தால் பாதுகாப்பு. தவிர, வருமானம் ஆண்டுக்கு இரண்டரை சதவீதம். இது இன்னார் கொடுத்த ராசி நகை, ராசியான நகை, சகுனம், சம்பிரதாயம் போன்ற சென்டிமென்ட்கள் இருந்தால், அவர்களுக்கு இந்த திட்டம் ஒத்து வராது. காரணம், கொடுக்கும் நகையை உருக்கிவிடுவார்கள். திரும்பக் கிடைக்கும்போது தங்கக்காசு அல்லது பிஸ்கட் அல்லது பணமாகத்தான் கிடைக்கும்.

வர்த்தகம்-டிரேடிங்

தங்கம் முதலீடு குறித்து பார்த்தாயிற்று. இனி, அதில் வர்த்தகம் செய்து பணம் செய்ய முடியுமா என்பதைப் பார்க்கலாம். அதற்கு வாய்ப்பிருக்கிறதா?

தாராளமாகச் செய்யலாம். நிறைய வாய்ப்பு இருக்கிறது. கமாடிட்டி சந்தையில் தங்கம் டிரேடிங் செய்யலாம். ஆனால், இந்த வர்த்தகத்தின் மூலம் லாபம் உறுதியா என்று கேட்டால், இல்லை என்பதுதான் அனுபவம் கற்றுத் தந்திருக்கும் பாடம்.

டிரேடிங் எனப்படும் வர்த்தகம் என்பது எல்லோருக்கும் கைவந்து விடாது. அது ஒரு கலை போல. ஆசை மட்டும் வைத்திருந்து, உள்ளே நுழைந்து அதில் பலர் நட்டம் அடைந்திருக்கிறார்கள். டிரேடிங் சரியாகச் செய்ய, நிறையப் படித்துத் தெரிந்துகொள்ளவேண்டும். தொடர்ந்து அது தொடர்பானவற்றைக் கவனித்துப் புரிந்துகொள்ள வேண்டும். அனுபவம் அவசியம். அதைவிட மனோபாவம் மிக முக்கியம்.

ஏன், எப்படி, எதனால் விலை ஏறுகிறது அல்லது இறங்குகிறது மற்றும் எந்தெந்த நிகழ்வுகள், புள்ளிவிவரங்கள் வெளிவரும்போது விலை மாற்றங்கள் எந்தத் திசையில் எவ்வளவு தூரம் இருக்கும் என்பதைப் பற்றியெல்லாம் சரியாகத் தெரிந்துகொள்ளவேண்டும். சரியான நேரத்தில் துரிதமாகச் செயல்பட வேண்டும்.

யாரோ அழைத்தார்கள், கட்டாயப்படுத்தினார்கள், லாபம் வரும் என்று சொன்னார்கள் என்பதற்காக கணக்கு தொடங்கி, கையில் இருக்கும் பணத்தை இழக்கவேண்டாம்.

'சிலர் இதில் லாபம் பார்த்திருக்கிறார்கள். எனக்கு தெரியுமே!' என்கிற கேள்வி வரலாம். சந்தையில் இருக்கும் பலர் நட்டங்களை வெளியில் சொல்வதில்லை. லாபங்களை மட்டுமே சொல்லுகிறார்கள். காரணம், அவர்களே அவர்களை சமாதானம் செய்து கொள்ள வேண்டியிருக்கிறது. அவர்களில் சிலர் விலை ஒரே முகமாக, சில காலம் மேலேயோ கீழேயோ போகும்போது, அந்த டிரெண்ட் என்கிற குதிரையின் முதுகில் சவாரி செய்து சம்பாதித்தவர்கள். அவர்கள் திறமை ஏதும் இல்லை.

ஆனால், ட்ரெண்ட் மாறிய பிறகும் தொடர்ந்து அதில் இருப்பவர்கள் அது தெரியாமல் பெரிய அளவுகளில் பணத்தைக் கோட்டை விடுகிறார்கள். டிரண்ட் எப்போது மாறும் என்பது தெரிந்தவர்கள், கண்டுபிடிக்கக்கூடியவர்கள் வெகுசிலர்தான்.

டிரேடிங் என்பதை வெற்றிகரமாகச் செய்ய ஒரு தொழில்முறை வர்த்தகராக புரோபஷனல் டிரேடராக மாற வேண்டும். அங்கே உணர்வுக்கு வேலை கிடையாது. வரை கோடுகள் 'சார்ட்' தான் வழிகாட்டி.

• வெள்ளி •

இதே பரிந்துரைகள் வெள்ளி ட்ரேடிங்குக்கும் பொருந்தும். தங்கம் அளவுகூட பெரிய நகர்வுகள் இல்லாத வெள்ளி விலையில் பெரிய லாபங்கள் பார்க்கும் சாத்தியம் குறைவு. அப்படியே அதற்குள் இறங்கினாலும், அதனோடு சேர்ந்து காப்பர், குரூட் ஆயில், நேச்சுரல் கேஸ் என்று வர்த்தகத்தை விரித்துவிடுவார்கள். ஒன்றில்போகும் ஒன்றில் வரும். நிகரமாக நட்டம் அடைந்தவர்கள் தான் அதிகம்.

• கிரிப்டோகரன்சி •

அப்படி என்றால் கிரிப்டோகரன்சி வகை வர்த்தகம் எப்படி?

தங்கமோ வெள்ளியோ பெரிய விலைகளில் மாட்டிக்கொண்டு விட்டால் காத்திருக்கலாம். ஒரு பகுதியை நட்டதுக்கு விற்றுவிட்டு, ஓரளவையாவது டெலிவரி எடுத்து விலை உயரக் காத்திருக்கலாம். சில ஆண்டுகளுக்குப் பின்னாவது மீண்டும் அந்த விலைகள் வரும் வாய்ப்பு உண்டு. ஆனால் கிரிப்டோகரன்சியை அப்படிச் சொல்ல

இயலாது. தொடர்ந்து உயரலாம். தொடர்ந்து விழுந்து காணாமலும் போகலாம்.

பெரிய வாய்ப்பு என்பதோடு பெரிய ரிஸ்க் எப்போதும் ஒட்டிக் கொண்டுத்தான் வரும். இன்னமும் நெறிப்படுத்தப்படாதவற்றில் கிரிப்டோகரன்சி சந்தையும் ஒன்று. கண்காணிப்பு ஆணையம் இல்லை. அதிலும் குறிப்பாக இந்தியாவில் அதற்கான தடை அல்லது அல்லது கடுமையான சட்டம் எப்போது வேண்டுமானாலும் வரலாம். எனவே அப்படிப்பட்ட கிரிப்டோகரன்சி வர்த்தகத்தில் இறங்கும் முன் ஒரு முறைக்கு இருமுறை சிந்திப்பது நல்லது.

'சிலர் பெரிய அளவுகளில் லாபம் செய்திருக்கிறார்கள். லாபத்தின் மீது அமர்ந்து இருக்கிறார்கள்' என்று சிலருக்கு தோன்றலாம். அது உண்மைதான். ஆனால், இது எங்கே போய் முடியும் என்பதுதான் கேள்வி.

என்ன சொல்லியும் அதனால் ஈர்க்கப்பட்டு அதனுள் நுழைய விரும்புகிறவர்களுக்கு வாழ்த்துகள். லாபம் கிடைத்தால் நல்லது. அதோடு வெளியே வந்து விடமுயற்சி செய்யுங்கள். அந்த லாபத்தை நம்பி மேலும் மேலும் பணத்தை உள்ளே இறக்காதீர்கள். அதிலும் குறிப்பாக, வீட்டுக்குத் தேவைப்படும் சம்பளப் பணம், அல்லது சொத்துக்களை விற்று எடுக்கும் பணம் அல்லது வட்டிக்குக் கடன் வாங்கிக் கிடைக்கும் பணம் ஆகியவற்றை இந்த கிரிப்டோகரன்சி வர்த்தகத்தில் ஈடுபடுத்தாதீர்கள்.

•

தங்கம், வெள்ளி அல்லது கிரிப்டோகரன்சி ஆகிய எதுவென்றாலும் முன்பு வெள்ளி டிரேட் செய்தவருக்குச் சொன்ன அந்த ஐந்து யோசனைகளை நினைவுபடுத்திக்கொண்டு, பின்பற்றுங்கள்.

தங்கம் வெள்ளி கிரிப்டோகரன்சி என்ற மூன்றில் தங்கமே வெல்கிறது.

அதிலும் தேவைக்கான நகைகள், ஓரளவு நீண்ட கால முதலீடு மற்றும் E-gold அல்லது கோல்ட் பாண்டுகள் என்ற வகைகள் மற்ற வகைகளைக் காட்டிலும் சிறப்பானவையாகத் தெரிகின்றன.

வளம் பெருக வாழ்த்துகள்.

•

பின் இணைப்பு - 1

டாலரை வைக்கும் இடத்தில் தங்கம்

‘**பொ**ன்னை வைக்கிற இடத்தில் பூ’ என்பது போய்.. இனி, ‘டாலரை வைக்கும் இடத்தில் தங்கம்’ என்றாகிவிடும் போல இருக்கிறது. அதனால், தங்கம் மேலும் விலை ஏறலாம், உஷார்.

தங்கம். சொக்கத்தங்கம். தங்க நகைகள், ஆபரணங்கள் என்கிற சொற்களைக் கேட்கிற போது என்ன உணர்வு ஏற்படுகிறது? சந்தோஷம்? மகிழ்ச்சி? ஆனந்தம்? எல்லாம் கலந்த உணர்வா, சரி, இருக்கட்டும்.

அதே சமயம் தங்கத்தின் விலை கிராம் ஒன்றுக்கு 1500 ஆகிவிட்டது என்று தெரியவருகிற போது எப்படியிருக்கிறது? பெண்ணைப் பெற்றவர்களுக்கு வயிற்றில் புளியை கரைக்கத்தான் செய்யும். முன்னெப்போதும் இல்லாத விலை இது. ‘ஆல் டைம் ஹை’ என்பார்கள். அதுதான் இப்போது நடந்திருக்கிறது. ஆனால் இதுவே உச்சம் இல்லை. இன்னும் பலமுகடுகள் இருக்கின்றன, தங்கத்தின் விலை போகப் போக இன்னும் அதிகமாகும் என்கின்றன சில அமைப்புகள்.

பங்குச்சந்தையைப் போல, ‘விலை ஏறினால் என்னவாம்?’ அது என்ன அத்தியாவசியப் பொருளா!’ என்று எவரும் கேட்பதில்லை. காரணம், இந்தியர்களுக்கு தங்கத்தின் மீது அப்படி ஒரு காதல். இதில் ஏழை பணக்காரர் வேறுபாடில்லை. பிரியமும் ஏக்கமும் எல்லா தரப்பினரிடமுமே இருக்கிறது. கொஞ்சமேனும் வேணும் அல்லது இன்னும் கொஞ்சம் வேணும்.(ஏற்கனவே கைவசம் எவ்வளவு

இருந்தாலும்). இதுமட்டும்தான் வேறுபாடு. மற்றபடி தங்கத்திற்கு எபோதும் தங்கத் தாம்பாளம் வைத்துதான் வரவேற்பு.

இந்தியர்களுக்கு தங்கத்தின் மீது மோகம் என்றதும் இது ஏதோ தேசம் சார்ந்த ஆசையோ என்று நினைத்துவிடவேண்டாம். தேசம்தாண்டி, கண்டத்திற்கே உரிய குணம் போல தெரிகிறது. காரணம், சீனர்களுக்கும் இப்படி தங்கத்தின் மீது ஒரு பற்று இருக்கிறது.

நகைகள் அணியும் மக்களுக்கு மட்டுமல்ல இந்த தங்க மோகம்? அரசாங்களுக்கே இருக்கிறது! இப்போதபோதல்ல.. அரசர்கள் காலம் தொட்டே என்பது நமக்குத் தெரியும். போரிட்டு அள்ளிச் செல்வது (அழகான பெண்களைத் தவிர) தங்கம் வைரம் நவரத்தினங்களைத் தான் என்று படித்திருக்கிறோம்.

அதெல்லாம் போகட்டும். முன்னெபோதும் இல்லாத அளவாக தங்கம் விலை உயர்ந்துவிட்டிருந்தபோதும், மேலும் கூட விலை உயரும் என்று சொல்வதற்கு என்ன முகாந்திரம் இருக்கிறது? ஏன் சில அமைப்புகள் அப்படி கருதுகின்றன?

இதனைக் கொஞ்சம் விரிவாகத்தான் பார்க்கவேண்டும். வேறு வழியில்லை.

●

அமெரிக்கா உலகத்தின் போலீஸ்காரன் போல நடந்துகொள்ளுவ தாகவும், பெரியண்ணன் மனப்பான்மையுடனே எப்போதும் செயல்படுவதாகவும், தனது நலனுக்காக பிற நாடுகளையும் அங்குள்ள மக்களையும் பலவிதங்களிலும் பயன்படுத்துவதாகவும் பலருக்கும் வலுவான கருத்துக்களும் ஆழமான வருத்தங்களும் உண்டு.

ராமரின் காலணிக்கும் மதிப்பு என்று பரதன் அதனை வாங்கிப் போய், அரியாசனத்தில் வைத்து, அதன் சாட்சியாய் ஆட்சி நடத்தியதை ராமாயணத்தில்/புராணத்தில் படித்திருக்கிறோம். கம்பன் வீட்டுக் கட்டுத்தறியும் கவிபாடும் என்பது போல, அவ்வளவு பெரிய அமெரிக்காவின் கரன்சியான டாலர் மட்டும் சாதாரணமாகவா இருக்கும்!

நம் தேசத்து ரூபாயை நம் நாட்டில் கொடுக்கலாம். அதனைப் பயன்படுத்தி இங்கே எதனையும் வாங்கலாம். மதிப்பு உண்டு. இலங்கை, சிங்கப்பூர், மலேஷியா போன்ற ஒரு சில நாடுகளிலும் கூட முயற்சித்து நம் ரூபாயைப் பயன்படுத்திவிடலாம். மற்ற நாடுகளில்?

இந்திய ரூபாய்க்கு மட்டுமல்ல , சீனாவின் யுவான், கனடா டாலர், ஸ்விஸ் பிராங், ஜப்பானின் யென், ரஷ்யாவின் ரூபிள் என்று, வலிய பெரிய நாடுகளின் கரன்சிகளுக்கும் கூட மதிப்பு அதனதன் தேசங்களில் மட்டும்தான். எல்லை தாண்டினால், கொடுத்தால், திருப்பித்திருப்பிப் பார்ப்பார்கள். எதோலாட்டரிச் சீட்டைப் பார்த்துபோல விழிப்பார்கள். வாங்கமாட்டார்கள். திருப்பிக் கொடுத்துவிடுவார்கள்.

இதில் விதி விலக்கு ஒரே ஒரு நாட்டின் கரன்சிக்குத்தான். அதுதான் அமெரிக்க டாலர். உலகில் எங்கே கொடுத்தாலும் அதை வாங்குவார்கள். இன்னும் சொல்லப்போனால், சிங்கப்பூர் துபாய் போன்ற இடங்களில் அவர்களின் உள்ளூர் கரன்சிகளைவிடவும் கூட அதிக பிரியத்துடன் வர்த்தக நிறுவனங்கள், அமெரிக்க டாலரை வாங்கிக்கொள்ளுகிறார்கள்.

ஒரு நாட்டின் பணம், கரன்சி மற்றொரு நாட்டில் செல்லுபடியாகாது என்றால், அந்த நாட்டுடன் எப்படி வியாபாரம் செய்வதாம்? நல்ல கேள்வி. பெரும்பாலான வியாபாரம் பண்ட மாற்று முறையில் முடிந்துவிடலாம். அப்படியும் கூட மீதங்கள் வருமே! தவிர பண்டங்களுக்கு எந்த தேசத்தின் பணமதிப்பில் விலை சொல்லுவது! தேசத்துக்கு ஒரு கரன்சி அல்லவா இருக்கிறது.

இரண்டாம் உலகபோருக்கு முன்காலம் வரை Bretton Woods சிஸ்டம் என்பதுதான் இந்த விதத்தில் உதவியாக இருந்தது. Keynes என்பவர் பலரும் பயன்படுத்தும் 30 பொருட்களின் மதிப்புகளை உள்ளடக்கிய பேன்கார் என்பதை சர்வதேச கரன்சியாக பயன்படுத்தலாம் என்றார். அது ஏற்றுக்கொள்ளப்படவில்லை.

இரண்டாம் உலகப்போருக்குப் பின் அமெரிக்க டாலர் எல்லா நாடுகளுக்கும் பொதுவான கரன்சியாக பார்க்கப்பட்டு, இன்றுவரை கதை ஓடிக்கொண்டிருக்கிறது.

வீடுகளில் அவசர காலத்திற்கு சேமித்துவைப்பது போல, உலகத்தில் உள்ள நாடுகளும் செல்வத்தை சேர்த்து வைத்துக்கொள்ள வேண்டியிருக்கிறது. அதன் பெயர் ‘ரிசர்வ்ஸ்’. வீட்டுச் செல்வம் என்றால் அதில் பணமும் அடங்கும். நாடுகளின் செல்வத்தில் பணம் இருக்க முடியாது. காரணம் அதை அச்சடிப்பதே அந்த நாடுகளின் அரசாங்கங்கள் தானே! தவிர, அவர்கள் நாட்டுப் பணம் மற்ற நாடுகளில் செல்லுபடியாகாதே!

அப்படியென்றால், மற்ற நாடுகளிலும், எந்த அளவிலும், எந்த

நேரத்திலும் செல்லுபடியாகக் கூடியதாக ஏதாவது ஒன்று இருக்க வேண்டும். அப்படி ஏற்கனவே இருந்த ஒன்றுதான் தங்கம். ஆனால், அதன் உற்பத்தி என்பது ஓரளவுதான்.

காலம் போக போக தேசங்களின் வளம் பெருகிக்கொண்டேபோய், ஜி.டி.பி யின் அளவு அதிகரித்துகொண்டே போய், உலகின் மொத்த தங்க உற்பத்தி கூட அதற்கு போததாது என்கிற நிலைமை வந்துவிட்டது. பிறகு என்ன செய்ய? தங்கத்திற்கு ஈடாக இணையாக ஏதாகிலும் உண்டா? என்று பார்த்த போது சிக்கியதுதான் டாலர்.

எல்லா நாடுகளும் பணக்கார நாடாக ஏற்றுக்கொள்ளுகிற அமெரிக்காவின் கரன்சியான டாலருக்கு அந்த பொதுப்பணம் என்கிற தனிஇடம் கிடைத்தது. அதன் பிறகு டாலர் கிட்டத்தட்ட உலகின் கரன்சியாகவே ஆகிவிட்டது. ஆனால் இதில் வினோதம் என்ன வென்றால், அமெரிக்கா என்கிற தனிநாடு மட்டுமே அதை அச்சடிக்கலாம். அவர்களாகப் பார்த்து, கட்டுப்பாடாக இருந்தால் சரி என்பதுதான் நிலைமை.

ஊரில் இருக்கும் பணக்காரன் கொடுக்கும் ஜாமின் கையெழுத்துக்குத்தானே கூடுதல் மதிப்பு! அதை நம்பித்தானே மற்ற எவரும் காசு கடன் கொடுப்பார்கள்? எந்த நாடும் அதன் பாக்கியை இன்னொரு நாட்டிற்கு அமெரிக்க டாலரில் தீர்க்கலாம். அதனால் அமெரிக்க டாலரின் மதிப்பு மேலும் கூடுதல் ஆனது. எந்த நாடும் கச்சா எண்ணையை வாங்க வேண்டும் என்றால், அதற்கு டாலரில் பணம் கொடுக்கவேண்டும்.

இப்படித்தான் இதுநாள் வரை டாலர் இருந்து வருகிறது. ஆனால் இந்த நிலை தொடருமா என்கிற கேள்விகளும் அவ்வவ்போது எழுப்பப்படுகிறது.

அமெரிக்க டாலரின் எதேச்சதிகாரத்திற்கு எதிர்ப்பு குரல்கள் உண்டு. குரல்கொடுப்பது சீனா. கூட இருப்பவர்கள் ரஷ்யா, ஜப்பான், பிரேசில் மற்றும் எண்ணை வள நாடுகள் சில (Middle Eastern oil producers), என்கிறது இண்டிபெண்டெண்ட் என்கிற அமெரிக்க/இங்கிலாந்து பத்திரிக்கை.

என்ன காரணம்?

அமெரிக்கா பனக்கார நாடுதான். அதில் எவருக்கும் சந்தேகமில்லை. அதனால் நடந்தது என்ன? சில பணக்கார வீட்டுப்பிள்ளைகள் நடந்து கொள்ளுவார்களே அப்படித்தான் அமெரிக்கர்களும் நடந்து கொண்டார்கள். எல்லாவற்றிலும் அதிக நுகர்வு.

‘குந்தித் தின்றால் குன்றும் கரையும்’ என்று சொல்லுவது போல, நாளாவட்டத்தில் அமெரிக்காவின் நிலையில் மாற்றம் வந்திருக்கிறது. உள்ளூரில் ஊதியங்கள் அதிகம் கொடுக்க வேண்டி இருக்கின்றன என்று வேலைகளை வெளிநாட்டில் செய்யக் கொடுத்தார்கள். அப்படி ‘அவுட் சோர்சிங்’ முறையில் இந்தியாவிற்கு வந்த வேலைகள் நிறைய- BPO. தவிர, இந்தியா, சீனா, பிலிபைன்ஸ், பாகிஸ்தான் போன்ற நாடுகளில் இருந்து குறைந்த ஊதியங்களுக்கு ஆட்களை வேலைக்கு எடுத்தார்கள்.

மேலும், விலை குறைவாக இருக்கிறதென்று சீனா, ஜப்பான் போன்ற தேசங்களில் இருந்து பலவற்றையும் அதிக அளவில் இறக்குமதி செய்துகொண்டார்கள். எல்லாவற்றுக்கும் டாலரில் பணம் கொடுததார்கள்.

சீனாவும் ஜப்பானும் ஏற்றுமதி வியாபாரத்தால் கொழிக்கத் தொடங்கின. அமெரிக்கா அவர்களுக்கு கொடுக்கவேண்டிய (பேலன்ஸ் ஆப் டிரேட்) பணம் உயர்ந்துகொண்டே போனது.

Problem of plenty என்பார்கள் அல்லவா அப்படி, சீனாவும் ஜாப்பனும் அவ்வளவு அதிகப்படியான பணத்தை எங்கே முதலீடு செய்ய முடியும்? அதற்கு ஏற்ற தேசமும் உண்டா என்று நினைத்து , அந்தப் பணத்தை அமெரிக்க அரசாங்கத்திற்கே கடனாக (‘டிரஷரி பில்’களை வாங்கியன் மூலம்) கொடுத்தார்கள்.

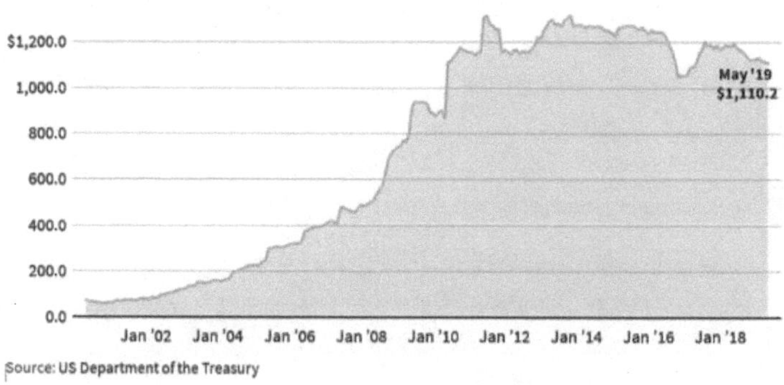

சீனாவுக்குச் சொந்தமான அமெரிக்க கருவூலம்.
(அமெரிக்க டாலர் பில்லியன்களில்)

சீனா மட்டும் அமெரிக்க டிரஷரி பில்கள் போன்றவற்றில் முதலீடு செய்திருக்கும் பணத்தின் அளவு (மே, 2020) 1.11 டிரில்லியன் டாலர்கள். லட்சத்து பதினோராயிரம் கோடி டாலர்கள். இந்திய

ரூபாய் மதிப்பில் சுமார் 80 லட்சம் கோடி. (இந்திய அரசின் ஓராண்டு வரவு 25 லட்சம் கோடிதான்.)

சீனா மட்டுமில்லை. இன்னும் பல்வேறு நாடுகளும் அமெரிக்க அரசின் டிரஷரி பில்களில் (பாண்ட்) முதலீடு செய்திருக்கின்றன.

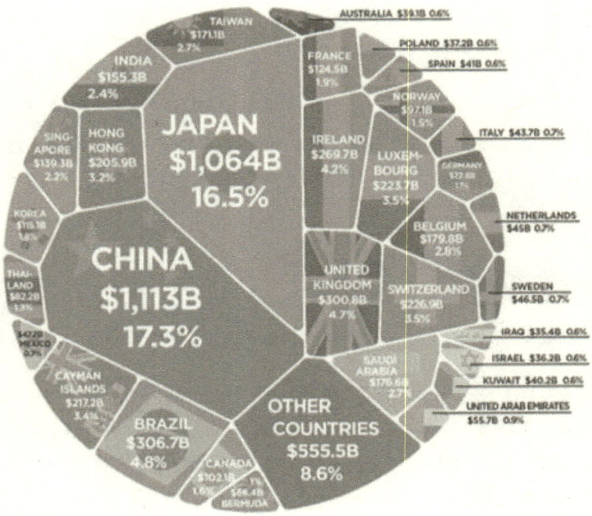

அந்நிய நாடுகளுக்கான அமெரிக்க கடன் - 2019

அமெரிக்காவில் பெருமளவு முதலீடு செய்து மேலும் தொடர் வியாபாரத்திற்கும் அவர்களையே நம்பியிருக்க வேண்டியுள்ள என்கிற நிலையில் இருந்தபோது 2008ம் ஆண்டு பொருளாதார பெரும்சரிவு நிகழ்ந்தது,.

வீட்டுக்கடன்கள் - சப் பிரைம்- என்கிற பிரச்னை பூதாகரமாக தலையெடுக்க, அமெரிக்க நிறுவனங்களுக்கு பல ஆயிரம் கோடி ரூபாய்கள் நட்டம் ஆயின. அரசாங்கத்தாலேயே உதவி செய்து கட்டுப்படியாகவில்லை. லட்சம் கோடிகள் என்கிற அளவுகளையும் தொட, அமெரிக்க பொருளாதாரமே ஆட்டம் கண்டது. அதன் விளைவாக அமெரிக்கர்களின் இறக்குமதி குறைய, சீனாவும் ஜாப்பனும் கள் குடித்த குரங்கிற்கு தேளும் கொட்டியது போல ஆயின. அமெரிக்காவை பெருமளவு நம்பியிருந்த வியாபாரத்தில் அடி. அவர்களிடம் கொடுத்துவைத்திருக்கும் லட்சக்கணக்கான கோடி ரூபாய்களுக்கும் டாலர் மதிப்பு குறைவால், ஆபத்து.

அப்போதுதான் விழித்துகொண்டன. வியாபாரம் என்பதில் எதுவும் நடக்கலாம்தான். வாங்கிக்கொள் என்று எவரையும் கட்டாயப்படுத்த முடியாது. ஆனால் உழைத்து சம்பாரித்து கொடுத்துவைத்திருக்கும் பணத்திற்கும் ஆபத்து என்றால்! இப்படியெல்லாம் நடந்தபிறகு இனியும் அமெரிக்காவை, அமெரிக்காவின் டாலரை, தங்கத்திற்கு ஒப்பாக நம்பிக்கொண்டிருக்க முடியாது என்கிற முடிவிற்கு வந்தன.

அப்போது தோன்றியதுதான் 'பாஸ்கட் ஆப் கரன்சீஸ்' (Basket of Currencies) என்கிற யோசனை. அமெரிக்கா மட்டுமே பொருளாதாரத்தில் வலுவான தேசம் என்றிருந்த காலம் மலை ஏறிவிட்டது. இப்போது, ஐரோப்பாவின் யூரோ இருக்கிறது, சீனாவின் யுவான், ஜப்பானின் யென் போன்ற கரன்சிகள் வலுவடைந்திருக்கின்றன. எல்லாம் போக, தங்கம் இருக்கிறது. எல்லாவற்றையும் சேர்த்து, ஒரு புதுமாதிரியான (கரன்சி போன்ற) ஒன்றை உருவாக்கலாம். அதன் மதிப்பு, அதன் 'கூட்டுபொருட்களின் மாறுபடும் மதிப்புகளை' பொறுத்து மாறட்டும் என்று யோசித்தார்கள்.

இந்த யோசனை சுமார் 2018 ஆண்டு வாக்கில் நடைமுறைபடுத்தலாம் என்று யோசித்தார்கள். ஆனால் அப்படி ஏதும் இதுவரை நடக்கவில்லை. இப்போது அப்படிப்பட்ட பேச்சுக்களும் இல்லை. அப்படி நடந்திருந்தால், தங்கத்தின் தேவை மேலும் அதிகமாகி இருக்கும். அதனாலும் விலை உயர்ந்திருக்கும்.

மீண்டும் அப்படி ஒரு சிந்தனை வராமலா போகும்?

சோம. வள்ளியப்பன்

புதியதலைமுறை, 2015

பின் இணைப்பு - 2

பியூச்சர்ஸ் மார்க்கெட் எப்படி செயல்படுகிறது?

பங்குகளை, கச்சா எண்ணையை மட்டுமல்ல. நாம் இந்தப் புத்தகத்தில் பார்த்துக்கொண்டிருக்கும் தங்கம், வெள்ளி, அமெரிக்க டாலர், மற்றும் கிரிப்டோ கரன்சி போன்றவற்றை எல்லாம் பியூச்சர்ஸ் மார்க்கெட்டில் வாங்கலாம். முன்கூட்டியே, அதாவது வாங்குவதற்கு முன்பே விற்கலாம்.

இந்த பியூச்சர்ஸ் மார்க்கெட்டால்தான் இவற்றின் விலைகள் தாறுமாறாக ஏறுகிறது, இறங்குகிறது. ஊகபேரம் செய்பவர்களால் விலைகள் நிலைகொள்ளாமல் உயர்கின்றன. அல்லது தடுமாறி பாதாளத்தில் விழுகின்றன. எனவே இந்த பியூச்சர்ஸ் மார்க்கெட் எப்படி செயல்படுகிறது என்பது குறித்து ஓரளவேனும் தெரிந்துகொள்ளவது உதவி. உதாரண விலைகள் எல்லாம் 29 அக்டோபர் 2009 காலத்தவை.

பியூட்சர்ஸ் மார்கெட்- தங்கம் முதல் உருளைகிழங்கு வரை வாங்கலாம், விற்கலாம்

தேவை 1: பெண்ணுக்குக் கல்யாணம் முடிவாகிவிட்டது. மூன்றுமாதம் தள்ளி திருமணத்தேதி நிச்சயமாகி இருக்கிறது. நகை வாங்க வேண்டும். இப்போத தங்கம் விலை சற்றுக் குறைந் திருக்கிறது அல்லது போகப்போக உயர்ந்துவிடும் என்கிறார்கள். அதனால், இப்போது வாங்கியாக வேண்டும். ஆனால், கையில் பணமில்லை என்ன செய்யலாம்?

தேவை 2: நான் மளிகை மொத்த வியாபாரம் செய்கிறேன். ஒரு தொழிற்சாலையில் உணவகத்திற்கு ஓர் ஆண்டுக்கு அரிசி மற்றும் சர்க்கரை சப்ளை சச்வதற்கான காண்டிராக்ட் எனக்குக் கிடைத் திருக்கிறது. அரிசி கிலோ ரூ.55 என்றும், சர்க்கரை ரூ. 42 என்றும் கணக்கெடுத்து கொட்டேஷன் கொடுத்திருக்கிறேன். பின்னால் அவற்றின் விலை குறைந்தாலும் அதிகரித்தாலும் நான் ஒப்புக் கொண்டிருக்கும் விலையில்தான் சப்ளை செய்தாக வேண்டும். எனக்குக் கூடுதல் லாபம் வராவிட்டாலும் பரவாயில்லை. நட்டமாகி விடாமல் இருந்தால் சரி. அதனை உறுதிசெய்து கொள்ள முடியுமா?

தேவை 3: நான் நகை வியாபாரி. பலரும் நகைகளுக்கு ஆர்டர் கொடுத்துவிட்டுப் போகிறார்கள். அவர்களுக்கான நகைகள் செய்ய சந்தை விலையில் தங்கம் வாங்குகிறேன். அவர்களும் ஒரு மாதம் கழித்து நகைகளை டெலிவரி கொடுக்க வேண்டும். அப்போதுதான் பில் போட முடியும். அது சமயம் தங்கம் விலை என்னவோ, அந்த விலையைத்தான் கேட்க முடியும். ஒரவேளை நான் வாங்கியதைவிட விலை குறைந்துவிட்டால் எனக்கு நட்டமாகிவிடுமே! இதனைத் தவிர்க்க ஏதும் வழி இருக்கிறதா?

தேவை 4: நான் பங்குச் சந்தையை கவனித்து வருபவன். தற்சமயம் பங்கு விலைகள் கணிசமாக இறங்கியுள்ளன. கண்டிப்பாக இந்த விலைகள் இப்படியே இருக்காது. மேலே போய்விடும். இப்போது பங்குகளை வாங்கிப்போடலாம் என்றால், கையில் அவ்வளவு பணமில்லை. இந்த நல்ல சந்தர்ப்பத்தினை நான் பயன்படுத்திக் கொள்ள ஏதும் வழிகள் உள்ளனவா?

தேவை 5: நான் வெளிநாட்டிற்குப் பொருட்கள் ஏற்றுமதி செய்பவன். நான் ஏற்றுமதி செய்யும் பொருளுக்கு கிலோ 2 டாலர் என்ற விலை பேசியுள்ளேன். தற்சமயம் டாலர் மதிப்பு ரூ.47 ஆக இருக்கிறது. பணம் என் கைக்கு வரும்போது டாலர் மதிப்பு இப்படியே இருந்தால் பிழைத்தேன். இறங்கிவிட்டால், எனக்கு நட்டம்தான். டாலர் கைக்கு வர இன்னும் 8 மாதங்கள் ஆகும். என்ன செய்வது?

இத்தனை கேள்விகளுக்கும் ஒரே பதில் பியூட்சர்ஸ்.

தங்கம், வெள்ளி, அரிசி, சர்க்கரை, பங்குகள், அமெரிக்க டாலர்கள் என்று எல்லாமே சந்தையில் கிடைக்கின்றன என்பது தெரியும். அன்றைய விலைகளில் வாங்கலாம், விற்கலாம். முழுப்பணமும் கொடுத்துவிட வேண்டும். இதுதான் பரவலாக நடக்கின்ற, பலருக்கும் பரிச்சயமான முறை. இதன் பெயர் கேஷ் மார்க்கெட் பரிவர்த்தனை.

இதிலிருந்து சில விதங்களில் வேறுபட்ட இன்னொரு மார்க்கெட்டும் இருக்கிறது. அதுதான் பியூட்சர்ஸ் மார்க்கெட். சுருக்கமாக பியூட்சர்ஸ்.

இன்றைக்கு விலையை முடிவு செய்து கொள்ளுவோம். ஆனால் இன்றைக்கே வாங்கிக்கொள்ள வேண்டும் அல்லது கொடுத்துவிட வேண்டும் என்கிற அவசியமில்லை. ஒரு மாதமோ, சில மாதங்களோ தள்ளி, எப்போது வேண்டுமோ தரலாம் அல்லது பெற்றுக் கொள்ளலாம். ஆனால் இப்போது முடிவு செய்துகொள்ளும் அளவும் (குவாண்டிட்டி) விலையும்தான். அதில் மாற்றம் கிடையாது.

போதும், வாங்கியதற்கோ, விற்றதற்கோ மொத்த பணமும் கொடுக்க வேண்டாம். ஓரளவு பணத்தினை ஈடாக (மார்ஜின் பணம் என்பார்கள்) கொடுத்துவிட்டால் போதும். அதன் பின் விலை ஏறினால், வாங்கியவருக்கு லாபம். விலை இறங்கினால், விற்றவருக்கு லாபம். காரணம் ஒப்பந்தம் போட்ட விலைதான்.

உதாரணத்திற்கு இன்றைக்கு 100 கிராம் தங்கத்தை பியூட்சர்ஸ் மார்க்கெட்டில் வாங்குகிறோம். விலை ரூ.15,92,300. (பியூட்சர்ஸ்சில் 100 கிராமிற்கு குறைத்து வாங்க முடியாது) இதற்கு உடனடியாக மொத்தம் பணம் கொடுக்கத் தேவையில்லை. பில் தொகையில் பாதியளவு (ரூ.63,692) மட்டும், மார்ஜின் பணமாகக் கட்டினால் போதும். மீதியை எப்போது டெலிவரி எடுத்துக் கொள்கிறோமோ அப்போது கட்டினால் போதும். டெலிவரி எடுக்கவேண்டும் என்கிற கட்டாயமும் இல்லை. இடையில் விலை உயர்ந்தால் விற்றுவிடலாம். விலை வித்தியாசத்தினை பெற்றுக் கொள்ளலாம். இதுபோல் ஒரு சமயத்தில் மூன்று மாதங்கள் வரை செய்யலாம்.

இதேமுறையில் பங்குகளையும் NSE மற்றும் மும்பை பங்குச் சந்தைகளின் பியூட்சர்ஸ் மார்க்கெட்டில் வாங்கலாம், விற்கலாம். எல்லா பங்குகளுக்கும் இந்த வாய்ப்பு கிடையாது. தேர்ந்தெடுக்கப் பட்ட 101 பங்குகளையும் இண்டெக்ஸ்களையும் இந்த முறையில் வாங்கலாம். விற்கலாம். தங்கம் போலவே அதிகபட்சம் மூன்று மாதங்களுக்கு ஒப்பந்தம் போடலாம்.

பியூட்சர்ஸ் முறையில் தங்கத்தை மட்டுமல்ல, வெள்ளி, கச்சா எண்ணெய், மஞ்சள், உளுந்து, துவரம் பருப்பு, தேயிலை, உருளைக் கிழங்கு என்று பல கனிம மற்றும் விவசாயப் பொருட்களையும் வாங்கலாம், விற்கலாம். இவற்றை வர்த்தகம் செய்யுமிடத்திற்கும் பெயர் கமாட்டிடட்டி எக்ஸ்சேஞ்ச்.

மல்டி கமாட்டிட்டி எக்ஸ்சேங் (ஷூஇஙீ) மற்றும் நேஷனல் கமாடிட்டி அண்ட் டிரைவேடிவ்ஸ் எக்ஸ்சேஞ் (மீஇஈஙீ) என்று இரண்டு சந்தைகள் இருக்கின்றன.

அமெரிக்க டாலரையும் பியூட்சர்ஸ் முறையில், பங்குச் சந்தைகளிலும் MCX-லும் வாங்கலாம், விற்கலாம். மார்க்கெட் லாட் 1000. இதற்கும் மார்ஜின் பணம் போதும். முழுப்பணம் தேவையில்லை.

பங்குகளுக்கும் கமாட்டிட்டிஸ்க்கும் 3 மாத காண்ட்ராக்ட்டுகள்தான். ஆனால் டாலருக்கு 12 மாதங்களுக்கான காண்ட்ராக்ட்டுகள் உண்டு. 1010 செப்டம்பர் மாத காண்ட்ராக்ட்டில் இப்போதே இருக்கிற விலையிலேயே விற்று வைக்கலாம். அல்லது வாங்கியும் வைக்கலாம். அந்த செப்டம்பர் மாதம் வரை இடையில் நமக்கு சாதகமான விலை வரும்போது விற்றதை வாங்கியும், வாங்கியிருந்தால் விற்றும் கணக்கை முடித்துக்கொள்ளலாம். லாபமோ, நட்டமோ பார்க்கலாம்.

பியூட்சர்ஸ் வியாபாரம், வருங்காலத்தில் என்ன விலை இருக்கும் என்கிற நிச்சயமற்ற தன்மையை பெருமளவு அகற்றுகிறது. அதனால்தான் அதில் நடக்கும் வியாபார அளவுகள் தொடர்ந்து அதிகரித்து வருகின்றன.

சோம. வள்ளியப்பன்

புதிய தலைமுறை, 29 அக்டோபர் 2009

பின் இணைப்பு - 3

இந்திய அரசு வாங்கியிருக்கும் 2 லட்சம் கிலோ தங்கம்

சமீபத்தில், சர்வதேச நிதியம் IMF இடமிருந்து இந்தியா, ஒரு அவுன்ஸ் டாலர் 1045 வீதம் 200 டன் தங்கம் வாங்கியிருக்கிறது. இதன் மொத்த மதிப்பு அமெரிக்க டாலர் 6.7 பில்லியன் இந்திய ரூபாய் மதிப்பில் சுமார் 33 ஆயிரம் கோடி. இதன் மூலம் மத்திய ரெசர்வ் வங்கியிடம் இருக்கும் தங்கத்தின் கையிருப்பு சுமார் 578 டன் ஆக அதிகரித்துள்ளது.

லண்டனில் நடைபெற்ற G20 மாநாட்டில், IMF அதனிடம் உள்ள தங்கத்தில் 403.3 டன் அளவினை விற்கவேண்டும் என்றும், அதன் மூலம் கிடைக்கும் பணத்தை ஏழை நாடுகளின் வளர்ச்சிக்கு குறைந்த வட்டியில், கொடுத்து உதவவேண்டும் என்றும் தீர்மானிக்கப் பட்டதன் காரணமாக, IMF முதல் தவணையாக 200 டன் தங்கத்தை விற்க முன்வந்தது. அதை இந்தியா வாங்கியிருக்கிறது.

அரசு ஏன் தங்கம் வாங்குகிறது? அதுவும் இவ்வளவு பெரிய அளவுகளில்? என்று கேட்கத் தோன்றலாம்.

குடும்பங்கள் நிறுவனங்கள் பணம் சேமித்துவைப்பதுபோல, தேசங்களும் உடனடியாக செல்லுபடியாகும் பணத்தை சேர்த்து வைத்துக்கொள்ள வேண்டியிருக்கிறது. அப்படி சேமித்துவைத்து கொள்ளும் பணம் சர்வதேச செலவாணியாக இருக்க வேண்டும். செய்யும் ஏற்றுமதிகள் போக கூடுதலாக செய்துகொள்ளும் இறக்கு மதிகளுக்கு, இந்த சேமிப்பில் இருந்துதான் எடுத்துக்கொடுக்க வேண்டும். 'ஃபாரின் எக்ஸ்சேஞ் ரிசர்வ்ஸ்'. சுருக்கமாக 'பாரெக்ஸ்'.

1991ல் இந்தியாவிடம் இருந்த பாரெக்ஸ் தொகை மிகவும் குறைந்துபோய், இறக்குமதிகளுக்கு அன்னிய செலவாணி கொடுக்க முடியாமல் போய்விடக்கூடிய நிலை வந்தது. அதுசமயம் நிலைமையை சமாளிப்பதற்காக, யூனியன் பேங்க் ஆப் ஸ்ட்விசர்லெண்டிடம் 47 டன் தங்கத்தை அடமானமாக வைத்து, 600 மில்லியன் டாலர் பணம் பெற்றது.

அதன் பின் ஏற்பட்ட பொருளாதார வளர்ச்சி காரணமாக நிலைமையில் நல்ல மாற்றம் வந்தது. இப்போது இந்தியாவிடம் 285 பில்லியன் டாலர் பாரெக்ஸ் ரிசர்வ் இருக்கிறது.

விரும்புகின்றனவோ இல்லையோ, தற்சமயம் உலகநாடுகளின் சேமிப்புகள் அமெரிக்க டாலர்களாகத்தான் இருக்கின்றன. முன்பெல்லாம் இது தங்கமாக இருந்தது. பொருளாதார வளர்ச்சியின் வேகத்திற்கு தங்கத்தின் உற்பத்தி ஈடுகொடுக்க முடியாததால், தங்கம் தவிர அமெரிக்கக் டாலரையும் சேமிப்பாக வைத்துக்கொள்ளும் பழக்கம் ஏற்பட்டு காலூன்றிவிட்டது.

ஆனாலும் சமீபத்தில், குறிப்பாக பொருளாதார பிரச்சனைகள் உலகின் பல தேசங்களையும் அதிலும் குறிப்பாக அமெரிக்காவை தாக்கிய பிறகு, டாலர் மதிப்பு குறையலாம் என்கிற அச்சம் உலக நாடுகளிடையே பரவலாக வந்திருக்கிறது. சீனா, ரஷ்யா, பிரேசில் போன்ற நாடுகள் ஏற்கனவே அவர்களுடைய தங்க கையிருப்பை அதிகப்படுத்த தொடங்கிவிட்டார்கள்.

அமெரிக்காவே கூட தனது ரிசர்வில் கணிசமான பகுதியை, (சுமார் 77.4%) தங்கமாகவே வைத்திருக்கிறது. அமெரிக்காவிடம் இருக்கும் தங்கத்தின் அளவு 8133 டன்கள்.

இந்தியாவிடம் இருக்கும் மொத்த ரிசர்வ் 285.5 பில்லியன் டாலர்கள் அதில் 4% இது வரை தங்கம் ஆக இருந்தது. இப்போது 200 டன் வாங்கியிருப்பதன் மூலம் அது 6% ஆகிவிட்டது. இது அதிகமா குறைவா என்கிற கேள்விகள் வரலாம். சீனாவிடம் உள்ள மொத்த ரிசர்வ் ஆன 2273 பில்லியன் டாலரில் அதன் கையிருப்பான 1054 டன் தங்கம் 2% சற்று குறைவுதான்.

அடுத்த தவணையாக IMF மேலும் 200 டன் தங்கம் விற்கும். அப்போதும் இந்தியா வாங்குமா அல்லது சீனா வாங்குமா? பொறுத்திருந்துதான் பார்க்கவேண்டும்.

சோம. வள்ளியப்பன்

புதியதலைமுறை, 10 டிசம்பர் 2009

பங்குச்சந்தை வரிசை

அள்ள அள்ளப் பணம் 1

பங்குச்சந்தை: அடிப்படைகள்

அள்ள அள்ளப் பணம் 2

பங்குச்சந்தை: அனாலிசிஸ்

அள்ள அள்ளப் பணம் 3

பங்குச்சந்தை: ஃபியூச்சர்ஸ் அண்ட் ஆப்ஷன்ஸ்

அள்ள அள்ளப் பணம் 4

பங்குச்சந்தை: போர்ட்ஃபோலியோ முதலீடுகள்

அள்ள அள்ளப் பணம் 5

பங்குச்சந்தை: டிரேடிங்

அள்ள அள்ளப் பணம் 6

மியூச்சுவல் ஃபண்ட்

அள்ள அள்ளப் பணம் 7

தங்கம்

தங்கம் - வெள்ளி - பிட்காயின்

www.ingramcontent.com/pod-product-compliance
Lightning Source LLC
LaVergne TN
LVHW060447051026
849518LV00002B/653
9788194932109